நான் உன்னை சுவாசிக்கிறேன்

பட்டுக்கோட்டை பிரபாகர்

ISBN 979-8-88833-302-0

-1-

காதல் டைரிக் குறிப்பு

உறங்காதிருந்தேன் - சுகம் - நினைவுகள்!
உறங்கிப்போனேன் - சுகம் - கனவுகள்!

அது ஒரு சூப்பர் மார்க்கெட்.

கண்ணாடிச் சுவருக்கு அந்தப் பக்கம் மக்கள் மௌனமாக எல்லாத் திசைகளிலும் சிறிய டிராலிகளைத் தள்ளிச் சென்று பொருள்களை எடுத்துப் போட்டுக் கொண்டிருந்தார்கள். சீருடை அணிந்த பணிப்பெண்கள் கம்ப்யூட்டர்களில் மும்முரமாக பில் போட, எல்லா கம்ப்யூட்டர்களின் முன்பும் ஒரு சின்ன 'க்யூ' இருந்தது.

பிரெட், ஜாம் மற்றும் சில அயிட்டங்களை அம்மா லிஸ்ட் எழுதிக் கொடுத்திருந்ததை பாக்கெட்டில் பல காகிதங்களுக்கு நடுவிலிருந்து தேடி எடுத்தான் அரவிந்த்.

கண்ணாடிக் கதவு தள்ளி உள்ளே வந்தான். ஹெல்மெட்டை ஒரு புறாக்கூண்டில் வைத்துவிட்டு பிளாஸ்டிக் டோக்கன் பெற்றுக்கொண்டான். ஒரு வலைக்கூடையை எடுத்துக்கொண்டு மளிகைப் பகுதிக்கு வந்தான்.

லிஸ்ட் பார்த்து ஒவ்வொன்றாகத் தேடி எடுத்துக்கொண்டிருந்தபோது,

"எக்ஸ்க்யூஸ் மீ."

இந்த இரண்டு வார்த்தைகளை இதைவிட இனிமையாக, மென்மையாக யாராலும் உச்சரிக்க முடியாது.

அரவிந்த் திரும்பிப் பார்த்தான். டிராலியுடன் வழிக்கான விழிக் கெஞ்சலுடன் நின்றிருந்த அவளைப் பார்த்தவன், சில விநாடிகளுக்குப் பிறகுதான் சுதாரித்து ஒதுங்கி வழிவிட்டான்.

அவள் தள்ளிக் கொண்டு நகர, அவள் முகம் மறைந்து முதுகு தெரியும் வரை பார்த்துக் கொண்டிருந்து விட்டு பார்வையைத் திருப்பினான்.

இரண்டு விநாடிகளில் அவள் அவனைக் கடந்திருந்தாலும், ஜன்னலைத் திறந்ததும் முகத்தில் கவிதை எழுதும் மார்கழிக் காற்றாக, அவள் முகம் பார்த்ததும் சில்லென்று மாறிப்போனது மனசு.

இவளை நான் எங்கேயோ பார்த்திருக்கிறேனே...

எங்கே? எப்போது?

மூளை சுறுசுறுவென்று வினாக்களை எழுப்பி நினைவடுக்கின் பக்கங்களைப் பரபரவென்று புரட்டத் துவங்கியது.

தூரத்தில் நின்ற அவளை மீண்டும் திரும்பிப் பார்த்தான். முதுகு காட்டி நின்ற அவள், பணிப் பெண்ணிடம் ஏதோ தலையை ஆட்டிக் கேட்க, 'யு' கட் செய்து வகிடில்லாமல் தொகுத்து பட்டை மரக்கிளி வைக்கப்பட்ட கூந்தல் அழகாக அசைந்தது. அவளின் புடவைக் கட்டலில் நேர்த்தியும் நளினமும் இருந்தன. ஒரு மரியாதையைக் கேட்டுப் பெற்றது.

கண்டிப்பாக இவளை நான் பார்த்திருக்கிறேன். ச்சே! ஏன் உடனே நினைவிற்கு வர மறுக்கிறது?

தொலைக்காட்சி நிகழ்ச்சி எதிலோ வந்தவளா? நிகழ்ச்சித் தொகுப்பாளரா? ஏதாவது செய்தித்தாளில், புத்தகத்தில் பார்த்தேனா? இசை, நாட்டியம், கதை, கவிதை எதிலாவது இவள் பிரபலமா?

சினிமா தியேட்டரில் எனக்கு டிக்கெட் வாங்கித் தந்தவளா? சேப்பாக்கம் கிரிக்கெட் ஸ்டேடியத்தில் பாப்கார்ன் வாங்க என்னிடம் சில்லறை மாற்றியவளா? பேங்க்கில் பணம் எடுத்தபோது அடுத்த டோக்கன்காரியா? ரயில்வே ரிசர்வேஷன் கியூவில் பேனா இரவல் கொடுத்தேனா?

ச்சே! ஞாபகம் வரவில்லையே... மீண்டும் இருமுறை அவள் முகத்தைப் பார்த்தால் ஞாபகத்திற்கு வருமோ? மறுபடி

நான் உன்னை சுவாசிக்கிறேன்

அவள் முகத்தைப் பார்க்க வேண்டுமென்றால் அவளைத் தொடர்ந்து, அவள் போகின்ற பகுதிக்கெல்லாம் போக வேண்டும். நேரடியாகப் பார்ப்பதும் நாகரீகமில்லை. அவளைக் கவனிக்காதது போல யதேச்சையாக திரும்பி அவள் முகத்தைக் கவனிக்க வேண்டும்.

இது தேவைதானா? அவள் யாராக வேண்டுமானாலும் இருந்து விட்டுப் போகட்டுமே. அதனால் என்ன? அவளை மீண்டும் பார்க்க நான் எதற்குத் துடிக்க வேண்டும்?

மனம் கேள்வி கேட்டுக் கொண்டிருக்கும்போதே கால்கள் அவள் நின்ற திசை நோக்கி நடக்கத் துவங்கி விட்டன.

அவள் இப்போது ஒப்பனைப் பொருட்களின் பகுதியில் நின்று டிசைன் ஸ்டிக்கர் பொட்டு அட்டைகளைத் தேர்வு செய்து கொண்டிருக்க, பத்தடி தள்ளி நின்று இவன் கைக்குக் கிடைத்த ஒரு ஷேவிங் க்ரீமை எடுத்துப் பார்த்தபடி, திரும்பி அவள் முகத்தைப் பக்கவாட்டுத் தோற்றத்தில் பார்த்தான்.

அந்தப் பளீர் வெண்மையும் மென்மையும் முதுகுத்தண்டில் ஐஸ்கட்டிகளின் ஊர்வலம் நடத்த, உடனே பார்வையைத் திருப்பிக் கொண்டான். ஆனால் ஸ்பிரிங் வைத்த கதவு போல உடனே அவள் பக்கம் பார்வை திரும்பிக் கொண்டது.

என்ன ஆயிற்று எனக்கு? ஏன் இப்படித் தவிக்கிறேன்? ஏன் உள்ளே நூறு வயலின்கள் இசைக்கப்படுகின்றன? ஏன் பறவைகள் கிரீச்சிடுகின்றன? ஏன் சந்தோஷ ஊற்று கொப்பளிக்கின்றது?

"இந்த ஷேவிங் க்ரீம் புதுசா அறிமுகப்படுத்தினது சார். ரொம்ப நல்லா இருக்கும்" என்றாள் அந்தப் பணிப்பெண்.

தான் நீண்ட நேரமாக அந்த ஷேவிங் க்ரீமைக் கையில் வைத்துக் கொண்டு எந்த முடிவுக்கும் வராததை உணர்ந்து, "எக்ஸ்பைரி தேதி பார்த்தேன்" என்று வைத்து விட்டான்.

"ஷேவிங் க்ரீமுக்கு ஏது சார் எக்ஸ்பயரி?"

"ஆமாம். கிடையாது... ஸாரி" என்று வழிந்து விட்டு நகர்ந்தான்.

அவள் இப்போது வேறு பகுதிக்குச் செல்ல, அவளைத் தொடர்வதை அவனால் தடுக்க முடியவில்லை.

நேராக அவளிடமே சென்று கேட்டுவிட்டால் என்ன? இதில் என்ன தவறு இருக்கிறது?

அவளருகில் அரவிந்த் வந்தான்.

"எக்ஸ்க்யூஸ் மீ."

அவள் திரும்பிப் பார்த்தாள்.

"யெஸ்?"

"நான் உங்களை எங்கேயோ பார்த்திருக்கேன். ஆனா சட்டுனு ஞாபகத்துக்கு வரலை. நீங்க..."

அவள் லேசாக முறைத்தாள்.

"நான் யாரா இருந்தா உங்களுக்கென்ன?"

"அதில்லை. எங்கேயோ பார்த்திருக்கேன்னு தவிப்பா இருக்கு."

"மிஸ்டர்! உங்களுக்கு இப்ப என்ன, என் பேரும் அட்ரசும் தெரியணுமா? தெரிஞ்சிக்கிட்டு என்ன பண்ணப் போறீங்க? நான் போற இடத்துக்கெல்லாம் என் பின்னாடியே வந்து லவ் லெட்டர் தரணுமா? நான்சென்ஸ்! இதெல்லாம் ரொம்ப ஓல்டு அப்ரோச்! கெட் லாஸ்ட்."

அவள் விருட்டென்று விலகிச் செல்ல...

அரவிந்த் தன் கற்பனை உரையாடலிலிருந்து மீண்டான்.

நேரடியாகப் போய் பேசினால் இப்படி முகத்திலடிப்பது போல அவள் பதில் பேச வாய்ப்பிருக்கிறது.

'உங்களை எங்கேயோ பார்த்திருக்கேனே' என்பது ஒரு துவக்கப் பேச்சுக்காக பலர் சொல்கிற பொய்தான். ஆனால்... நான் நிஜமாகவே எங்கேயோ பார்த்திருக்கிறேனே...

அவள் இப்போது பிஸ்கெட்டுகள் இருந்த பகுதியில் உயரத்தில் இருந்த ஒரு க்ரீம் பிஸ்கெட் பாக்கெட்டை எடுக்க எம்பி

அப்படியும் எட்டாமல் போக, பணிப்பெண்ணின் உதவிக்காக சுற்றும் முற்றும் பார்த்தாள்.

அப்போது அந்தப் பகுதியில் யாரும் இல்லாததால், அரவிந்த் தன் உயரத்திற்கு அந்த பிஸ்கெட் பாக்கெட் சுலபத்தில் எட்டும் என்று உணர்ந்ததால், சட்டென்று எடுத்து அவளிடம் நீட்டினான்.

"தேங்க்யூ" புன்னகையுடன் வாங்கி டிராலியில் போட்டுக்கொண்டு அவள் நகர்ந்தாள்.

தன் முகம் பார்த்து அவள் சொன்ன வார்த்தைகள் மனதிற்கு மலர் ஒத்தடம் கொடுத்தன.

அவள் இன்னொரு பகுதிக்கு டிராலியைத் திருப்பியபோது அவளின் பார்வை இவனைத் தடவிச் சென்றதை உணர்ந்தான்.

நான் அவளின் நடவடிக்கைகளையே கவனித்துக் கொண்டிருந்ததால்தான் அந்த பிஸ்கெட்டை எடுத்துக் கொடுக்க முடிந்தது என்பதை அவள் தாமதமாக உணர்ந்திருக்க வேண்டும்.

'என்னை அவன் கவனித்திருக்கான்' என்கிற உள்ளுணர்வின் வெளிப்பாடாக, 'என்னைக் கவனித்த இவன் யார்?' என்கிற கேள்வியின் விடை தேடலாகத்தான் அந்த மறுபார்வை இருந்திருக்க வேண்டும்.

இதற்கு மேல் அவளைத் தொடர்ந்து செல்வதற்கு சங்கடமாக இருந்தது. 'நான் உன் பின்னாலேயே வரவில்லை. யதேச்சையாகக் கவனித்து உதவினேன்' என்று ஸ்தாபிக்க வேண்டுமென்றால் இனி தொடரக் கூடாது.

அவள் இப்போது பார்வையிலிருந்து முற்றிலும் மறைந்து விட்டாள். ஓர் ஏமாற்ற அலை உள்ளே வீசியது.

கடந்த பல நிமிடங்களாக அவளைப் பற்றியே சிந்தித்துக் கொண்டிருப்பது சுவாரசியமாகவும் இருந்தது, அவஸ்தையாகவும் இருந்தது.

பார்த்திருப்பதாக ஞாபகம் வருகிறது. எங்கே, எப்போது என்று மட்டும் நினைவுக்கு வந்து தொலைக்க மாட்டேனென்கிறதே. தேவையற்ற எத்தனையோ விஷயங்களை உடனே

நினைவுபடுத்தும் மூளையே, இவள் விஷயத்தில் ஏன் இப்படி சண்டித்தனம் செய்கிறாய்? அரவிந்த் பில் போடுகிற பகுதிக்கு வந்தான். நான்கு வரிசைகளில் அவள் நின்றிருந்த வரிசைக்குத்தான் கால்கள் நடத்திச் சென்றன. அந்த வரிசையில் இரண்டாவது நபராக அவள் நின்றிருந்தாள். நடுவில் இரண்டு பேர் நிற்க, ஐந்தாவது நபராக இவன் நின்றிருந்தான். அவளுக்கு நேர் பின்னால் நின்ற ஜீன்ஸ் இளைஞன் மேல் அர்த்தமில்லாமல் கோபம் வந்தது. நியாயமான காரணத்தோடு அவளின் அருகில் நிற்கின்ற வாய்ப்பு தனக்குக் கிடைக்காமல் போனதில் ஓர் ஏமாற்றம் உணர்ந்தான்.

வரிசை நகர்ந்து அவள் தன் நீளமான மெல்லிய விரல்களால் தன் டிராலியில் இருந்த பொருட்களை எடுத்து மேஜை மேல் வைத்து விட்டு, கைப்பை திறந்து பணம் எடுத்து பில் தொகை சொல்லப்படுவதற்குக் காத்திருந்தாள். அவள் செயல்களில் அவசியமற்ற பதற்றமில்லை. நளினமிருந்தது. கைப்பையின் ஜிப்பை சரக்கென்று திறக்கவில்லை. அந்த நிதானத்தில் ஒரு ரசனை இருந்தது.

"மேடம், நானூத்திப் பத்து ரூபா. ஐந்நூறு ரூபாய்க்கு பர்ச்சேஸ் செஞ்சா இந்த பெயிண்டிங் ஃப்ரீ மேடம். இன்னும் தொண்ணூறு ரூபாய்க்கு ஏதாவது எடுக்கறீங்களா?"

அந்தப் பணிப்பெண் காட்டிய லாமினேட் செய்யப்பட்ட அழகான கோட்டுச் சித்திரத்தைக் கையில் வாங்கிப் பார்த்தாள் அவள்.

"பியூட்டிஃபுல்! ஆனா நான் எல்லாம் வாங்கி முடிச்சுட்டேனே. சரி, பரவாயில்லை. நீங்க பில்லை க்ளோஸ் பண்ணிக்கங்க."

அந்த ஓவியத்தை மீண்டும் இருமுறை பார்த்துவிட்டு வைத்தாள். அரவிந்த் அவசரமாக தன் வலைக்கூடைக்குள் பார்த்தான். தான் வாங்கியுள்ள பொருட்கள் கண்டிப்பாக நூற்றைம்பது ரூபாய்க்கு மேல் வரும் என்று தோன்றியது. அதே பில்லில் இவற்றையும் போட்டால் பில் தொகை ஐநூறைத் தாண்டும். அப்போது அந்த ஓவியம் இலவசமாகக் கிடைக்கும். அவள் ரசித்த அந்த ஓவியத்தை அவளிடமே கொடுத்துவிடலாம்.

   நான் உன்னை சுவாசிக்கிறேன்

அவளிடம் கேட்டுப் பார்க்கலாமா என்று துடிப்பேற்பட்டாலும் உடனே அதைத் தடுத்தான். இது அதிகப்பிரசங்கித்தனமாகப்படாதா? வேண்டுமென்றே வழிவது போலிருக்காதா?

'மைண்ட் யுவர் பிசினஸ்' என்று சொல்லிவிட்டால்?

அரவிந்த் பேசாமலிருந்துவிட, அவள் தன் பொருட்களின் பாலிதீன் பைகளோடு வாசலை நோக்கி நடந்தாள். இவன் பார்வையால் தொடர்ந்தான். வெளியே மழை பெய்துகொண்டு இருக்க, அவள் நின்று மழை குறையக் காத்திருந்தாள். இவன் முறை வந்தபோது ஒரு தைரியத்தில்,

"எக்ஸ்க்யூஸ் மீ. முதல்ல நானூத்திப் பத்து ரூபாய்க்குப் பில் போட்டீங்களே, அந்த பில்லோட இதையும் சேர்த்துப் போட முடியுமா?" என்றான்.

"ஏன் அப்படிப் போடணும்? அந்த பில்லை க்ளோஸ் பண்ணியாச்சே!"

"கம்ப்யூட்டர்லே மறுபடி திருத்த முடியுமே, அந்த ஓவியம் கிடைக்கும். அவங்க ரொம்ப ஆசைப்பட்டாங்க. அவங்ககிட்ட கொடுக்கலாம்னு பார்த்தேன்."

"அவங்களுக்காக நீங்க எதுக்கு சார்..."

"வந்து. ஷி இஸ் மை லவர். ஒரு சின்ன ஊடல். அதான் பேசாம இருக்கோம். இந்த உதவி செஞ்சீங்கன்னா இந்த ஓவியத்தைக் கொடுத்து அவளை சமாதானப்படுத்துவேன். ப்ளீஸ்..."

தனக்கு இப்படியெல்லாம் சரளமாகப் பொய் பேச வருமா என்று அவனுக்கே ஆச்சரியமாக இருந்தது.

"ஓ.கே. சார், நான் உதவி பண்றேன்."

அந்தப் பெண் அவளின் பில்லில் இதையும் சேர்த்து, ஓவியத்தைத் தர, இப்போது தனது பொருட்களுடன் மற்றும் ஓவியத்துடன் வாசலுக்கு நடந்தான் அரவிந்த். அந்த கம்ப்யூட்டர் பெண் கண்டிப்பாகப் பார்ப்பாள். 'இதை எப்படி, என்ன

சொல்லி அவளிடம் ஒப்படைக்கப் போகிறேன்? அவள் என்ன சொல்வாள்?' அவளை நோக்கிப் பதறும் உள்ளத்துடன் மெதுவாக நடந்தான் அரவிந்த்.

—◦◦—

நான் உன்னை சுவாசிக்கிறேன்

-2-

காதல் டைரிக் குறிப்பு

பேசினாலும் இன்பம், கேட்டாலும் இன்பம்!
தொட்டாலும் இன்பம், தொடப்பட்டாலும் இன்பம்!

அவளுக்கும் அவனுக்கும் நடுவில் நான்கு பேர் நின்றிருந்தார்கள். அவள் விரும்பிய அந்த ஓவியத்தைக் கையில் வைத்துக்கொண்டு அதை என்ன சொல்லி ஒப்படைப்பதென்று புரியாமல் தவிப்போடு நின்றிருந்தான் அரவிந்த்.

ஒரு பொது இடத்தில் எந்த அறிமுகமும் இல்லாத ஓர் ஆணிடமிருந்து எப்படி அவளால் இயல்பாக வாங்கிக்கொள்ள முடியும்?

தனக்குப் பிடித்த ஓவியமாக இருக்கலாம். ஆனால், தனக்காக மெனக்கெட்டு பெற்று வந்து கொடுக்க இவனுக்கு என்ன உரிமை இருக்கிறது என்கிற கேள்விதானே முதலில் மனதில் தோன்றும்?

தேவையில்லாமல் கற்பனையாக அவளைக் காதலி என்றும் தங்களுக்குள் ஊடல் என்றும் சாமர்த்தியமாக, உருக்கம் ஏற்படுத்தும் விதமாகப் பொய் சொன்னது அவசியமற்றது.

இப்போ? அர்த்தமற்ற அவசரமோ?

அரவிந்திற்கு இப்போது அந்த ஓவியம் ஒரு பெரிய சுமையாக மாறிப்போனது.

நேராகச் சென்று கொடுக்க தைரியம் இல்லை. பிறகு எதற்குப் போராடி வாங்க வேண்டும்?

கொடுப்பதற்கு ஒன்றும் பெரிதாக தைரியம் தேவையில்லை. அதன் விளைவைச் சந்திக்கத்தான் தயக்கம்.

'தேங்க் யூ ஸோ மச்! எனக்காக நீங்க செஞ்ச உதவிக்கு ரொம்ப நன்றி. உங்க பேர் என்னன்னு தெரிஞ்சுக்கலாமா?' என்று உடனே இயல்பாக சினிமாவில் வரும் கதாநாயகி போல் அவள் பேசிவிட்டால் எந்தப் பிரச்சனையுமில்லை.

அப்படித்தான் பேசுவாள் என்று எப்படிச் சொல்ல முடியும்?

மழை இப்போது சற்று நிதானப்பட்டிருக்க... அரவிந்துக்கும் அவளுக்கும் நடுவில் நின்றவர்கள் குடைகளை விரித்துக் கொண்டு சாலையில் கலந்து விட, அவள் மிக சமீபத்தில் இருந்தாள்.

அரவிந்த் ஒரு தரம் திரும்பி கண்ணாடிச் சுவருக்கு அந்தப் பக்கம் தனக்கு உதவி செய்த பில் போடும் பணிப் பெண்ணைப் பார்த்தான்.

அவள் அங்கிருந்து இவனையே பார்த்துக் கொண்டிருந்துவிட்டு, இவன் பார்த்ததும் திரும்பி பில் போடுவதில் மும்முரம் காட்டினாள். அவள் கண்டிப்பாக மறுபடி திரும்பி தன்னைப் பார்ப்பாள் என்று தோன்றியது.

அவளைப் பொறுத்தவரைக்கும் நான் அந்த ஓவியத்தை அவளிடம் கொடுக்கிறேனா, பெற்றுக்கொண்டு அவள் புன்னகைத்து நாங்கள் ஊடல் விலகி இணைகிறோமா என்பது ஒரு கதையின் கிளைமாக்ஸ் மாதிரி பரபரப்பானது.

அரவிந்த் பல்வேறு விதமாக மனதிற்குள் வாக்கியம் அமைத்துப் பார்த்து ஒரு தீர்மானத்திற்கு வந்து அவளை நோக்கி ஒரு அடி எடுத்து வைத்தபோது...

"ஆட்டோ!" என்று அழைத்துக்கொண்டே ஒரு ஆட்டோவை நோக்கிச் சென்றாள்.

அவள் சொல்லும் ஏரியாவுக்கு ஆட்டோக்காரன் போக விருப்பப்படக் கூடாதென்று இவன் பிரார்த்தனை துவங்குவதற்கு முன், அவன் மீட்டரின் கொடியை மடக்க.. அவள் ஏறிக்கொண்டு சென்று விட்டாள்.

அரவிந்திற்குத் தன்னை யாரோ மாடிக் கட்டடத்திலிருந்து கீழே தள்ளி விட்டு விட்டது போல இருந்தது. இவன் முறை

   நான் உன்னை சுவாசிக்கிறேன்

வரும்போது தியேட்டரில் டிக்கெட் தீர்ந்து போகிற ஏமாற்றம்! அவசரமாய் பிளாட்பாரத்தில் ஓடும்போது ரயில் புறப்பட்டு தூரத்தில் போய்விடுகிற ஏமாற்றம்!

அவளை மறுபடி எங்கே எப்போது பார்த்து அந்த ஓவியத்தை ஒப்படைப்பது என்று புரியவில்லை. ஏதாவது சொல்லிக் கொடுத்திருந்தால், பேசியிருந்தால் ஒரு தொடர்பு ஏற்பட்டிருக்கும். திருவிழாவில் தொலைந்த குழந்தையைக்கூட பெயர், அடையாளத்தை மைக்கில் சொல்லிக் கண்டுபிடித்துவிட வாய்ப்பிருக்கிறது. இவளைப் பற்றி எந்த மைக்கில் சொல்லி எப்படிக் கண்டுபிடிப்பது?

தன் முதுகில் அந்தப் பணிப் பெண்ணின் கண்கள் துளைத்துக் கொண்டிருப்பதை உணர்ந்தான் அரவிந்த்.

அவளைப் பொறுத்தவரை என் காதலி ஊடல் காரணமாக கடுமையான கோபத்தில் இருக்கிறாள். என்னோடு எதுவும் பேசத் தயாராக இல்லை. என்னைப் பார்த்ததும் ஆட்டோவில் சென்று விட்டாள்.

இப்படித்தான் மதிய உணவின்போது தன் தோழிகளிடம் அவள் சொல்லப் போகிறாள்.

'ரொம்ப பாவம்டி அவரு!' என்று அனுதாபப்படவும் செய்யலாம்.

இதற்கு மேலும் அங்கே மழை முழுவதுமாக நிற்பதற்காகக் காத்திருப்பதற்கு உறுத்தலாக இருந்தது.

ஹெல்மெட்டைக் கவிழ்த்துக் கொண்டு, சளக்சளக்கென்று நடந்து தன் பைக்கை ஸ்டார்ட் செய்து மெதுவான வேகத்தில் தத்தினான்.

லேசான மழை தொடர்ந்து கொண்டிருக்க...

முழுக்க நனைந்து போய் கழுத்து வழியாகத் தண்ணீர் ஜில்லென்று முதுகில் இறங்கி சிலிப்பூட்டியது. உடைகள் உடம்போடு ஒட்டிக்கொண்டன.

இப்படி முற்றிலும் நனைந்து போக மனம் முதலிலேயே சம்மதித்திருந்தால் கிட்டத்தட்ட முக்கால் மணி நேரம் அந்தக் கடையின் வாசலில் ஒதுங்கி நின்றிருக்கவே வேண்டியதில்லை.

ஆனால்... ஒதுங்கியதால்தான் அவளைப் பார்க்க முடிந்தது.

அதெப்படி அவசரத்திற்குப் பொய் சொன்னபோது அவளை என் காதலி என்று சொன்னேன்?

எனக்குத் தெரிந்தவள் என்று சொல்லியிருக்கலாம். என்னோடு வேலை பார்ப்பவள், என் பக்கத்து வீட்டுக்காரி, என் சகோதரி, என் தோழி, என்னோடு படிப்பவள்... இப்படி எவ்வளவோ சொல்லலாமே...

அதையெல்லாம் விட்டுவிட்டு 'என் காதலி' என்று ஏன் சொன்னேன்? என் காதலி! எவ்வளவு பெரிய வார்த்தை! என் காதலியா அவள்?

ஐந்து நிமிடங்களுக்கு அவள் பின்னாலேயே சென்று அவளை எல்லாக் கோணத்திலிருந்தும் பார்த்து ரசித்ததில் அவள் என் காதலியாகி விடுவாளா?

அரவிந்த் தன் செயலுக்கான லாஜிக் புரியாது லேசாகப் புன்னகைத்துக் கொண்டான்.

மைலாப்பூரில் தனது தெருவில் எங்கே பெரிய பள்ளம், எங்கே சிறிய பள்ளம் என்று நினைவிருந்ததால் பள்ளங்களைத் தவிர்த்து பைக்கை வளைத்து வளைத்து ஓட்டினான்.

பதினாறு ஃபிளாட்ஸ் கொண்ட அந்த ஈசா அபார்ட்மெண்ட்ஸின் வாட்ச்மேன் இவனைப் பார்த்ததும் தன் மரக்கூண்டிலிருந்து குடையோடு வந்து கேட்டைத் திறந்தபடி, "என்ன சார், இந்த தடவை மழை இப்படி வாட்டி எடுக்குது?" என்றான்.

தரைத்தளம் முழுக்க வாகனங்கள் நிறுத்துவதற்காக ஒதுக்கப்பட்டிருக்க, வழக்கமாக நிறுத்துமிடத்தில் வண்டியை நிறுத்தினான்.

லிஃப்ட் நோக்கி நடக்கையில் தபாலுக்கான புறாக்கூண்டுகளில் தன் வீட்டுக் கூண்டைத் திறந்து பார்த்தான்.

    நான் உன்னை சுவாசிக்கிறேன்

"ரெண்டு தபால் வந்திருந்திச்சி. உங்க சிஸ்டர் எடுத்துட்டுப் போய்ட்டாங்க" என்றவன், "சார், வெடவெடன்னு கண்ணாடி போட்ட பையன் ஒருத்தன் உங்களைப் பார்க்க வருவானே, அவன் வந்தான். நீங்க வீட்ல இல்லைன்னு சொன்னேன். வாசலோட காரைத் திருப்பிக்கிட்டுப் போய்ட்டான்" என்றான் வாட்ச்மேன்.

சந்துரு! குலுமணாலியிலிருந்து வந்துவிட்டானா?

உள்ளே உற்சாகத் தென்றல் வீசியது.

"ஏதாச்சும் போன் நம்பர் கொடுத்துட்டுப் போனானா?"

"இல்லை சார். அப்புறமா பார்த்துக்கறேன்னு சொல்லிட்டு விருட்டுன்னு போய்ட்டான்."

"யோவ்! அவன் ஒரு பாபுலர் கேமிராமேன். நேஷனல் அவார்டு வாங்கினவன். மரியாதையா சொல்லுய்யா!"

"அப்படியா சார்? பார்த்தா காலேஜ் பையன் மாதிரிதான் தெரியுது."

லிஃப்டில் மூன்றாவது தளம் வந்து தன் வீட்டில் மணி அடித்தான்.

நிர்மலா கதவைத் திறந்து, "என்னண்ணா, இப்படி நனைஞ்சிருக்கே?" என்று ஹெல்மெட்டை வாங்கிக்கொண்டாள். தொலைக்காட்சியில் செய்தி வாசித்தார்கள்.

"மழை நிக்கவேயில்லை, என்ன பண்றது?"

"இதென்ன? ஆர்ட் எக்ஸிபிஷன் போயிருந்தியா?"

"இல்லை. கடையில் ஐநூறு ரூபாய்க்கு வாங்கினா இது இலவசம்."

"அம்மா எழுதிக் கொடுத்த சாமான் எல்லாம் அவ்வளவு வராதே."

"எனக்குத் தெரிஞ்ச ஃபிரண்டு ஒருத்தன் நானூத்திப் பத்து ரூபாய்க்கு வாங்கினான். அவனோட பில்லுல என் பில்லையும் சேர்த்துட்டேன்."

"அப்ப நியாயமா இது அவருக்குத்தானே சேரணும்?"

"அவன் என்னை வெச்சிக்க சொல்லிட்டான். ரொம்பதான் நீ கேள்வி கேக்கறே. இந்தா மளிகை சாமான்."

அரவிந்த் ஷூ கழற்றி, பால்கனிக்குச் சென்று ஸாக்ஸ்களைப் பிழிந்து கயிற்றில் போட்டு கிளிப் வைத்தான்.

சமையலறையிலிருந்து அம்மா குரலுயர்த்தி, "நிர்மலா, அந்த டிவியைக் கொஞ்சும் குறைச்சி வையேன். பெல் அடிச்சது யாரு? ஸ்டோர்சா?" என்றாள்.

நிர்மலா ரிமோட்டில் சப்தம் குறைத்து, "அண்ணன்தாம்மா."

அரவிந்த் சட்டையைக் கழற்றி பிழிந்து கொண்டிருக்க, அம்மா வெளியே வந்தபடி, "அரவிந்த், பெங்களூர்லேர்ந்து உங்கண்ணன் லெட்டர் போட்..., என்னடா இது? சின்னக் குழந்தையா நீ? மழை நின்னதும் நிதானமா வரக் கூடாதா? எதுக்காக இப்படி நனைஞ்சிட்டு வர்றே?"

"எவ்வளவு நேரம்தான் ஒதுங்கி நிக்கிறது? நிம்மி, வெதர் ஃபோர்காஸ்ட்ல என்ன சொன்னான்?"

"டிப்ரஷன் இன்னும் வீக்காகலையாம். இன்னும் நாப்பத்தெட்டு மணி நேரத்துக்கு மழை இருக்குமாம்."

"ஒரு வாரமா இதையேதான் சொல்லிட்டிருக்கான். இப்படியே போனா பஸ் சர்வீசை எடுத்துட்டு போட் சர்வீஸ்தான் விடணும்."

"அப்புறம் பேசலாண்டா. முதல்ல டவல் எடுத்து நல்லா துவட்டு. இன்னும் கொஞ்ச நேரம் நீ வெயிட் பண்ணி மழை நின்னதுக்கப்புறம் வந்திருக்கலாம். அப்படி இங்க அவசரமா வந்து என்ன செய்யப் போறே?"

தலையைத் துவட்டிக் கொண்டிருந்த அரவிந்த் சட்டென்று நிறுத்தி, கோபமேறிப் போய் அம்மாவைப் பார்த்தான்.

"ஏம்மா, இப்ப உனக்கு மனசு நிறைஞ்சி போச்சா? சும்மா இருக்கற வெட்டிப் பயதானே நீன்னு ஒரு நாளைக்கு ரெண்டு தடவையாவது சொல்லிக் காட்டியாகணுமா?"

  நான் உன்னை சுவாசிக்கிறேன்

"டேய்! நான் யதார்த்தமா சொன்னேன்டா!"

பால் குக்கரின் சத்தத்திற்கு டிவியை அணைத்து விட்டு நிர்மலா எழுந்து சென்றாள்.

"ஆனா, அது உண்மையா இருக்கே! வலிக்குதே... நானாம்மா சும்மா இருக்கேன்னு சொன்னேன்? ரெண்டு வருஷம் முன்னாடி உக்கார நேரம் இல்லாம, தூங்க நேரமில்லாம உழைச்சுக்கிட்டுதானே இருந்தேன். ஒரு நாளைக்காவது டைனிங் டேபிள்ல உக்காந்து சாப்பிட்டிருக்கேனா? சமையல் மேடையிலேயே பிளேட் வச்சி நின்னுக்கிட்டே சாப்பிட்டுட்டுப் போயிடுவேன். மறந்துட்டியா? இப்ப என்னை வீட்ல வலுக்கட்டாயமா சும்மா உக்கார வெச்சிருக்கிறது உன் புருஷன்தான்."

"ஏன், அப்பான்னு சொல்ல மாட்டியா?"

"என்னை விரோதி மாதிரி நினைக்கிற அவரை, அப்பான்னு சொல்ல எப்படிம்மா வாய் வரும்?"

"ஒரு வார்த்தை சாதாரணமா சொன்னதுக்கு ஏண்டா இவ்வளவு பேசறே?"

"ஒரு காட்டுத் தீக்கு ஒரு அக்னிக் குஞ்சு போதும்ம்மா"

"போதும்டா! வரவர ரொம்பதான் பேசறே நீ"

"கால்ல சலங்கையும் கட்டிவிட்டுட்டு சத்தம் வராம நடந்து போகச் சொன்னா எப்படிம்மா?"

டவலை சோபாவில் வீசிவிட்டுத் தன் அறைக்கு வந்து மேஜைக்கு முன்னால் அமர்ந்தான் அரவிந்த்

நிர்மலா வந்து, "அண்ணா, காப்பி" என்றாள்.

"நான் கேட்டேனா?"

"என் மேலேயும் கோபமா?"

"என்னை நீ சமாதானப்படுத்தப் போறியா?"

"இல்லை. கேள்வி கேக்கப் போறேன்."

"என்ன?"

"கடையில நானூத்திப் பத்து ரூபாய்க்கு சாமான் வாங்கின பொண்ணு யாரு?"

திடுக்கிட்டு நிமிர்ந்து ஆச்சர்யமாக அவளைப் பார்த்தான் அரவிந்த்.

⸻◦⸻

-3-

காதல் டைெரிக் குறிப்பு

"இரு, வைத்து விடாதே!"
என்று இருபது முறை போனில் சொன்னேன்.

நிர்மலா கேட்டதைக் கவனிக்காதவன் போல மேஜை மேல் கலைந்து கிடந்த புத்தகங்களை அடுக்கினான் அரவிந்த்.

அவன் அடுக்கி முடிக்க, கைகளைக் கட்டியபடி அவள் காத்திருந்தாள்.

அடுக்கிவிட்டு அவள் வைத்த காப்பியை நிதானமாக ஆற்றினான்.

"சூடு சரியாத்தான் இருக்கு."

மெதுவாகப் பருகி முடித்து டபரா, தம்ளரை அவள் கையில் கொடுத்த பின்பும் நகராமல் நின்றாள்.

"என்ன?" என்றான்.

"அது யாருன்னு நீ இன்னும் சொல்லலையே...!"

"எது?"

"கடையில நானூத்திப் பத்து ரூபாய்க்குச் சாமான் வாங்கி ஓவியத்தை உனக்கு விட்டுக் கொடுத்த பொண்ணு!"

"என்னஉளர்றே? அதுதான் என் ஃபிரண்டுன்னு சொன்னேனே..."

"எந்த ஃபிரண்டு?"

"என் ஃபிரண்ட்ஸ் எல்லாரையும் உனக்குத் தெரியுமா?"

"விட்டுக் கொடுக்கற அளவுக்கு நெருக்கமா இருக்கிற ஃபிரண்ட்ஸை எல்லாம் தெரியும்."

"எதுக்கு இப்படிப் போட்டுக் குடையறே?"

"அரவிந்தர் லவ் பண்ணிட்டிருக்காரா யாரையாவது?"

"இல்லை."

"பின்னே எதுக்கு லிப்ஸ்டிக், நெய்ல் பாலீஷ், ஐ லைனர் எல்லாம் வாங்கியிருக்காரு."

"அவன் சிஸ்டருக்காக வாங்கியிருக்கலாம்."

"இனிமே பொறக்கப் போற சிஸ்டருக்கா? அவங்க வீட்டு கொலுவுக்குப் போனப்போ தனக்கு ஒரே பையன்தான்னு அவங்கம்மா சொன்னாங்க. அந்தம்மாவுக்காக வாங்கினான்னு சொல்லிடாதே. அவங்க அதையெல்லாம் யூஸ் பண்றதில்லை. இப்ப நீ வேற பொருத்தமான பொய்தானே யோசிக்கிறே?"

அரவிந்த் சிரித்து விட்டான். இரண்டு கைகளையும் உயரே தூக்கி, "அம்பேல்!" என்றான்.

"போலீஸ்ல சேர்ந்துடேன். நல்லா துப்பறியறே."

"பாராட்டினதுக்கு சந்தோஷம். பார்ட்டி யாரு?"

"பார்ட்டி கீர்ட்டின்னு பேசினா பல்லைப் பேர்த்துடுவேன்."

"அப்போ..ஸம்திங் ஸ்பெஷல்! சொல்லு! எத்தனை நாளா லவ் பண்ணிட்டிருக்கே"

"உதைப்பேன்" என்று புத்தகத்தை ஓங்கினான்.

"பின்னே? கேர்ள் ஃப்ரெண்டா?"

"'தொணப்பாதே! அவ யாருன்னே தெரியாது..!"

"டூப்!"

"இதுக்கெல்லாம் சத்தியம் செய்ய முடியாது. நிம்மி, நான் அவளை எங்கேயோ பாத்திருக்கேன். எங்கன்னு சட்டுன்னு ஞாபகத்துக்கு வரலை."

"பேசினியா?"

  நான் உன்னை சுவாசிக்கிறேன்

"அதெப்படி அறிமுகமே இல்லாம பேசறது? பில் போடறப்போ இன்னும் தொண்ணூறு ரூபாய்க்கு வாங்கினா ஓவியம் இலவசம்னு சேல்ஸ் கேர்ள் சொன்னா. அவ ஓவியத்தை ரசிச்சா. ஆனா பில்லை முடிச்சிக்கிட்டுப் போய்ட்டா. நான் ரெக்வெஸ்ட் பண்ணி அந்த பில்லோட சேர்த்து என் பில்லைப் போடச் சொல்லி அந்த ஓவியத்தை வாங்கிட்டேன்."

"அப்புறம்?"

"மழைக்காகக் கடைக்கு வெளில காத்துக்கிட்டிருந்த அவகிட்ட அந்த ஓவியத்தைக் கொடுத்துடலாம்னு நான் கிட்ட போறதுக்குள்ளே அவ ஒரு ஆட்டோல புறப்பட்டுப் போய்ட்டா. தட்ஸ் ஆல்."

"அதென்ன அறிமுகம் இல்லாத அவ மேல உனக்கு அவ்வளவு அக்கறை?"

"ஒரு சின்ன உதவிதானே... ஐந்நூறு ரூபாய்க்கு வாங்கினாத்தான் ஓவியம் இலவசம். தான் வாங்கின தொகைக்கும் கிடைக்காது. அவ வாங்கின தொகைக்கும் கிடைக்காது. ஒரேபில்லா போட்டா கிடைக்கும். அந்தச் சலுகையை அவ அனுபவிக்கட்டுமேன்னு நினைச்சேன்."

"அவ்வளவுதானே?"

"வேற என்ன?"

சரி, அந்த பில் கவுண்ட்டர்ல என்ன சொல்லி சம்மதிக்க வைச்சே."

"என்னமோ சொன்னேன். இப்ப என்ன அதுக்கு நான் என்னமோ குற்றவாளி மாதிரி ஏன் இப்படி குறுக்கு விசாரணை பண்றே?"

"இன்னைக்கு உன் கண்ணுல தனியா ஒரு பளிச் தெரிஞ்சுது. அதான் கேட்டேன்" என்று நகர்ந்தவள் திரும்பி வந்து, "ஆமாம், இந்த வீட்ல எந்த முடிவையாவது அம்மா எடுக்கறாங்களா? எதுக்கு அவங்ககிட்ட மரியாதை இல்லாம மூர்க்கமா பேசி நோகடிக்கிறே?"

"சுருக்குன்னு அம்மா அப்படிக் கேட்கலாமா?"

"அவங்க சாதாரணமாத்தான் கேட்டாங்க."

"ஆனா, அந்தக் கேள்வி என் மூடை அவுட்டாக்குதே."

"அரவிந்த், உனக்குள்ளே சீறிக்கிட்டிருக்கிற கோபத்துக்கு சதா சந்தர்ப்பம் தேடிக்கிட்டே இருக்கே, ஒரு சின்ன சான்ஸ் கிடைச்சாலும் போதும், பொங்கிடறே!"

அரவிந்த பேப்பர் வெயிட் உள்ளே பூக்களைப் பார்த்தான்.

"இதே மாதிரி அப்பாகிட்ட பேச வேண்டியதுதானே? அப்ப மட்டும் ஏன் வாலைச் சுருட்டிக்கிறே?"

"அது மரியாதை இல்லை நிம்மி, பயம்"

"அவர்கிட்ட அவ்வளவு பயம் இருக்கில்ல?"

"அவர்கிட்ட உள்ள பயம் இல்லை. விளைவை நினைச்சு பயம்."

"என்ன நடக்கும்னு சொல்றே?"

"அவர்கிட்ட என் மனசுல உள்ளதையெல்லாம் பேசிட்டா, அப்புறம் அவர் பதிலுக்காக நான் காத்துக்கிட்டிருக்க மாட்டேன். உடனே வீட்டை விட்டுப் போயிடுவேன்."

"அண்ணா!"

"கவலைப்படாதே இந்த வீட்டை விட்டு நான் போக மாட்டேன். எனக்குச் சவால் குடும்பத்துக்கு வெளில் இல்லை. குடும்பத்துக்குள்ளேதான். நான் இங்கே சாதிச்சுக் காட்டணும்."

புன்னகை செய்த நிர்மலா அவன் கையைப் பற்றிக் குலுக்கி, "இதுதான் ஸ்பிரிட். எனக்கு நம்பிக்கை இருக்குண்ணா. இளங்கோ அண்ணாவை விட, யாமினி அக்காவை விட நீ சாதிப்பே! நிறைய திறமை உன்கிட்ட இருக்கு. நீ வளர்த்துக்க வேண்டியது பொறுமையைத்தான்!" என்றாள்.

" கொஞ்சம் அனுசரணையாப் பேசினா உடனே ஆளாளுக்கு அட்வைஸ் பண்ண ஆரம்பிச்சிடுவீங்களே...!"

"இதான். இந்த முன்கோபம்தான் உன்னோட மைனஸ்! சரி, வா! அம்மா உம்முன்னு இருக்காங்க. வந்து சமாதானமாப் பேசு!"

    நான் உன்னை சுவாசிக்கிறேன்

அரவிந்த் ஒரு பெருமூச்சை விட்டு வெளியேற்றி எழுந்தான். ஹாலுக்கு வந்தான். சோபாவில் அமர்ந்திருந்த அம்மா அருகில் அமர்ந்தான்.

"அம்மா, அண்ணன் லெட்டர் போட்டிருக்கிறதா ஆரம்பிச்சியே, என்ன எழுதி இருக்கார்?"

"முதல்ல சாப்பிடு."

"இப்பத்தான் காப்பி சாப்பிட்டேன். பசிக்கலை சொல்லு."

"பெங்களூர்ல உனக்காக அவன் ஒரு வேல பார்த்து வெச்சிருக்கானாம். நல்ல சம்பளமாம். பக்கத்திலேயே ஆபீசாம். நடந்தே போயிடலாமாம்."

"வேணாம்மா. சரியா வராது."

"ஏன்டா?"

"அண்ணன் வீட்லதான் தங்கச் சொல்லுவாரு."

"அதில் உனக்கு என்ன பிரச்னை? இளங்கோவும் சரி, சியாமளாவும் சரி உன் மேல எவ்வளவு பாசம் வெச்சிருக்காங்க தெரியுமா? சித்தப்பா, சித்தப்பான்னு குழந்தைகளும் உருகறாங்க. நீ என்ன விருந்தாளியா? அதுவும் நம்ம வீடுதானே?"

"அந்த வீட்ல அண்ணியோட அம்மா இருக்காங்க. அவங்க சௌக்கியமான்னு விசாரிச்சாலே அதிலகூட ஒரு நக்கல் இருக்கும். சரியா வராதுன்னா விட்டுடு."

"உன் இஷ்டம். தோளுக்கு மேல வளர்ந்துட்டே. உன்னை நாங்க வற்புறுத்த முடியுமா?"

போன் ஒலித்து, நிர்மலா எடுத்துப் பேசி விட்டு, "அண்ணா, அக்கா பேசறா. உங்கிட்ட பேசணுமாம்" என்றாள்.

"ஹலோ, சொல்லுக்கா" என்றான் அரவிந்த் ரிசீவரை வாங்கி.

"என்னடா அரவிந்த் இப்படிப் பண்றே? நேத்து உன்னை என் ஆபீசுக்கு வரச் சொன்னேன்ல?" என்றாள் யாமினி எதிர்முனையில்.

"நேத்து நான் ஒரு கேரம் டோர்னமெண்ட்ல கலந்துகிட்டேன். அதான் வர முடியலை."

"ஒரு போன் பண்ணி சொல்லக் கூடாதா?"

"உன் ஆபீஸ் நம்பர் கிடைக்கலைக்கா."

"செல்போன் இருக்கே..."

"அந்த நம்பர் என் பாக்கெட்ல இல்லை."

"எதாச்சும் சொல்லு! சரி, டோர்னமெண்ட்ல நீ ஜெயிச்சியா, தோத்தியா?"

"நான் என்ன சொன்னா நீ சந்தோஷப்படுவே?"

"இந்தக் குத்தல்தானே வேணாங்கறது. இன்னைக்கு ஈவினிங் நாலு மணிக்கு என் ஆபீசுக்கு வா!"

"என்ன, அட்வைஸ் பண்ணணுமா? அதை போன்லயே பண்ணிடேன்."

"அதில்லை. நீ வா. நான் நேர்ல சொல்றேன்"

"இதில என்ன சஸ்பென்ஸ்? என்னன்னுதான் சொல்லேன்."

"ஏதாச்சும் காரணம் சொன்னாத்தான் வருவியா? உன்னை நான் பார்த்தே ரெண்டு வாரம் ஆச்சு. ஜஸ்ட் லைக் தட் உங்கக்காவைப் பார்க்கறதுக்காக வரக் கூடாதா?"

சற்றே தயங்கிவிட்டு, "சரி, வர்றேன்" என்று வைத்தான்.

"ஏண்டா அவகிட்ட வம்படியாப் பேசறே? ஏதோ விஷயம் இருக்கறதாலதானே வரச் சொல்றா. போய்ட்டு வாயேன்" என்றாள் அம்மா.

"என்ன விஷயமா இருக்கும்னு நான் சொல்லட்டுமா? அவளோட டிரைவிங் லைசென்ஸ் புதுப்பிச்சித் தரச் சொல்லுவா. இல்லைன்னா புதுசா வீடு கட்டிட்டு இருக்காளே, அந்த பில்டிங் லோன் விஷயமா விசாரிச்சிட்டு வரச் சொல்லுவா, தெரியாதா எனக்கு?"

                               நான் உன்னை சுவாசிக்கிறேன்

"சும்மா அலட்டிக்காதே, அதெல்லாம் மாப்பிள்ளை பார்த்துக்க மாட்டாரா?"

"நல்லா பாத்துக்குவாரு உன் மாப்பிள்ளை. அன்னைக்கு வீட்டுக்குப் போயிருந்தப்போ ஸ்கூலுக்குப் புறப்படற வித்யாவோட பேனாவுக்கு இங்க போட நேரமில்லைன்னு சொல்லிட்டு கார்ல போயிட்டார். உனக்கு ஒண்ணு தெரியுமா? அக்காவும் மச்சானும் காலையில 'குட்மார்னிங்' சொல்லிக்கிறாங்க. அப்புறம் ராத்திரி 'குட் நைட்' சொல்லிக்கிறாங்க. அதுக்கு மேல பேசற ஒவ்வொரு நிமிஷத்திலயும் சம்பாரிக்கிற வருமானம் அநியாயமா குறைஞ்சிடுமே."

"அண்ணா ஞாயித்துக்கிழமை மட்டும் 'குட்-ஆஃப்டர்நூன்' எக்ஸ்ட்ராவா சொல்லிக்குவாங்க" என்றாள் நிர்மலா.

"என்னடி திமிரா? நீயும் அவன்கூட சேர்ந்துகிட்டியா?"

அரவிந்த் சோபாவிலிருந்து எழுந்துகொண்டு, "நாலு மணிக்கு அக்கா அப்பாய்ண்ட்மென்ட் கொடுத்திருக்கா. மூணு மணிக்குப் புறப்படுவேன். ஊறுகா, பருப்புப் பொடி ஏதாச்சும் கொண்டுபோய் கொடுக்கணும்ன்னா ரெடி பண்ணி வையி" என்றான்.

* * *

அந்த டயர் நிறுவனத்தின் ஆறு மாடிக் கட்டடத்தின் லிஃப்டில் நுழைந்து ஐந்தாவது எண்ணை அழுத்திவிட்டு கசியும் சங்கீதத்தை ரசித்தபடி காத்திருந்தான் அரவிந்த்.

வெளிப்பட்டு, விற்பனைப் பிரிவின் கண்ணாடிக் கதவு தள்ளி ஹாலில் பிரவேசித்தான். முப்பது மேஜைகளில் கம்ப்யூட்டர்களை வைத்துக் கொண்டு சுறுசுறுவென்று இயங்கிக் கொண்டிருந்தார்கள்.

'உதவி மானேஜர்' என்று பொன் எழுத்துகள் எழுதிய தேக்குக் கதவுக்கு வெளியே நின்ற பியூன் புன்னகைத்தான்.

"பேசிட்டிருக்காங்க. உக்காருங்க சார். சொல்றேன்."

காத்திருப்பவர்களுக்காக வசதியான நாற்காலிகள் போடப்பட்டிருந்தன. ஏழெட்டு பேர் காத்திருந்தார்கள்.

ஒரு காலி நாற்காலியில் அமர்ந்து ஸ்போர்ட்ஸ் ஸ்டார் எடுத்துப் புரட்டிக்கொண்டான்.

"சார், மேடம் கூப்பிடறாங்க."

அரவிந்த் கதவு தள்ளி குளிர்க்காற்றில் நடந்து யாமினியைப் புன்னகைத்து விட்டு எதிர்நாற்காலியில் அமர்ந்தான்.

யாமினி பேசிக்கொண்டிருந்த போனை வைத்து, "எப்படிடா இருக்க..." ஒலித்த போனை எடுத்துப் பேசிவிட்டு, "சொல்லு. ஏதாச்சும் சாப்பிடறியா?" என்றாள். தங்க ஃபிரேம் கண்ணாடியைக் கழற்றி வைத்தாள்.

"ஒண்ணும் வேணாம்."

"உன்கிட்ட நிறையப் பேசணும். முக்கியமா மூணு பேர் வெய்ட் பண்றாங்க. அவங்களை டிஸ்போஸ் பண்ணிடட்டுமா? ஈச் டூ மினிட்ஸ்."

"நான் வெளில வெய்ட் பண்ணட்டுமா?"

"வேணாம். இங்கேயே இரு. நோ ப்ராப்ளம்."

யாமினி பெல் அடித்து, பியூன் வந்ததும், "கேரவன் ஏஜென்சிலேர்ந்து பிருந்தான்னு ஒரு ரெப் வந்திருக்காங்க. அவங்களை வரச் சொல்லு" என்றாள்.

விநாடிகளில் கதவைத் தள்ளிக்கொண்டு உள்ளே வந்த பிருந்தாவைப் பார்த்த அரவிந்திற்குக் கண்கள் பிரகாசமாயின.

மைகாட்! தான் சூப்பர் மார்க்கெட்டில் சந்தித்த பெண்!

━━━◦○◦━━━

 நான் உன்னை சுவாசிக்கிறேன்

-4-

காதல் டைரிக் குறிப்பு

கடை முழுக்க லட்சம் பொருள்கள்.
பரிசுப் பொருள் தேர்வுக்குத் தவித்துப் போனேன்.

அரவிந்தால் தன் ஆச்சரியத்தைக் கட்டுப்படுத்த முடியவில்லை.

இத்தனை சீக்கிரம் அவளை மறுபடியும் சந்திப்போம் என்று கொஞ்சமும் எதிர்பார்க்கவில்லை.

"டேக் யுவர் சீட்" என்றாள் யாமினி.

ஒரு ஃபைலைத் தன் மார்போடு அணைத்திருந்த பிருந்தா, நன்றி சொல்லி நாற்காலியை ஓசைப்படாமல் நகர்த்தி அமர்ந்துகொண்டாள்.

அவள் தன்னை இன்னும் கவனிக்காததில் அரவிந்திற்கு ஓர் ஏமாற்றம் ஏற்பட்டது. யாமினி தன்னை அவளுக்கு அறிமுகப்படுத்தி வைத்தால் பரவாயில்லை என்று நினைத்தான். ஆனால், அவள் வியாபாரம் சம்பந்தப்பட்டவள். நான் இந்த அலுவலகத்திற்கு எந்த வகையிலும் தொடர்பில்லாதவன். எனவே, அறிமுகப்படுத்த மாட்டாள் என்று தோன்றியது.

"சொல்லுங்க" என்றாள் யாமினி கால் மேல் கால் போட்டுக்கொண்டு சற்றே அலட்சிய தோரணையில்.

"மேடம், எங்க ஏஜன்சியை டெர்மினேட் பண்ணனும்னு கேட்டு நோட்டீஸ் அனுப்பியிருக்கீங்க..."

"யா!"

"பதினஞ்சி வருஷமா உங்க நிறுவனத்தோட ஏஜண்டா செயல்பட்டுக்கிட்டிருக்கோம். பேமென்ட்ல எப்பவுமே டிலே செஞ்சதில்லை. அப்படி இருக்கறப்போ..."

"நான் அனுப்பிச்ச நோட்டிசை நீங்க சரியா படிக்கலையா? காரணத்தை கரெக்டா குறிப்பிட்டிருந்தேனே. மூணு வருஷமா நாங்க நிர்ணயம் செஞ்சிருந்த விற்பனை இலக்கை நீங்க தொடவே இல்லை. ஒவ்வொரு வருஷமும் உங்க டர்ன்-ஓவர் குறைஞ்சிட்டிருக்கு!"

"தொழில்ல போட்டிகள் இருக்கே மேடம்."

"ஏதாச்சும் எக்ஸ்க்யூஸ் சொல்லாதீங்க. எங்க கம்பெனி ஆனுவல் ரிப்போர்ட்ஸ் பார்க்கறீங்க இல்ல? மொத்தமா கம்பெனியோட விற்பனை அதிகரிச்சுக்கிட்டுதான் இருக்கு. சிட்டியில் மட்டும் எங்களுக்கு ஆறு ஏஜன்சிஸ் இருக்கு. மத்த அஞ்சு ஏஜன்சியும் டார்கெட்டுக்கும் மேல விற்பனை பண்ணிட்டிருக்காங்க, உங்க ஒரு ஏஜன்சி மட்டும்தான் மந்தமா இருக்கு. ஏன்னு தெரியலை."

"மேடம், உண்மையைச் சொல்லணும்ன்னா எங்க ஏஜன்சிக்கு மூணு பார்ட்னர்ஸ். கொஞ்ச நாளா அவங்களுக்குள்ளேயே டெர்ம்ஸ் சரியில்லை. அதனால இந்த ஏஜன்சியைச் சரியா கவனிக்கலை."

"அப்புறம் எப்படி நான் ஏஜன்சியை டெர்மினேட் பண்ணாம இருக்க முடியும்?"

"இல்லை மேடம், இப்போ எங்க ஓனர் அண்ணாமலை மத்த ரெண்டு பார்ட்னர்சை வெட்டி விட்டுட்டு முழுக்க ஏஜன்சியை அண்டர்டேக் பண்ணிக்கிற ஏற்பாட்டில் இருக்கார். இந்த ஃபைனான்ஷியல் இயர்ல உங்க ஸேல்ஸ் டார்கெட்டை நிச்சயம் பூர்த்தி செஞ்சிடுவோம்."

"ஸாரிங்க. மூணு வருஷம் தொடர்ந்து கவனிச்சிட்டுதான் இந்த முடிவை எடுத்திருக்கேன். உங்க ஏரியாவில வேற ஏஜண்டை நியமனம் பண்ற ஏற்பாட்டிலயும் இறங்கிட்டேன். சட்டரீதியா பிரச்னை எதுவும் வரக் கூடாதுன்னுதான் முறையா நோட்டிஸ் அனுப்பிச்சேன்."

"பதினைஞ்சி வருஷமா நல்ல முறையில உழைச்ச ஏஜன்சி மேடம். கொஞ்சம் கன்சிடர் பண்ணுங்க. இந்த ஏஜன்சில நான் மானேஜரா சேர்ந்து ஒரு வருஷம்தான் ஆகுது. நிர்வாகத்தில

                                        நான் உன்னை சுவாசிக்கிறேன்

இருக்கற பல குளறுபடிகளைச் சரி செஞ்சிட்டிருக்கேன். உங்க நோட்டீசுக்குப் பதிலை, தபால்ல எழுதிப் போட்டிருப்பேன். நேர்ல எடுத்துச் சொன்னா எடுபடுங்கற நம்பிக்கையிலதான் வந்தேன். இந்த ஒரு வருஷம் பார்த்துட்டு அப்புறம் நீங்க..."

"நான் முடிவு எடுக்கறதுக்கு முன்னாடி பத்துத் தடவை யோசிப்பேன். முடிவு எடுத்தப்புறம் மறுபடி அதை யோசிக்கற பழக்கமில்லை. ஏதாச்சும் சாப்பிடறிங்களா?" என்றாள் யாமினி.

பிருந்தாவின் முகம் வாடிப்போனது.

அரவிந்திற்கு வருத்தமாக இருந்தது. அந்த வியாபாரப் பிரச்சனையின் முழு விவரமும் தெரியாதென்றாலும் யாமினி கடுமையாகப் பேசியது கோபத்தை ஏற்படுத்தியது.

'நீங்க போகலாம்' என்பதை 'ஏதாச்சும் சாப்பிடறிங்களா?' என்று வேறு வார்த்தைகளில் யாமினி கேட்டதைப் புரிந்துகொண்ட பிருந்தா எழுந்து கொண்டாள்.

"மேடம், வற்புறுத்தறதா நினைக்க வேண்டாம். இப்ப எங்க ஏஜன்சில உங்க கம்பெனியோட ப்ராடக்ட்ஸ் மட்டும்தான் டீல் பண்ணிட்டிருக்கோம். நீங்க ஏஜன்சியை ரத்து செஞ்சிட்டா எங்க ஆபீசையே மூட வேண்டி வரும்."

"அதைப் பத்தியெல்லாம் உங்க முதலாளி பொறுப்பா முன்னாடியே கவலைப்பட்டிருக்கணும்."

"நானும்தான் கவலைப்படணும் மேடம், ஆபிசை மூடினா என்னை மாதிரி அங்க வேலை பார்க்கற ஒன்பது பேருக்கு வேலை போயிடும் மேடம்."

பிருந்தாவின் குரலுக்குள் வாழ்க்கை பயம் ஒளிந்திருந்தது.

"உங்க ஒன்பது பேருக்கும் என் கம்பெனில வேலை போட்டுக் கொடுக்கச் சொல்றீங்களா? வாட் நான்சென்ஸ்!"

யாமினியின் குரலுக்குள் அதிகாரத் திமிர் நிறைந்திருந்தது.

"நான் வர்றேன் மேடம்."

பிருந்தா விருட்டென்று வெளியேறினாள்.

அவள் கடைசிவரை தன்னைக் கவனிக்காததைவிட மிக முக்கியமான விஷயத்தில் ஏமாற்றமான பதிலைப் பெற்றுக்கொண்டு போவதில் அரவிந்திற்கு இனம் புரியாத இறுக்கம் மனதில் ஆழ்ந்தது.

"ஏன்க்கா அந்தப் பொண்ணுகிட்ட இப்படி முரட்டுத்தனமா பேசினே?"

"இதெல்லாம் பிசினெஸ் மேட்டர்ஸ். உனக்குத் தெரியாது" என்று மணியடித்து பியூனை அழைத்து, காத்திருக்கும் இன்னொரு நபரை உள்ளே அனுமதிக்கச் சொன்னாள் யாமினி.

அரவிந்த் எழுந்துகொண்டு, "உன் பிசினெஸ் மேட்டர்சை முடி. பத்து நிமிஷம் கழிச்சு வர்றேன்" என்றான்.

"ஏண்டா? உன்னைக் காக்க வைக்கிறேன்னு கோபமா?"

"இல்லை. ஒரு சிகரெட் பிடிச்சிட்டு வந்துடறேன்."

"விட்டுட்டதா சொன்னியே..."

"அதெல்லாம் நான் சொல்லலை..."

வெளியே வந்த அரவிந்தின் கண்கள் பிருந்தாவைத் தேடின. வெயிட்டிங் ஹாலில் அவள் இல்லை. அலுவலக ஹாலில் பார்த்தான். இல்லை. மாடிப்படிகளில் குனிந்து பார்த்தான்.

செவ்வக அடுக்குகளாகக் கீழே கீழே இறங்கிச் சென்ற படிகளில் மூன்று மாடிகளுக்கும் கீழே பிருந்தா தளர்வாக இறங்கிக் கொண்டிருப்பதைப் பார்த்தான்.

ஏதோ ஒரு தைரியத்தில், "ஹலோ!" என்று குரல் கொடுத்தான்.

அவள் கழுத்தை உயர்த்தி அங்கிருந்து பார்த்து 'என்னையா?' என்பது போல ஜாடையில் கேட்டாள்.

"ஆமாம். ஒன் மினிட்" என்று இவன் அவசரமாக இறங்கினான். அவள் அருகில் வந்து நின்று மூச்சிரைத்தான்.

இவனைப் பார்த்த அவள் முகத்தில் 'எங்கேயோ பார்த்திருக்கிறோமே' என்கிற கேள்வி ரேகை குறுக்கே ஓடியது.

    நான் உன்னை சுவாசிக்கிறேன்

"மேடம்... என் பேர் அரவிந்த. இப்ப நீங்க மீட் பண்ணி பேசிட்டு வந்தீங்களே மிஸஸ் யாமினி, அவங்க பிரதர் நான். ரூமுக்குள்ளே நானும் இருந்தேன்."

"ஸாரி, நான் கவனிக்கலை. என்ன விஷயம்?"

"உங்களுக்கு நான் ஏதாவது ஒரு வகையில் உதவி செய்ய முடியுமான்னு யோசிச்சேன். அப்படி உக்காந்து பேசலாமா? ப்ளீஸ். கம்!"

சற்றுத் தள்ளி ஒரு சிறிய ஹாலில் போடப்பட்டிருந்த சோபாவை நோக்கி அவன் நடக்க, அவள் தொடர்ந்தாள். இடைவெளி விட்டு அமர்ந்தார்கள்.

"சூப்பர் மார்க்கெட்ல உங்களைப் பார்த்தேன்..." என்றான்.

"யெஸ், இப்ப ஞாபகம் வருது" என்றாள்.

"ஏஜன்சி குளோஸ் ஆனா நிஜமாவே உங்க ஆபீசை மூட வேண்டிய நிலைமையா? இல்லை ஒரு இரக்கத்தை ஏற்படுத்தறதுக்காக அப்படிச் சொன்னீங்களா?"

"அது உண்மையான நிலைமைதான். எங்க ஏஜன்சியை நிர்வாகம் பண்ற அண்ணாமலை சாருக்கு ஏழெட்டு பிசினெஸ் இருக்கு. இங்க நான் வர்றதுக்கு முன்னாடி அவரைப் பார்த்துப் பேசிட்டுத்தான் வந்தேன்."

"என்ன சொன்னாரு?"

"கேட்டுப் பாருங்க. ஏஜன்சியை அவங்க டெர்மினேட் பண்றதா இருந்தா இந்த வியாபாரத்தை மூடுறதைத் தவிர வேற வழியில்லைன்னு சொன்னார்."

"எத்தனையோ டயர் கம்பெனி இருக்கே, வேற கம்பெனியோட டீலரா செயல்படலாமே."

"பார்ட்னர்சுக்குள்ளே தகராறுன்னு சொன்னேனே. அதனால இதில் அவருக்கு ஆர்வம் போயிடுச்சு. இந்த ஏஜன்சி தொடர்ந்தா ஆபீஸ் தொடர்ந்து இயங்கும். இல்லைன்னா மூடிருவாரு."

"ஒன்பது பேர் வேலை பார்க்கறதா சொன்னீங்க. உங்க முதலாளிக்கு ஏழெட்டுத் தொழில்ன்னு சொன்னீங்க. உங்க ஒன்பது பேருக்கும் தன்னோட வேற நிறுவனத்தில் வேலை கொடுக்க மாட்டாரா?"

"வேற எங்கயும் இப்போ வேலை காலி இல்லைன்னு எனக்கு நல்லாத் தெரியும். இந்த ஏஜன்சில நான் வேலைல சேர்ந்ததிலேர்ந்து நிறைய சீர்திருத்தம் செஞ்சிருக்கேன். பிரமாதமா கொண்டாந்துட முடியும்னு நான் நம்பிட்டிருந்தப்பதான் அணுகுண்டு போட்ட மாதிரி இப்படி ஒரு நோட்டீஸ் அனுப்பிச்சிட்டாங்க."

அரவிந்த் யோசனையில் ஆழ்ந்தான். அவளோடு பேசிக்கொண்டிருக்கும் இந்த விநாடிகளை மிகமிக ரசித்தாலும், கவலையான ஒரு பிரச்சனையைப் பற்றிப் பேசுகிறோம் என்பது நெருடலாக இருந்தது.

அவளின் நளினமும் பேச்சில் இருந்த கண்ணியமும், எல்லாவற்றுக்கும் மேல், உள்ளே வருடிக் கொடுக்கும் அந்த இதமான அழகும் இவளுக்கு எப்படியும் உதவி செய்ய வேண்டும் என்று அழுத்தமாக நினைக்க வைத்தன.

"நீங்களும் இதே ஆபீஸ்ல வேலை பார்க்கறீங்களா சார்?" என்றாள்.

"இல்லைங்க. நான் அக்காவைப் பார்க்கறதுக்காக வந்தேன்."

"நீங்க என்ன பண்றீங்க சார்?"

இரண்டு வருடங்களுக்கு முன்பாக நண்பனோடு சேர்ந்து ஊறுகாய், அப்பளம், சாம்பார் பொடி என்று தயாரித்து பிரமாதமாக விற்பனை செய்து கொண்டிருந்ததை இப்போதும் செய்து கொண்டிருப்பதாகப் பொய் சொல்வதா?

ஆஃப்செட் பிரிண்டிங் பிரஸ் விரைவில் துவங்குவதற்காகச் செய்து கொண்டிருக்கும் ஏற்பாடுகளைப் பற்றி உண்மை சொல்வதா?

இரண்டையும் கலந்து சொல்லத் தீர்மானித்து, "ஒரு ஃப்ரெண்டோட சேர்ந்து பிசினெஸ் பண்ணிட்டிருந்தேங்க.

                    நான் உன்னை சுவாசிக்கிறேன்

ரொம்ப நம்பிக்கையானவன்னு நினைச்சிருந்த அவன் தில்லுமுல்லு பண்ணிட்டான். இப்ப சொந்தமா தனியா ஆஃப்செட் பிரஸ் ஆரம்பிக்கிற பிளான்ல இருக்கேன்" என்றான்.

"எங்க ஏஜன்சி கேன்சலாகாம இருக்கறதுக்க உங்களால உதவி செய்ய முடியும்னு ஏதோ சொன்னீங்களே...!"

"உங்களுக்கு அனுப்பப்பட்டிருக்கிற நோட்டீஸ், தலைமை அலுவலகத்தில் எடுத்த முடிவா? இல்லை என் சிஸ்டர் எடுத்த முடிவா?"

"உங்க சிஸ்டர் எடுத்த முடிவுதான்."

"இப்ப அவுங்க நினைச்சா உங்க ஏஜன்சியைத் தொடரச் செய்யலாமா?"

"செய்யலாம் சார்."

"நான் பேசிப் பார்க்கறேன். உங்க அட்ரஸ் கொடுங்களேன். அப்புறமா நான் உங்களை காண்டாக்ட் பண்றேன்."

பிருந்தா தன் கைப்பையைத் திறந்து தன் அலுவலகத்தின் விசிட்டிங் கார்டை எடுத்துக் கொடுத்தாள்.

"இந்த உதவியை நீங்க செஞ்சீங்கன்னா ஒன்பது குடும்பத்தோட வாழ்க்கையைக் காப்பாத்தின மாதிரி சார்" என்றாள்.

'உனக்காகக் கண்டிப்பாக நான் செய்வேன் பிருந்தா' என்று நினைத்துக்கொண்டு எழுந்தான். அவளும் எழுந்து கொண்டாள்.

"நீங்க எங்க ஆபீசுக்கு வரணும்னு இல்லை சார். நீங்க போன் செஞ்சா நீங்க சொல்ற இடத்துக்கு நான் வந்து உங்களைப் பார்க்கறேன்" என்று சொல்லிவிட்டு முத்தாய்ப்பாக அவள் புன்னகைத்தாள். அந்த புன்னகைக்காக பூமிக்கே வெடிகுண்டு வைக்கலாம் போல இருந்தது. அவள் படிகளில் இறங்கிச் சென்றாள்.

'நான் சொல்கிற இடத்திற்கு வந்து என்னை சந்திக்கிறாளாம்.' முதல் சந்திப்பில் இப்படி எவள் சொல்வாள்? பின்னணியும் நோக்கமும் வேறென்றாலும் மனம் முழுக்க தித்தித்தது.

யாமினியிடம் பேசி அவளுக்குச் சாதகமாக முடித்துக் கொடுத்தால் என் மேல் மாறாத மதிப்பு ஏற்படும். பிறகு அந்த மதிப்பு காதலாக...

அரவிந்த் முழு உற்சாகத்துடன் மீண்டும் யாமினியின் அறை நோக்கிப் படிகளில் ஏறினான்.

சரி, யாமினி சம்மதிப்பாளா?

❧

  நான் உன்னை சுவாசிக்கிறேன்

5

காதல் டைரிக் குறிப்பு

புகைப்படம் கேட்டு வாங்கிக் கொண்டேன். பார்த்து ரசிக்க மட்டுமல்ல; பேசிப் பயிற்சி செய்யவும்!

"டீ சாப்புடு" என்றாள் யாமினி. கோப்பையை அரவிந்த் பக்கமாக நகர்த்தி வைத்தாள்.

அரவிந்த் டீ பருகியபடி பிருந்தாவுக்கு சாதகமாக செயல்படச் சொல்லி எப்படிக் கேட்பதென்று மனதிற்குள் வாக்கியங்கள் அமைத்துப் பார்த்தான்.

"ஒரே ஒரு நிமிஷம், ஒரு அர்ஜெண்ட் லெட்டரை டிக்டேட் பண்ணிட்டு வந்துடறேன்" என்று இண்டெர்காம் எடுத்தாள். "ஜென்சி, ஒரு லெட்டர் இருக்கு. வர வேணாம், போன்லயே சொல்லிடறேன். கருடா இன்வெஸ்ட்மெண்ட்ஸ் அட்ரஸ் பண்ணிக்க. ரிகார்டிங் த பர்சனல் டிஸ்கஷன் வி ஹேட் யெஸ்டர்டே, வி ரிக்ரெட் டு இன்ஃபார்ம்..."

'அந்த பிருந்தாவுக்காக நீ எதற்கு சிபாரிசு செய்கிறாய்?' என்று கேட்டால் சொல்வதற்கு சரியான பதில்தான் சிக்கவில்லை.

எனக்கு மிகவும் வேண்டியவள் என்றால், 'எந்த வகையில்?' என்று துணைக் கேள்வி வரும். கல்லூரியில் கூடப் படித்தவள் என்று சொல்லலாமா? மிகவும் வேண்டியவரின் மகள் என்று சொல்லலாமா? நண்பனின் தங்கை என்று சொல்லலாமா?

கடைசியாகத் தோன்றியது பொருத்தமாக இருக்கும் என்று தோன்றியது. உடனே இந்த விஷயத்தை ஆரம்பிக்க, மூடு எப்படி இருக்கிறது என்று பார்க்க வேண்டும்.

"அரவிந்த்!"

"சொல்லுக்கா!"

"ரெண்டு தடவை கூப்புட்டுட்டேன், என்ன யோசனை?"

"உன் தோடு வைரமா இல்லை அமெரிக்கன் டைமண்டான்னு யோசிச்சிட்டிருந்தேன்!"

"என்ன, கிண்டலா? நான் எதுக்குடா அமெரிக்கன் டைமண்ட் வாங்கணும்? பாம்பேல ஆர்டர் கொடுத்து போன மாசம் செஞ்சது. நல்லாருக்கா?"

"கண்ணு கூசுதுக்கா. எவ்வளவு ஆகுதுக்கா?"

"அம்பத்தஞ்சி முடியுது. இவ்வளவு காஸ்ட்லியா வாங்கணுமான்னு கேப்பியே..."

"சேச்சே! இதுல என்ன தப்பு இருக்குது. செலவு பண்றே! செலவு பண்றதுக்காகத்தானே சம்பாதிக்கிறது..."

"டேய்! நீதான் பேசறியா? அன்னைக்கு லெதர் எக்ஸிபிஷன்ல ரெண்டாயிரம் ரூபாய்க்கு ஹேண்ட் பேக் வாங்கினப்போ அரை மணி நேரத்துக்குச் சிக்கனத்தைப் பத்தி லெக்சர் கொடுத்தியே..."

"அது... அதுக்கு மதிப்பு ஏறாது. வைரம் விலை ஏறுமே. ஒரு இன்வெஸ்ட்மெண்டானே...."

"ரொம்ப நாளைக்கப்புறம் என்னை நீ பாராட்டிருக்கே. ஓகே. உன்னை நான் எதுக்காக வரச் சொன்னேன்னு யூகிச்சிருப்பியே, சொல்லு."

"வர்றப்போ அத்தான்கிட்ட போன்ல பேசினேன். அதை வச்சிப் பார்த்தா நீ கட்டிக்கிட்டிருக்கிற வீட்டுக்கு ப்ளோரிங் போட ராஜஸ்தானுக்குப் போயி மார்பிள் வாங்கிட்டு வரணும். கரெக்டா?"

"போடா! அதெல்லாம் ஆர்க்கிடெக்ட் பொறுப்புலேயே ஒப்படைச்சுட்டேன். அதுக்காக வரச் சொல்லலை."

"எக்ஸ்க்யூஸ் மி மேடம்" என்று ஜென்சி உள்ளே வந்து டைப் செய்த கடிதத்தில் யாமினியின் கையெழுத்து பெற்றுப்

   நான் உன்னை சுவாசிக்கிறேன்

போகும் வரை வேறு எதற்காக இருக்குமென்று யூகித்துக் கொண்டிருந்தான் அவன்.

"இளங்கோ தபால் போட்ருக்கானாம்..."

"அம்மா போன் செஞ்சாளா?"

"நான் எடுத்துச் சொன்னா நீ கேப்பேன்னு அம்மா நம்புறா."

"நான் பெங்களூர் போறதா இல்லை. அப்புறம்?"

"சரி, இங்கேயே ஏதாச்சும் வேலைக்குப் போயேன்."

"ஆஃப்செட் பிரஸ் ஆரம்பிக்கப் போறேன்க்கா."

"அதுக்குத்தான் இன்னும் ரெண்டு வருஷம் ஆகுமே."

"யார் சொன்னது?"

"நிர்மலாவுக்குக் கல்யாணம் செஞ்சதுக்கப்புறம்தான் அப்பா சொத்து பிரிச்சி செட்டில் செய்யறதா இருக்கார். உனக்கு ஃபைனான்ஸ் வேணாமா?"

"அப்பாக்கிட்டேர்ந்து எதிர்பார்த்தாத்தானே?"

"கடன் வாங்கப் போறியா?"

"என்ன தப்பு? வீடு கட்றதுக்கு நீ லோன் வாங்கலையா?"

"என்ன உளர்றே? மாசம் எனக்கு முப்பத்தி ரெண்டாயிரம் சம்பளம். நீ திருப்பிக் கட்றதுக்கு என்ன தைரியம் வைச்சிருக்கே?"

"சம்பாதிக்க முடியுங்கற நம்பிக்கைதான்."

"ஏன் இப்படி அவசரப்படறே? அப்பா நினைச்சா நாளைக்கே உன் பங்கைப் பிரிச்சிக் கொடுத்துடுவாரு."

"பின்ன ஏன் பிடிவாதமா அதைச் செய்ய மாட்டேங்கறாரு?"

"உன் நன்மைக்காகத்தான் அரவிந்த். ஜாதகப்படி உனக்கு நேரம் சரியில்லைலன்னு சொல்றாரு. இப்ப நீ எதில் இறங்கினாலும் வொர்க்அவுட் ஆகாதுன்னு சொல்றாரு. ஒன்றரை வருஷம் கழிச்சி சனி விலகுதாம். அதுவரைக்கும் பொறுமையா

இருந்தா ஒரு பைசா கடன் வாங்காம சொந்த முதலீட்டிலேயே ஆரம்பிக்கலாம்."

"எனக்கு இதுல நம்பிக்கை இல்லைக்கா."

"அவர் நம்பறாரே."

"அவருக்கு சனி பகவான் மேல உள்ள நம்பிக்கை தான் பையன் திறமை மேல இல்லை. அதான் உண்மை."

"சரி, அப்படியே வெச்சுக்கோ. நீ உன் ஃப்ரெண்டோட சேர்ந்து தொழில் ஆரம்பிக்கிறேன்னு சொன்னப்போ எந்தக் கேள்வியும் கேக்காமத்தானே பணம் கொடுத்தாரு. என்ன ஆச்சு?"

"எனக்குத் திறமை இல்லைன்னு நீயும் சொல்றியா? அவன் என்னை ஏமாத்துவான்னு நான் எதிர்பார்க்கலைக்கா?"

"எதிர்பார்க்கணும் அரவிந்த். திருடன் வருவான்னு எதிர்பார்த்துதானே வீட்டைப் பூட்டி வைக்கிறோம். கரண்ட் போயிடும்ணு எதிர்பார்த்துதானே மெழுகுவர்த்தி வாங்கி வைக்கிறோம்? இதோ பாரு. எப்பவோ ஒருநாள் நெருப்பு பிடிச்சா அணைக்கிறதுக்காக இந்தக் கருவியை மாட்டி வைச்சிருக்கோம் பாரு... எல்லா விதமா எதிர்பார்க்கறதும் ஒரு நிர்வாகியோட கடமைடா!"

கன்னத்தில் பளார் என்று அறைந்தது போலிருந்தது. இதமான வார்த்தைகளில் தன்னை நிர்வாகத் திறமை இல்லாதவன் என்று அவள் குத்திக் காட்டுவது சீற்றத்தை ஏற்படுத்தினாலும் சிரமப்பட்டு அடக்கிக் கொண்டான் அரவிந்த்.

"அப்பா உன்னைப் புரிஞ்சுக்கலைன்னு குதிக்கறே. ஆனா, நீதான் அப்பாவைப் புரிஞ்சுக்கலை. நீ அவசரப்பட்டு எதிலியாவது இறங்கி நஷ்டப்பட்டுடக் கூடாதுன்னுதான் அவர் கவலைப்படறார்."

"இப்ப நான் என்ன செய்யணும்ணு சொல்றே?"

"எனக்கு வீடு கட்டிக் கொடுக்கறாரே ஆர்க்கிடெக்ட் விஜயன். அவரோட கன்ஸ்ட்ரக்ஷன் கம்பெனில ஒரே நேரத்தில் பதினைஞ்சி ப்ராஜெக்ட்ஸ் நடக்குது. உன்னைப் பத்திச் சொன்னேன்.

நான் உன்னை சுவாசிக்கிறேன்

ப்ராஜெக்ட் சூப்பர்வைசரா சேத்துக்கறேன்னு சொன்னார். அஞ்சாயிரம் தர்றேன்னு சொல்றார். நீ சரின்னு சொன்னா அவருக்கு போன் செஞ்சி சொல்றேன். நீ நேர்ல போய்ப் பாரு. உனக்கும் நேரம் பிஸியாப் போகும். புதுசா ஒரு தொழில் கத்துக்கிட்ட மாதிரி இருக்கும். என்ன சொல்றே?"

"பிரிண்டிங் டெக்னாலஜி படிச்சுட்டு வீடு கட்டச் சொல்றியா? சிமெண்ட் மூட்டை எண்ணி கொத்தனாருக்குச் சம்பளம் கொடுக்கச் சொல்றியா? பிரிண்ட் மீடியால பெரிய ஆளா வரணுங்கறதுதான் என் ஆசை. என்னைப் போயி..."

"ரெண்டு வருஷம் கழிச்சி அப்பாபாகம் பிரிச்சிக் கொடுத்தப்புறம் உன் இஷ்டப்படி எது வேணாலும் ஆரம்பியேன். அதுவரைக்கும் வீட்ல உரசல் இல்லாம இருக்றதுக்காகத்தான் இந்த யோசனை சொல்றேன. எடுத்துக்கறதும் எடுத்துக்காததும் உன் இஷ்டம்."

யாமினி சற்றே கோபமாகச் சொல்லிவிட்டு 'உன்னோடு பேச நினைத்ததைப் பேசி விட்டேன். நீ இருக்கலாம் இல்லை, போகலாம்' என்பது போல் கம்ப்யூட்டரை ஆன் செய்துகொண்டாள்.

சூழ்நிலையில் சுமுகம் மாறிப் போனதில் இப்போது பிருந்தா விஷயம் பேச முடியாதென்று நினைத்த அரவிந்த் எழுந்து கொண்டான்.

"யோசிச்சுச் சொல்றேன்க்கா."

"அதான் உன் இஷ்டம்னு சொல்லிட்டேனே."

மானிட்டரில் பார்த்துக்கொண்டு கீபோர்டில் பட்டன்களைத் தட்டி ஏதோ ஒரு ஸ்டேட்மெண்டைத் தேடத் துவங்க...

"நான் வர்றேன்க்கா" என்று விருட்டென்று எழுந்து வெளியே வந்து விட்டான்.

* * *

லிஃப்டில் கீழே இறங்கும்போது மனம் படபடப்பாக இருந்தது. தன் பைக்கை எடுக்கச் செல்லாமல் கட்டடத்திற்கு வெளியே இருந்த ஒரு பெட்டிக்கடைக்குச் சென்று சிகரெட் வாங்கி

அங்கேயே பற்ற வைத்துக்கொண்டு தன் பைக் அருகில் நின்று புகைத்தான்.

"எக்ஸ்க்யூஸ் மி சார்."

திரும்பிப் பார்த்தால் பிருந்தா நின்று கொண்டிருந்தாள்.

பாதி புகைத்த சிகரெட்டைக் கீழே போடுவதா, வேண்டாமா என்று அவன் திணற, "பரவால்லை சார், யு ஸ்மோக். நீங்க உங்க சிஸ்டர்கிட்ட பேசிட்டு அப்புறமா போன் செய்றதா சொன்னீங்க. ஆனா எனக்கு ஒரு க்யூரியாசிட்டி. அதனால ரிசப்ஷன்லயே வெயிட் செஞ்சிட்டிருந்தேன்" என்றாள் பிருந்தா.

ஒரே ஒரு பஃப் இழுத்துவிட்டு சிகரெட்டைக் கீழேப் போட்டு நசுக்கிய அரவிந்த் என்ன சொல்வதென்று தவித்தான்.

"இங்க நின்னு பேசறதுக்கு அங்கே கூல்ட்ரிங்ஸ் சாப்பிட்டுக்கிட்டுப் பேசலாமா சார்? இஃப் யூ டோண்ட மைண்ட்."

தோள்களைக் குலுக்கி, "சரி" என்றான்.

அவளோடு இணையாக நடந்தபோது செண்ட் வாசனையை நுகர்ந்தான். வாகனங்களுக்கு நடுவில் சாலையைக் கடந்தபோது அவள் புடவையின் தலைப்பு அவன் தோளை உரசி விலகியபோது மனத்திற்குள்ளிருந்த பாரம் காணாமல் போனது.

அந்தக் கடைக்குள் வந்து ஒரு கிரானைட் மேஜையில் எதிரெதிராக அமர்ந்தார்கள்.

"என்ன சாப்பிடறீங்க சார்?" என்றாள்.

"நீங்க?"

"எனி ஆரஞ்ச் ட்ரிங்."

"எனக்கு எனி கோலா."

வந்தவனிடம் மிராண்டாவும் பெப்சியும் சொன்னாள்.

அவள் மீது தான் இரக்கம் காட்டியதை வைத்து, தன் மூலம் காரியம் சாதித்துக் கொள்வதற்காக ஒரு நிர்வாக சாதுர்யமாக

   நான் உன்னை சுவாசிக்கிறேன்

ஜஸ் வைக்கிறாள் என்பதைப் புரிந்து, உள்ளுக்குள் அவளின் அதிகமான புன்சிரிப்பையும் உபசரிப்பையும் ரசித்தான் அரவிந்த்.

"உங்க சிஸ்டர்கிட்ட பேசினீங்களா?"

"ம்...பேசினேன். உங்ககிட்ட அவ்வளவு கடுமையா நடந்திட்டிருக்க வேண்டாம்னு கண்டிச்சேன். 'ஆமாம். கோபமாதான் பேசிட்டேன்'னு அவ சொல்ற வரைக்கும் நான் விடலையே."

"உங்க வார்த்தைக்கு அவ்வளவு மரியாதையா?"

"கம்பெனில அவ ஆபீசரா இருந்தா எனக்கென்ன, எனக்கு அவ அக்காதானே. கல்யாணமானதுக்கப்புறம்கூட என்னை கன்சல்ட் பண்ணாம எதுவும் செய்ய மாட்டா."

"கடைசியா என்ன சொன்னாங்க?"

"யோசிக்கிறேன்னு சொன்னா."

"ஃஉறுதியா சொல்லலையா?"

"என் சிஸ்டர் ஒரு டைப்புங்க. கொஞ்சம் கொஞ்சமாத்தான் மனச மாத்தணும். கவலைப்படாதீங்க. நான் மறுபடி வீட்ல பார்த்துப் பேசறேன். இங்க அவளுக்கு நிறைய வேலை வந்து... சரியாப் பேச முடியலை."

அவரவர் பானங்களை ஸ்ட்ரா வழியாக உறிஞ்சும்போது ஏற்பட்ட அமைதியில் அவன் பார்வை அவள் மார்பகத்திலேயே தங்கியிருப்பதை அவள் கவனித்து தன் பார்வையைத் திருப்பிக்கொள்ள, அவன் அவசரமாகப் பருகி முடித்தான்.

"நீங்க எத்திராஜ்லயா படிச்சிங்க?"

"இல்லைங்க, ஸ்டெல்லா."

"என் இன்னொரு சிஸ்டர் நிர்மலா எத்திராஜ்ல படிச்சா. அவளை ட்ராப் செய்ய, பிக்கப் செஞ்சிக்க நான் பல தடவை காலேஜ் வந்திருக்கேன். அப்ப உங்களை அங்க பார்த்திருப்பேனோன்னு

கேட்டேன். ஏன்னா... உங்களை சூப்பர் மார்க்கெட்ல பாத்ததிலேர்ந்தே ஒரு கேள்வி என்னைக் குடையுதுங்க."

"என்ன?"

"உங்களை அதுக்கு முன்னாடியே எங்கேயோ பார்த்த ஞாபகம். ஆனா எங்கேன்னு ஞாபகம் வரலை."

"மூணு வருஷம் முன்னாடி எத்திராஜ்ல இண்ட்டெர் காலேஜ் கல்ச்சுரல் ஃபெஸ்டிவல் நடந்தப்போ எங்க காலேஜ் சார்பா நான் கலந்துகிட்டேன். ஒருவேளை..."

அரவிந்திற்கு இப்போது பளிச்செ்ன்று ஞாபகம் வந்தது.

க்ரெக்ட்! அவளை அந்த விழாவில்தான் பார்த்திருக்கிறான்.

"இருங்க, நான் சொல்றேன். சரியான்னு பாருங்க. லைட் மியூசிக் போட்டில நீங்க பாடினீங்க. ஃபர்ஸ்ட் பிரைஸ் வாங்கினீங்க. 'காற்றுக்கென்ன வேலி கடலுக்கென்ன மூடி' அந்தப் பாட்டுத்தானே?"

ஆச்சரியம் தாங்காமல் அவனைப் பிரமிப்போடு பார்த்தாள் பிருந்தா.

⚬

         நான் உன்னை சுவாசிக்கிறேன்

6

காதல் டைரிக் குறிப்பு

ச்சே! என்ன இது, வேலைக்கு விண்ணப்பம் எழுதினாலும்
வார்த்தைகள் கவிதை வரிகளாக விழுகின்றன...?

பிரமிப்பு மாறாமல் அரவிந்தைப் பார்த்த பிருந்தா, "ரொம்ப
ஆச்சரியமா இருக்கு" என்றாள் காகிதக் கைக்குட்டையை
எடுத்துத் தன் உதடுகளை நாசூக்காக ஒற்றியபடி.

"என்ன ஆச்சரியம்?" என்றான் அரவிந்த்

"மூணு வருஷம் முன்னாடி அந்தப் போட்டில என்ன பாட்டுப்
பாடி பிரைஸ் வாங்கினேன்னு என்னை யாராவது கேட்டிருந்தா
நிச்சயமா நான் முழிச்சிருப்பேன். நீங்க கரெக்டா அந்தப்
பாட்டையே சொன்னது நிஜமாவே ஆச்சரியமா இருக்கு."

"அந்த அளவுக்கு அன்னைக்கு உங்க குரல் என் மனசுல
பதிஞ்சிடுச்சிங்க. அப்புறம் என் சிஸ்டர்கிட்டகூட, 'இந்தப்
பொண்ணு சினிமால பாட ஆரம்பிச்சா ரொம்ப சீக்கிரம்
டாப்புக்கு வந்துடும்'னு சொன்னதும் எனக்கு ஞாபகமிருக்கு."

அவள் மென்மையாகப் புன்னகைத்தாள்.

அந்தப் புன்னகையில் இப்போது தன் காரிய நோக்கமோ,
காக்காய் பிடிக்கும் தந்திரமோ இல்லை.

ஒரு சின்ன நெருக்கமும் இதமும் அந்தப் புன்னகையில்
தெரிந்தன. தன்னை வெகுநாட்களாக ஒருவன் நினைவில்
வைத்திருப்பதற்கானமகிழ்ச்சி, புன்னகைக்குள்பதுங்கியிருந்தது.

"சினிமால பாடறதுக்கு ஏதாவது முயற்சி செய்திருக்கீங்களா?"

"இல்லைங்க."

"ஏன்?"

"புரியலை சார். ஏன் நான் முயற்சி செய்யணும்?"

"யாரோ லட்சத்தில் ஒருத்தருக்குத்தான் வாய்ப்பு வீடு தேடி வரும். பொதுவா வாய்ப்புக்கு நாமதானே முயற்சி செய்யணும்?"

"உண்மைதான். என்னோட லட்சியம் அதுவா இருந்தாத்தானே எனக்கு முயற்சி செய்யணும்னு தோணும்?"

"இவ்வளவு நல்ல குரல் வளம் உங்ககிட்ட இருக்கிறப்போ உங்களுக்குப் பாடணும், புகழுடையணும்னு ஆசை இல்லையா?"

"பாடணுங்கற ஆசை இருக்கு. நேரம் கிடைக்கிறப்ப எல்லாம் பாடறதும் உண்டு. ஆனா புகழுடையணும்னு ஆசை இல்லை."

"ஏன் அப்படி? சினிமால பாடினா புகழுக்குப் புகழும், பணத்துக்குப் பணமும் கிடைக்குமே... உங்கத் திறமை நிறைய பேருக்குத் தெரியுமே."

"என் திறமை என் குரல்ல மட்டும்தான் இருக்குன்னு நான் நம்பலை. ரெண்டாவது, என் திறமை ஏன் நிறைய பேருக்குத் தெரியணும்?"

"அப்புறம் எதுக்கு அன்னைக்கு காலேஜ் விழால பாடினீங்க?"

"ஒரு சந்தோஷத்துக்காக."

"பரிசு வாங்கினப்போ எல்லாரும் கை தட்டினாங்களே, அது இன்னும் சந்தோஷத்தைக் கொடுத்ததா இல்லையா?"

"கண்டிப்பா."

"அங்கே ஆயிரம் பேர் கை தட்டினாங்க. சினிமால பிரபலமானா லட்சம் பேர் கை தட்டுவாங்களே..."

"ஒரு செயல் செய்யறப்போ கைதட்டல் வாங்கி சந்தோஷப்படறதுக்கும், அந்தக் கைதட்டல் சந்தோஷத்துக்காகவே ஒரு செயல் செய்யறதுக்கும் வித்தியாசம் இருக்குன்னு நான் நினைக்கிறேன் சார்."

     நான் உன்னை சுவாசிக்கிறேன்

"ஏதோ ஒரு காரணத்தாலே உங்களுக்கு சினிமாத் துறை பிடிக்கலைன்னு புரியுதுங்க."

"எனக்கு சினிமாத் துறை பிடிக்குது பிடிக்கலைன்கறதே இங்க பிரச்சனை இல்லைங்க. என் பாதை அது இல்லை. என் பயணம் அதை நோக்கி இல்லை. அதனால் நான் முயற்சி செய்யலை."

அரவிந்த் மௌனமானான்.

அவளுடைய கருத்தில் தெளிவில்லாதது போல அவன் உணர்ந்தான். தான் சராசரி இல்லை என்று ஸ்தாபிக்க வேண்டி, தன்னைப் பற்றி விசேஷமாக ஒரு அடையாளத்தைப் பதிக்க வேண்டி பிடிவாதமாக அவள் வாதம் செய்வதாகப் பட்டது.

மேற்கொண்டு இதில் வாதம் செய்ய அவனுக்கு விருப்பமில்லை.

பல சமயங்களில் வாக்குவாதம் மன வருத்தங்களைத்தான் ஏற்படுத்துகிறது என்பதை அவன் அனுபவத்தில் உணர்ந்திருந்தான்.

ஒரு வாதம் துவங்கும்போதே 'என் கருத்துதான் சரியானது' என்கிற பிடிவாதமும், இதை வலியுறுத்தி உன்னைப் பதில் பேச முடியாதபடி செய்கிறேன் பார் என்கிற மௌன உள் சவாலும், வாதத்தின் போக்கில் எதிர்வாதத்தில் சரியான நியாயமிருந்தாலும்கூட தன் கருத்து தப்பானது என்று ஒப்புக்கொள்வதால் கௌரவம் பாதிக்கப்படுமே என்கிற அகங்காரமும் சேர்ந்து கொண்டு... வாதத்தில் எடுத்துக் கொள்ளப்பட்ட கருத்துத் தலைப்பு காணாமல் போய் 'நீ புத்திசாலியா, நான் புத்திசாலியா' என்கிற ஆணவக் கொக்கரிப்பில் வார்த்தைக் கத்திகள் சுழலும்போது 'சுரீர், சுரீர்' என்று காயப்படுத்தி விடுகின்றன.

சில சமயம் ரத்தம் வராத சிராய்ப்புக் கோடுகள். சில சமயம் ஆழமாகப் பதிந்து ரத்தம் கொட்டி, பிறகு காயம் ஆறினாலும் வடுக்களாகி வாழ்க்கை முழுவதும் அந்த வாதத்தை நினைவுபடுத்துகின்றன.

அதனால் பிருந்தாவோடு வாதம் செய்வதைத் தவிர்க்க நினைத்தான் அரவிந்த்.

இவள் எதிரில் இருக்கும்போது, என்னைப் பார்க்கும்போது என்னைப் பார்த்து புன்னகைக்கும்போது, நான் பேசுவதை விழிகள் மலர்த்திக் கேட்கும்போது மனதிற்கு இனிமையாக இருக்கிறது.

வாதத்தால் இந்த இனிமை கெடக்கூடும். நான் சிந்தும் ஏதாவது ஒரு வார்த்தை இவள் மனதைக் காயப்படுத்தக்கூடும்.

"ஓகே, ஒவ்வொருத்தருக்கு ஒவ்வொரு கொள்கை" என்று சொல்லி, மேற்கொண்டு இதைப் பற்றிப் பேச வேண்டாம் என்பது போல, "உங்களைப் பத்திச் சொல்லுங்களேன் பிருந்தா" என்றான்.

"எனக்குச் சொந்த ஊர் கும்பகோணம். நான் ஸ்கூல் படிப்பு படிச்சதெல்லாம் அங்கதான். அப்பா சின்ன வயசிலயே காலமாயிட்டார். அம்மா இருக்காங்க. ஓரே ஒரு அண்ணன். அவர் கும்பகோணத்தில பாத்திரக்கடை வெச்சிருக்கார். அவரோடதான் அம்மா இருக்காங்க. நான் மெட்ராஸ்ல ஹாஸ்டல்ல தங்கி காலேஜ் படிச்சேன். படிச்சி முடிச்சி இந்த மூணு வருஷத்தில் ஆறு கம்பெனில வேலை பார்த்துட்டேன். இப்ப வேலை பார்த்துட்டிருக்கிற டயர் ஏஜென்சில மானேஜர். ரெண்டு ஃப்ரெண்ட்ஸோட சேர்ந்து திருவான்மியூர்ல ஒரு வீடு வாடகைக்கு எடுத்துத் தங்கியிருக்கேன்."

சர்வர் பில் கொண்டு வந்து வைத்தான்.

"நான் கொடுக்கறேங்க" என்றான் அரவிந்த்

"நோ நோ. நான்தான் உங்களைக் கூப்பிட்டேன். நான்தான் கொடுக்கணும்" என்று கைப்பையைத் திறந்து பணம் எடுத்து வைத்தாள்.

பாக்கி வந்ததும் எழுந்து கொண்டார்கள். மறுபடியும் சாலையைக் கடந்து இந்தப் பக்கம் அவன் பைக்கை நிறுத்தியிருந்த இடத்திற்கு வந்தார்கள்.

"உங்க சிஸ்டர்கிட்ட கண்டிப்பா மறுபடி நீங்க பேசணும் சார். ப்ளீஸ்...!"

"ஷ்யூர். இது ஒன்பது பேர் வாழ்க்கை சம்பந்தப்பட்டதாச்சே."

   நான் உன்னை சுவாசிக்கிறேன்

"என்னைப் பத்திக்கூட எனக்குக் கவலை இல்லை சார். இந்த ஏழாவது வேலை போயிடுச்சுன்னா சீக்கிரத்தில எட்டாவது வேலை தேடிக்க முடியும். மத்தவங்களுக்கு குவாலிஃபிகேஷன் அதிகம் இல்லை. வேற வேலை தேடிக்க ரொம்ப சிரமப்படணும். அவங்களுக்காகத்தான் உங்ககிட்ட பேசிட்டு இருக்கேன்."

"நான் பேசி என் சிஸ்டர் மனசைமாத்தி உங்களுக்கு நல்ல முடிவா சொல்றேன். பை தி பை. நீங்களே சொன்னதால கேக்கணும்னு ஒரு ஆர்வம். எதுக்காக ஒரு இடத்தில நிலைக்காம அடிக்கடி வேலையை மாத்திக்கிறீங்க?"

"சில இடங்கள்ல என்னை அவங்களால சகிச்சுக்க முடியாது. சில இடங்கள்ல அவங்களை என்னால சகிச்சுக்க முடியாது. நான் வர்றேன் சார். உங்க போனுக்காக நான் காத்துக்கிட்டிருப்பேன்."

அவள் கைகூப்பிவிட்டு, தூரத்தில் இருந்த பஸ் ஸ்டாப்பை நோக்கி நடந்தாள்.

அவளுடைய டயர் ஏஜன்சி அலுவலகத்தைக் கடந்துதான் இப்போது அவன் போக வேண்டியிருந்ததால், 'உங்களுக்கு ஆட்சேபணை இல்லைன்னா, வாங்க, உங்க ஆபீஸ்ல உங்களை டிராப் பண்றேன்' என்று சொல்லலாம் என்று அவன் நினைத்திருக்க...

அவள் சட்டென்று புறப்பட்டுப் போய்விட்டதை ஏமாற்றமாக உணர்ந்தான்.

இப்போதுகூட பைக்கில் சென்று பஸ் ஸ்டாப்பில் நின்றபடி புத்தகம் படித்துக் கொண்டிருக்கும் அவளருகில் நிறுத்திக் கேட்க வாய்ப்பிருக்கிறது.

அதை அவள் ரசிக்கலாம். ஏற்றுக் கொள்ளலாம். அல்லது ரசிக்காமல் போகலாம். மறுக்கலாம். அல்லது இயல்பாய் ஏற்க விருப்பமின்றி, மறுத்தால் உதவி செய்யாமல் போய்விடுவானே என்பதற்காக மறுக்கவும் முடியாமல் தவிக்கலாம்.

அவளைத் தர்மசங்கடப்படுத்த விரும்பாமல் அவளைக் கடந்தான். கடக்கும்போது ஹார்ன் அடித்தான். அவள்

புத்தகத்திலிருந்து நிமிரவில்லை. ஆனால், கடந்த பிறகும் ஒருமுறை திரும்பிப் பார்த்துவிட்டுச் சென்றான்.

* * *

சோமசுந்தரம் அழைப்பு மணி அழுத்திவிட்டுக் காத்திருந்தார்.

'பீப்ஹோல்' வழியாக அவரைப் பார்த்த நிர்மலா ஓடிச்சென்று டிவியை அணைத்து விட்டு வந்து கதவைத் திறந்தாள்.

ஸஃபாரி அணிந்திருந்த அவர், காய்கறிகள் நிரம்பின பையையும், ஸ்கூட்டர் சாவியையும் அவளிடம் ஒப்படைத்துவிட்டு, "பனங்கிழங்கு இருக்கும்மா இதில. நாளைக்கு வேக வைக்கச் சொல்லு" என்றுவிட்டு தன் அறைக்குள் சென்று ஷூவைக் கழற்றினார்.

அம்மா அவசரமாக உள்ளே வந்து அவர் கழற்றிய சஃபாரியை வாங்கி ஹேங்கரில் மாட்டியபோது பாக்கெட்டில் செருகியிருந்த பேனா கீழே விழுந்தது.

"உடைச்சுட்டியா? நான் எடுத்து மாட்ட மாட்டேனா? பார்க்கர் பேனாடி. என்னாச்சுன்னு பாரு..."

பேனாவை எடுத்து உற்றுப் பார்த்துவிட்டு, "ஒண்ணும் ஆகலை, வளையல் மாட்டி இழுத்துடிச்சி" என்றாள் அம்மா.

"நடந்ததுக்கு நூறு விளக்கம் தரலாம்" என்று லுங்கி கட்டிக்கொண்டார்.

"ஏன் கோபமா இருக்கங்க? ஆபீஸ்ல ஏதாச்சும் பிரச்சனையா?"

"கேட்டுட்டே இல்லை? நாளையிலேர்ந்து ஆபீஸ்லயும் பிரச்சனை வந்துடும்."

சோமசுந்தரம் டாய்லெட் அறைக்குள் சென்று கதவை மூடிக்கொள்ள, அம்மா அவர் கழற்றி கட்டிலில் போட்ட பேண்ட்டை எடுத்துச் சீராக மடிப்பு மாறாமல் ஹேங்கரில் போட்டுவிட்டு ஹாலுக்கு வந்தாள்.

   நான் உன்னை சுவாசிக்கிறேன்

"அம்மா, அப்பா மூட்ல இல்லை. நீ சும்மா எதையாச்சும் சொல்லிக் கிளறாதே! போயி ஆம்லெட் போடு" என்றாள் நிர்மலா.

* * *

சோமசுந்தரம் டைனிங் டேபிளின் முன் நாற்காலியை நகர்த்திய ஓசையிலேயே கோபம் தெரிந்தது.

எதுவும் பேசாமல் பிளேட்டில் ஆம்லெட் வைத்து அவர் முன் வைத்தாள் அம்மா.

மிளகுத்தூள் எடுத்துத் தட்டிக்கொண்டார். அடுத்து உப்பு டப்பா எடுத்துத் தட்டும்போது மூடி கழன்று மொத்த உப்பும் கொட்டியது.

"ஏன்டி, இந்த மூடி லூசாயிடுச்சா. வேற டப்பால போட்டு வைன்னு நேத்தே சொன்னேனே.... ஒரு தடவை சொன்னா செய்ய மாட்டியா?"

அம்மா அவசரமாக உப்பு கொட்டிய பகுதியை மட்டும் கிள்ளி வேறு ஒரு தட்டில் வைத்தாள்.

கடுகடுவென்று சாப்பிட்டார்.

"இன்னொண்ணு..." இழுத்தாள் அம்மா.

"வேணாம்" என்று எழுந்து கை கழுவி சோபாவில் அமர்ந்து, "நிர்மலா, ஈபி பில்லு கட்டியாச்சா?" என்றார்.

"நாளைக்குக் கட்டிடறதா அரவிந்த் சொன்னான்."

"நாளைக்கு லாஸ்ட் டே. கூட்டம் அதிகமா இருக்கும். அதனாலதானே இன்னைக்குக் கட்டச் சொன்னேன்."

நிர்மலா அமைதியாக இருந்தாள்.

"எங்க அவன்?"

"இன்னும் வரலை."

"எங்க போயிருக்கான்?"

"தெரியலை."

"இந்த இடத்துக்குப் போறேன்னு சொல்லிட்டுப் போற பழக்கம் எல்லாம் இல்லையா? இப்ப திடீர்னு எனக்கு ஹார்ட் அட்டாக் வந்து செத்துப் போய்ட்டா எங்க போய் தேடுவே அவனை?"

அம்மா பதறி, "ஏங்க.... இப்படியெல்லாம் பேசறீங்க."

"சும்மா இருடி. அப்படி ஒரு அருமையான பிள்ளையைப் பெத்து வெச்சிருக்கே..."

இப்போது அழைப்பு மணி ஒலித்து, நிர்மலா திறந்து, அரவிந்த் உள்ளே வந்தான்.

"அம்மா..." என்று உற்சாகமாக ஏதோ சொல்ல ஆரம்பித்தவன், சோபாவில் அப்பாவைப் பார்த்ததும் குரலைத் தணித்து, "நான் வெளில சாப்டுட்டேன். எனக்கு வேணாம்மா" என்றுவிட்டு தன் அறையை நோக்கி நடந்தான்.

"நில்லுடா" என்றார் சோமசுந்தரம் அதட்டலாக. நின்றான். "என்ன?" என்றான்.

"இங்க வா! என்னதான் நினைச்சிட்டிருக்கே உன் மனசுல?"

அரவிந்திற்கு நெற்றியோர நரம்புகள் துடித்தன. அவர் கேள்வியில் ஒரு யுத்தத்திற்கான துவக்கத்தை உணர்ந்தான்.

அருகில் சென்று, "என்ன சொல்றீங்க?" என்றான்.

❦

நான் உன்னை சுவாசிக்கிறேன்

-7-

காதல் டைரிக் குறிப்பு

மறு சந்திப்புக்காக அலை பாய்ந்த மனது.
சந்தித்த போது ஒத்திகை மறந்து போனது.

அருகில் வந்து நின்ற அரவிந்தை நிமிர்ந்து பார்த்த சோமசுந்தரம் தன்னைக் கட்டுப்படுத்திக் கொண்டு, "இப்படி உக்காரு" என்றார்.

"பரவால்லை, சொல்லுங்க" என்றான்.

"நேத்து யாமினிகிட்ட என்ன சொன்னே?"

"எவ்வளவோ பேசினோம். நீங்க எதைக் கேக்கறீங்க?"

"கடன் வாங்கப் போறதா சொன்னியா?" அரவிந்த் மௌனமானான்.

"பதில் சொல்லுடா!"

"ஆமாம், சொன்னேன்."

தூரத்தில் நின்ற அம்மாவைப் பார்த்தார்.

"கேட்டியா? என்ன சொன்னான்னு கேட்டியா? உன் புள்ள கடன் வாங்கப் போறானாம்."

அம்மா, "என்னடா அரவிந்த், உன் செலவுக்குத்தான் மாசா மாசம் அப்பா பணம் கொடுக்கறாரே... அது பத்தலைன்னா, கூட வேணும்ன்னு கேட்டு வாங்கிக்க வேண்டியதுதானே?" என்றாள்.

"அம்மா, நான் என் செலவுக்காகக் கடன் வாங்கப் போறதா சொல்லலை. ஆரம்பிக்கப் போற தொழிலுக்காகத்தான் கடன் வாங்கப் போறதா சொன்னேன். என்ன தப்பு?"

"என்ன தப்பா? நான் இதுவரைக்கும் ஒரு பத்து ரூபாகூட யார்கிட்டயும் கடன் வாங்கினதில்லைடா."

"உங்களுக்குத் தேவைப்படலை... வாங்கலை. எனக்குத் தேவைப்படுதே!"

"நான்தான் தர்றேன்னு சொல்லிருக்கேனே..."

"இன்னிக்கு பசியோட இருக்கிறவனுக்கு முடிஞ்சா சோறு போடணும். அதை விட்டுட்டு நாளைக்கு வாப்பா, இலை போட்டு விருந்து வைக்கிறேன்னு சொல்றது அநியாயம். நீங்க எல்லா கடமைகளையும் முடிச்சிட்டு எனக்குப் பணம் தர்றப்போ எனக்குத் தொழில் மேல ஆர்வமே குறைஞ்சி போயிருக்கலாம்."

"உன் மேலேயே உனக்கு நம்பிக்கை இல்லை. மத்தவங்க எப்படி நம்புவாங்க?"

"அப்பா, சும்மா அதையும் இதையும் பேசாதீங்க. இளங்கோவும் யாமினியும் ஓகோன்னு முன்னேறிட்டிருக்காங்க. ஒரு பக்கம் சந்தோஷமாத்தான் இருக்கு. ஆனா எனக்கு சவால் விடற மாதிரியும் இருக்கு. சாதிச்சுக் காட்டணும்னு துடிக்கிறேன். நீங்க ஒத்துழைப்புக் கொடுக்கலைன்னா நான் வேற வழிதானே யோசிச்சாகணும்."

"அதுக்காக?"

"சந்துரு கடன் ஏற்பாடு பண்ணித் தர்றேன்னு சொல்லிருக்கான்."

"அவன் சினிமாக்காரன். அவன் ஏற்பாடு பண்ணித் தர்ற கடனுக்கு வட்டி எவ்வளவு கேப்பாங்கன்னு உனக்குத் தெரியுமா?"

"அதெல்லாம் இன்னும் நாங்க பேசலை."

"ஈட்டிக்காரன் இதுவரைக்கும் இந்த வீட்டு வாசலை மிதிச்சதில்லைடா!"

"இனிமேயும் மிதிக்க மாட்டான். வாங்கற கடனைத் திருப்பிக் கட்டலைன்னாத்தான் கடன் கொடுத்தவன் வீட்டுக்கு வருவான்."

"எப்படிக் கட்டுவே?"

"சம்பாதிச்சுதான்."

                    நான் உன்னை சுவாசிக்கிறேன்

"தொழில்ல லாபம்தான் வரும்னு என்ன நிச்சயம்? நஷ்டம் வந்தா?"

"ராத்திரி தூங்கப் போறப்போ காலைல முழிச்சுக்குவோம்னு என்ன நிச்சயம்? காலைல காபிக்கு வேண்டிய பாலை எதுக்குப் போடச் சொல்றோம்? எதுக்கு சட்டையை அயர்ன் பண்ணி வைக்கிறோம்? எதுக்கு சோத்துல தண்ணி ஊத்தி வைக்கிறோம்? நம்பிக்கைதான்ப்பா!"

"விதண்டாவாதமாப் பேசறே நீ!"

"இல்லை, நம்பிக்கையோட பேசறேன்."

"பிரஸ் ஆரம்பிக்கணும்னு கிடந்து குதிக்கிறியே, உனக்கு என்னடா அனுபவம் இருக்கு அந்தத் தொழில்ல?"

"ஆர்வம் இருக்கு. அதனாலதான் பிரிண்ட்டிங் டெக்னாலஜி எடுத்துப் படிச்சேன். அதனால தொழில் தெரியும்."

"படிப்பு வேற! அனுபவம் வேற."

"அனுபவம் வெச்சிக்கிட்டு எல்லாத்திலயும் இறங்க முடியாது. கரையில் நின்னுக்கிட்டே இருந்தா நீச்சல் கத்துக்க முடியாது. குதிக்கணும். மூச்சுதிணறத்தான் செய்யும். தண்ணி வாய்க்குள்ளே போகத்தான் செய்யும். அதுக்கெல்லாம் பயந்துட்டிருந்தா எதுவும் சாதிக்க முடியாது."

"சொல் புத்தில புரிஞ்சுக்கறது ஒரு ரகம். பட்டுத் தெரிஞ்சுக்கறது ஒரு ரகம். நீ பட்டும் தெரிஞ்சுக்கலைன்னா உன்னை எந்த ரகத்திலடா சேர்க்கறது? முழுசா ரெண்டு லட்சத்தை விலையாக் கொடுத்தும் பாடம் புரியலைன்னா என்ன பண்றது?"

"அப்பா, அதைப் பத்தி நிறைய பேசிட்டோம். என் ஃபிரண்டு என்னை ஏமாத்துவான்னு நான் எதிர்பார்க்கலைன்னு பல தடவை சொல்லிட்டேன். சும்மா அதையே சொல்லி குத்திக்காட்டாதீங்க."

சோமசுந்தரம் கழற்றிப் பிடித்திருந்த கண்ணாடியின் காதுகளை இணைப்பதும் விலக்குவதுமாக அமைதியாக இருந்தார்.

"நான் ரூமுக்குப் போகலாமா? விசாரணை முடிஞ்சிடுச்சா?"

அவனை எரிச்சலோடு பார்த்தார்.

"அரவிந்த், உனக்குக் கோபம் இருக்கற அளவுக்கு மத்தவங்களைப் புரிஞ்சுக்கற சக்தி இல்லைடா. எப்படி உன் ஃப்ரண்டு நல்லவனா, கெட்டவனான்னு உன்னால புரிஞ்சுக்க முடியலையோ, அந்த மாதிரிதான் என்னையும் புரிஞ்சுக்கலை. நீ கெட்டுப் போகணும்னு நான் நினைப்பேனா? தன் பிள்ளைங்க எல்லாரும் நல்லா இருக்கணும்னுதானே ஒரு தகப்பன் நினைப்பான்."

அரவிந்த் சோபாவின் விளிம்பை நகத்தால் கீறியபடி மௌனமாக நின்றான்.

"இப்ப உனக்கு நேரம் சரியில்லைப்பா. உனக்கு ஜாதகத்தில் நம்பிக்கை இல்லாம இருக்கலாம். எனக்கு இருக்கு. உனக்கு டைம் சரியில்லாததாலதான் நல்லா இருந்த உன் ஃப்ரண்டோட மனசு கழிசடையாகி உன்னை ஏமாத்தினான். மறுபடி நீ எதிலயும் ஏமாந்துடக் கூடாதுன்னுதான் கவலைப்படறேன். கொஞ்சம் என் வார்த்தைக்கு மதிப்புக் கொடுத்து பொறுமையா இரேன்."

"பொறுமையா இருக்கறதுன்னா சும்மா ஊர் சுத்திக்கிட்டு வேளா வேளைக்கு வந்து சாப்பிட்டு போகச் சொல்றீங்களா? என் வயசும் திறமையும் வேஸ்ட் ஆகுதுப்பா."

"சும்மா ஏன் ஊர் சுத்தணும்? பெங்களூருக்கு வா, வேலை அமைச்சித் தர்றேன்னு இளங்கோ சொல்றான். இங்கயே வேலைக்கு ஏற்பாடு பண்றா யாமினி. எதுக்கும் நீதானே ஒத்துக்க மாட்டேங்கறே!"

"செக்கு மாடு கதையாயிடும்ப்பா. வேலைக்குப் போக ஆரம்பிச்சா தொழில் ஆரம்பிக்கிற துடிப்பு காணாமப் போயிடும்ப்பா."

"நான் சொல்ல வேண்டியதைச் சொல்லிட்டேன். ரெண்டு வருஷம் கழிச்சிதான் உனக்கு நேரம் நல்லாருக்கு. அப்புறம் உனக்குச் சேர வேண்டிய சொத்தைப் பிரிச்சிக் கொடுத்துடறேன். நீ என்ன வேணும்ன்னாலும் செஞ்சுக்கோ. அதுக்குள்ளே நிர்மலாவுக்கும் கல்யாணம் பண்ணி வெச்சிடறேன். உனக்கு இஷ்டமிருந்தா உனக்கும் பொண்ணு பார்த்து அந்தக்

நான் உன்னை சுவாசிக்கிறேன்

கடமையையும் முடிச்சிடறேன். இதுக்கு நடுவுலே அவசரப்பட்டு எதையாச்சும் செஞ்சி என் கௌரவத்தைப் பாழடிச்சுடாதே. எனக்கு அவமானத்தைத் தேடித் தந்துடாதே! அவ்வளவுதான் நான் சொல்லுவேன்!"

"உங்களுக்கு எப்படி அவமானம் வரும்னுதான் எனக்குப் புரியலை!"

"நீஎவன்எவன்கிட்டயோகடன்வாங்கிதிருப்பிக்கட்டலைன்னா என்னைத்தானேடா வந்து கேப்பான்? குடும்பத்துக்குத்தானேடா கெட்ட பேரு? இதெல்லாம் யோசிக்காம விறைப்பாப் பேசிட்டே இருந்தா எப்படி?"

சோமசுந்தரத்தின் குரல் மீண்டும் உயர்ந்தது,

"நான் தொழில் ஆரம்பிச்சா கண்டிப்பா நஷ்டப்படுவேன்னு தீர்மானமே பண்ணிட்டிங்க, இல்ல? என் திறமையை இதைவிடக் கேவலப்படுத்த முடியாதுப்பா! அப்பா, நானும் முடிவா சொல்றேன். உங்க ஜாதக நம்பிக்கையை எல்லாம் உங்களோடு வெச்சிக்கங்க. எந்த நட்சத்திரத்துல குழந்தை பொறக்கணும்னு தீர்மானிச்சி பிரசவம் நடத்தற காலம் இது! உங்க கௌரவத்துக்கு எந்த இடைஞ்சலும் ஏற்படாம என் திறமையை நான் நிரூபிச்சிக்காட்றேன். இதை நான் சாதாரணமாத்தான் சொல்றேன். நீங்க சவாலா வேணும்ன்னாலும் எடுத்துக்கங்க."

அழுத்தம் திருத்தமாகச் சொல்லிவிட்டு வேகமாகத் தன் அறைக்குச் சென்று சத்தமாகக் கதவை அறைந்து சாத்தினான் அரவிந்த்.

* * *

கிரேன் மேல் உட்கார்ந்திருந்தான் சந்துரு.

கேமிராவின் வழியாக ஃபிரேம் பார்த்து நிமிர்ந்து, "ராஜு, அந்த பில்லர்கிட்ட ஒரு ஒன் கே.வி. போடு! மூர்த்தி, காருக்கு முன்னாடி ஸ்டாண்ட் போட்டு ஒரு கட்டர் வையா! சீக்கிரம்! கிரேன் டவுன் பண்ணுங்கப்பா! நைஸா இறங்கணும். கார்த்திக் ஹண்ட்ரெட்

லென்ஸ்தானே போட்ருக்கே?" என்று சுறுசுறுப்பாக உத்தரவுகள் பிறப்பித்துக் கொண்டிருந்தான்.

ஒரு பாடல் காட்சியின் படப்பிடிப்புக்காகப் போடப்பட்டிருந்த நாகரிகமான செட்டில் இரண்டு கார்கள் எதிரெதிராக நிறுத்தப்பட்டிருந்தன.

ஹீரோ தள்ளி நின்று ஜிகினா உடையில் சிகரெட் பிடித்தபடி செல்ஃபோனில் பேசிக்கொண்டிருக்க... ஹீரோயினைப் பாட்டுக்கான அலங்கார உடையில் போட்டோகிராஃபர் சில கோணங்களில் புகைப்படம் கிளிக்கிக் கொண்டிருந்தார். உடன் முழுக்க தங்கப் பொடியில் குளித்து, கூட்டமாக நின்று டீ குடித்துக் கொண்டிருந்தார்கள்.

ஓர் ஓரத்தில் போட்டிருந்த நாற்காலியில் அமர்ந்து கைகட்டியபடி பார்த்துக் கொண்டிருந்தான் அரவிந்த்.

சந்துரு அந்த ஷாட்டுக்கான லைட்டிங் செய்து முடித்து, கேமிரா அசைவை ஒத்திகை பார்த்துக் கொண்டு 'ஷாட் ரெடி' என்று தகவல் சொன்னதும், விசில் ஊதப்பட்டது. அவரவர் இடங்களுக்கு அனைவரும் வந்து நின்றார்கள்,

நடன இயக்குநர் மேற்பார்வையில் பாடலின் ஒரு வரிக்கான நடனம் பதிவு செய்யப்பட்ட பிறகு, உணவு இடைவேளை விடப்பட்டது.

சந்துரு தன் துணித் தொப்பியைக் கழற்றி விசிறியபடி வந்து அரவிந்துக்கு அடுத்த நாற்காலியில் அமர்ந்தான்.

"ரொம்ப முடி கொட்டிடிச்சுடா உனக்கு" என்றான் அவன் தலையைப் பார்த்தபடி அரவிந்த்.

"விடு! மறுபடி யாரு பொண்ணு கொடுக்கப் போறாங்க? ஆமாம். நீ ஏன் இளைச்ச மாதிரி இருக்கே? சிகரெட் கொடு."

அரவிந்த் அவனுக்குத் தந்து, தனக்கும் அவனுக்கும் பற்ற வைத்துக்கொண்டு, "சட்டை லூசா இருக்குப்பா, இந்தப் பாட்டோட இந்தப் படத்தோட வொர்க் முழுக்க முடியுதுன்னு சொன்னேல்ல?" என்றான்.

                               நான் உன்னை சுவாசிக்கிறேன்

"அப்படித்தான் சொல்லிட்டிருந்தேன். நேத்து ப்ரடியூசர் டபுள் பாசிடிவ் பார்த்தாரு. கிளைமாக்ஸ் அவருக்குத் திருப்தியா இல்லை. மறுபடி ரூம் போட்டு பேசச் சொல்லிருக்கார். அனேகமா ரீஷூட்டிங் இருக்கும்."

"என்னப்பா இது. இதான் கிளைமாக்ஸ்னு தீர்மானிக்காமலேயே படம் ஆரம்பிச்சுடுவாங்களா என்ன?

"இது பரவால்லையே. இதான் கதைன்னு தீர்மானிக்காமலேயே ஆரம்பிச்சிடறாங்களே... சில பேரு."

"அதெப்படி முடியும்?"

"ஹீரோ திடீர்னு கூப்புட்டு ஒரு தெலுங்குப் படம் கேன்சலாய்டுச்சி, அடுத்த வாரத்திலேர்ந்து இருபது நாள் டேட்ஸ் இருக்கும், யூஸ் பண்ணிக்கிறீங்களான்னு கேட்டால் போதும்... ஒரு வாரத்துக்குள்ளே மூணு பாட்டு பதிவு செஞ்சி பூஜை போட்டு சாங் ஷூட்டிங் ஆரம்பிச்சிட்டு, ராத்திரி உக்காந்து பேசிப் பேசி ஒரு மாதிரி கதை பண்ணிடறாங்க."

"என்ன கதைன்னு தெரியாம பாட்டு எப்படிப் போடறது?"

"என்ன கதையா இருந்தாலும் டூயட் நிச்சயம் இருக்கும்னு நிச்சயமாத் தெரியுமே."

"சரி, இது உங்க பிரச்சனைப்பா. லால்சந்தைப் பார்த்துப் பேசறேன்னு சொன்னியே சந்துரு."

"உன்னைப் பத்திச் சொன்னேன் அரவிந்த். அவரு சினிமாவுக்குத் தவிர வெளில ஃபைனான்ஸ் பன்றதில்லை, என்னை வெச்சி ஒரு டைரக்டரை மடக்கி படம் தயாரிக்கிற பிளான்ல இருக்கார். அதனால அவருக்கு என் தயவு தேவைப்படுது. உன்னோட நேர்ல பேசிட்டுச் சொல்றேன்னார். ப்ராஜக்ட் ரிப்போர்ட் எல்லாம் ரெடியா வெச்சிருக்கியா நீ."

"தயாரா இருக்குப்பா."

"அப்போ அவர்கிட்ட அப்பாயிண்ட்மெண்ட் ஃபிக்ஸ் பண்ணித் தரட்டுமா?"

"செய் சந்துரு. இனிமே லேட் பண்றதா இல்லை."

"அன்னைக்கு அவர் நம்பர் கொடுத்தனே, குறிச்சி வெச்சியே, பாரு."

அரவிந்த் தன் பாக்கெட்டிலிருந்து சிறிய பாக்கெட் நோட் எடுத்துப் புரட்டி எண் பார்த்துச் சொன்னான்.

சந்துருதன்செல்போனில்அந்தஎண்ணைமுயன்றுகொண்டிருக்க, பாக்கெட் நோட்டை எடுத்தபோது தவறிக் கீழே விழுந்த அந்த விலாச அட்டையைக் கவனித்து எடுத்தான் அரவிந்த்.

அது பிருந்தாவின் ஆபீஸ் முகவரி.

அவள் புன்னகை பொங்கும் முகம் மனதிற்குள் வந்து போனது.

அவள் விஷயமாக யாமினி வீட்டிற்குச் சென்று பேச வேண்டும் என்பது நினைவுக்கு வந்தது.

அதற்கு முன் அவளின் குரலை ஒருமுறை கேட்க வேண்டும் என்ற துடிப்பு ஏற்பட்டது.

"லால்சந்த் ஏர்போர்ட்டுக்கு யாரையோ ரிசீவ் செய்றதுக்காகப் போயிருக்காராம். ஈவினிங் பேசறேன்" என்றான் சந்துரு.

"சந்துரு போனைக்கொடேன்." வாங்கி பிருந்தாவின் எண்களைத் தொட்டு, "கேன் ஐ ஸ்பீக் டு மிஸ் பிருந்தா?" என்றான்.

"ஸ்பீக்கிங்."

"பிருந்தா, நான் அரவிந்த் பேசறேன்."

"சார், நான் உடனடியா உங்களைப் பார்க்கணும், ப்ளீஸ்..." என்றாள் பிருந்தா அவசரமாக.

—◦◦◦—

   நான் உன்னை சுவாசிக்கிறேன்

-8-

கண்களை மூடியும் 3D எஃபெக்டில் உருவம்!
காதுகளை மூடியும் டிஜிட்டல் எஃபெக்டில் குரல்!
எப்படி சாத்தியமிது? புரியாமல் பிரமிக்கிறேன்.

பிருந்தாவின் குரலில் பதற்றமும் அவசரமும் இருந்தன.

"உடனே பார்க்கணுமா? என்ன விஷயம்?" என்றான் அரவிந்த்.

சிகரெட்டைப் புகைத்தபடி அரவிந்தைப் பார்த்தான் சந்துரு.

"ஆமாம் மிஸ்டர் அரவிந்த். மேட்டரை நான் போன்ல சொல்ல விரும்பலை. என் போன் நம்பர் உங்களுக்குக் கொடுத்தேனே ஒழிய, உங்க நம்பர் எதுவும் நான் வாங்கிக்கலை. உங்களை எப்படி காண்டாக்ட் பண்றதுன்னு குழம்பிக்கிட்டிருந்தேன். நல்லவேளையா நீங்களே போன் செய்துட்டிங்க. உங்களுக்கு அவசரமா எதாச்சும் வேலை இருக்கா? இன்னும் அரை மணி நேரத்தில் நாம சந்திக்க முடியுமா சார்?"

"சந்திக்கலாம் பிருந்தா. நான் உங்க ஆபீசுக்கு வரட்டுமா?"

"அது மரியாதை இல்லை. இப்ப நீங்க எங்க இருக்கீங்க?"

"வாஹினி ஸ்டுடியோல. இங்க என் ஃப்பிரண்டு ஒருத்தனைப் பார்க்க வந்தேன்."

"ஓ.கே. பக்கத்தில ஏதாச்சும் ஹோட்டல் இருக்கா?"

"இருக்கே. மெளரியா இண்டர்நேஷனல்."

"அதோட ரிசப்ஷன்ல நீங்க வெய்ட் பண்ணுங்க. நான் உடனே எங்க ஆபீஸ் கார்ல வாறேன். முக்கியமான மேட்டர் சார், நேர்ல சொல்றேன். எனக்காகக் காத்திருப்பீங்களா?"

"ஷ்யூர்" என்று செல்போனை மூடினான் அரவிந்த்

"யாருடா அது பிருந்தா?" என்றான் சந்துரு.

"புதுசா அறிமுகம்" புன்னகைத்தான்.

"யாரு?"

"எங்கக்கா யாமினி வேலை பார்க்கறாளே ஒரு டயர் கம்பெனி. அதோட ஒரு ஏஜன்சில மேனேஜரா இருக்கா. என் அக்கா மூலமா அவளுக்கு ஒரு காரியம் ஆக வேண்டியிருக்கு."

"உனக்கு எப்படிப் பழக்கம்?"

"அரவிந்த் தன் வாட்சைப் பார்த்துக் கொண்டான்."

"நிறைய சொல்லணும். நைட் உன் வீட்டுக்கு வர்றேன். அப்ப சொல்றேனே."

அரவிந்த் எழுந்து கொண்டான்.

"ஏய், சாப்பிட்டுப் போடா."

"இல்லை, பிருந்தாவை வரச் சொல்லியிருக்கேன். அவளோட ஏதாச்சும் லைட்டா சாப்பிட்டுக்கறேன். வரட்டுமா?"

"ஐ கேன் ஸ்மெல் சம்திங்" என்று சிரித்தான் சந்துரு.

"நைட்டு சொல்றேன் சந்துரு" என்று நடந்தான் அரவிந்த்.

* * *

ஹோட்டல் ரிசப்ஷன் அலங்காரமாக இருந்தது. கண்ணாடிகளில் ஓவியங்கள் தீட்டப்பட்டிருந்தன. அழகான தொட்டிகளில் புதிய அழகிய மலர்கள் சிரித்தன. காற்றில் குளுமையும் நறுமணமும் நிரப்பப்பட்டிருந்தன. மெத்தென்ற சோபாவில் அமர்ந்திருந்த அரவிந்த் ஐந்து விநாடிகளுக்கு ஒரு முறை வாசலைப் பார்த்துக் கொண்டான்.

இன்றைக்கு பிருந்தா முக்கியமாக என்ன சொல்லப் போகிறாள் என்கிற செய்தி எதிர்பார்ப்பை விட, என்ன நிறத்தில் சேலை உடுத்தி வருவாள் என்கிற எதிர்பார்ப்புதான் அதிகம் இருந்தது.

நான் உன்னை சுவாசிக்கிறேன்

அவளுக்கான காத்திருப்பில், அவஸ்தையோடு இனிமையும் இருந்ததை உணர்ந்தான்.

அவளைப் பற்றிய நினைவுகள் மனதில் வீசும்போது, சொந்தப் பிரச்சனைகளின் சுமை மறைந்து போவதையும் உணர்ந்தான்.

சமீப காலங்களில் இப்படி ஒரு தனிமை கிடைக்கும்போதெல்லாம் அவன் தன் எதிர்காலத் திட்டங்களைப் பற்றியும் அதற்கு அடுத்தடுத்துச் செய்ய வேண்டிய வேலைகளைப் பற்றியுமே நினைத்திருக்கிறான்.

இப்படி ஒரு பெண் எப்போது வருவாள், என்ன சேலையில் வருவாள். கூந்தலில் மலர் செருகியிருப்பாளா மாட்டாளா என்றெல்லாம் தவித்துப் போனதில்லை.

அரவிந்திற்கு சிகரெட் பிடிக்கும் உந்துதல் ஏற்பட்டது. அதை அவளுக்கு முன்பு செய்வதில் தயக்கம் இருந்ததால், அந்த வரவேற்பு ஹாலில் சற்றுத் தள்ளி ஒருவர் ஏற்கெனவே புகைபிடித்துக் கொண்டிருந்தாலும், நறுமணக் காற்றை மாசுபடுத்த விரும்பாமல் வெளியே வந்து நின்று பற்ற வைத்துக் கொண்டான்.

'அக்காவைப் பார்த்தாயா. பேசினாயா?' என்று கேட்பாள்.

என்ன சொல்வது?

அவளோடு மறுபடி பேச வேண்டும், பார்க்க வேண்டும் என்கிற ஆவலில் அவளுடைய வியாபாரப் பிரச்சனையில் ஆர்வம் காட்டியாயிற்று. ஆனால் அதைப் பற்றி அக்காவிடம் ஒரு வார்த்தைகூடப் பேசவில்லை.

இது... இது நியாயமே இல்லை. அசிங்கம்! நாடகத்தைப் பாதியில் நிறுத்தவும் முடியாது. உண்மையை அப்பட்டமாகச் சொன்னாலும் 'ச்சீ அற்பப் புழுவே!' என்பது போல ஒரு பார்வை பார்த்துவிட்டுப் போய்விடுவாள்.

மேலும் மேலும் அவள் நம்பிக்கையை வளர்க்கும் விதமாகப் பொய் சொல்வது சரியா?

அரவிந்த் குழப்பமாகத் தன்னையே கேள்விகள் கேட்டுக்கொண்டு, ஆனால், விடை கிடைக்காமல் மீண்டும் உள்ளே வந்து அமர்ந்தான்.

பெரிய கண்ணாடித் தொட்டியில் அலையும் மீன்களைச் சற்று நேரம் கவனித்தான்.

இந்த மீன்களுக்குத் தெரியுமா அவற்றின் சுதந்தரத்துக்கு எல்லை கட்டப்பட்டிருப்பது? 'இவ்வளவுதான் உலகம் போலிருக்கிறது' என்றுதானே இவை நினைத்துக் கொண்டிருக்கும்?

வானம் முழுக்க சுதந்தரமாகப் பார்க்க வேண்டிய பறவைகளை அவற்றின் இறக்கைகளின் உபயோகத்தை மறக்கடித்து, கூண்டுச் சிறைகளில் அடைப்பது அநியாயமென்றால் தொட்டிக்குள் மீன்களை விடுவதும் அநியாயம்தானே?

யதேச்சையாகத் திரும்பியவன் கைகட்டியபடி அமைதியாக அருகில் நின்ற பிருந்தாவைப் பார்த்து, "எப்ப வந்தீங்க? ஏன் அமைதியா நின்னுட்டிங்க?" என்றான்.

இடைவெளி விட்டு சோபாவில் அமர்ந்த பிருந்தா சுடிதார் உடுத்தியிருந்தாள். மஞ்சள் உடைக்குப் பொருத்தமாக ஒற்றை மஞ்சள் ரோஜாவைக் கூந்தலில் செருகியிருந்தாள்.

"ரொம்ப ஆழ்ந்து மீனை ரசிச்சிட்டிருந்தீங்க. உங்க ரசனையைக் கலைக்க வேணாமேன்னு பேசாம இருந்தேன்" என்றாள்.

"வழக்கமா இந்த மாதிரி மீன்களை எந்தச் சிந்தனையுமில்லாம ரசிச்சிருக்கேன். இன்னிக்கு என்னவோ இப்படி ரசிக்கிறது சரியான்னு ஒரு சின்ன குற்ற உணர்ச்சி ஏற்பட்டது. அதான் யோசிச்சிட்டிருந்தேன்."

"இதில் குற்ற உணர்ச்சி என்ன இருக்கு?"

"நாம பார்த்து ரசிக்கிறதுக்காகவா இந்த மீன்கள் பிறப்பு எடுத்துட்டு இருக்கு? இப்ப நீங்க அழகா இருக்கீங்க. உங்களைப் பார்த்து ரசிக்கணும்னு ஒரு பெரிய கண்ணாடி ரூமுக்குள்ளே சும்மா இப்படி அப்படி நடந்து போங்க, காசு தர்றோம்னு சொன்னா செய்வீங்களா?"

                                       நான் உன்னை சுவாசிக்கிறேன்

பிருந்தா வாய் விட்டுச் சிரித்தாள்.

"நான் மாட்டேன்" என்றாள்.

"மீனுக்கு சிந்திக்கத் தெரியாது. அதுக்குத் தன்மானம் கிடையாதுன்றதால இப்படி எக்ஸ்ப்ளாய்ட் பண்றமே. நாம ரசிக்கிறதுக்காக இதுங்க சிறைப்படணுமா? இயல்பா இல்லாம சுதந்தரத்தைப் பறிகொடுக்கணுமா?"

"நியாயம்தான். இந்த மீன்களாவது சுதந்தரத்தை மட்டும்தான் பலி கொடுக்குது. நம்ம நாக்கு ருசிக்காக எவ்வளவு மீன்கள் உயிரையே பலி கொடுக்குது. அப்படிப் பார்த்தா இந்த மீன்கள் கொஞ்சம் அதிர்ஷ்டம் செஞ்சிருக்குன்னு சொல்லலாம்."

அவள் சொன்ன அந்தக் கருத்து சட்டென்று உலுக்கியது.

தொட்டி மீன்களின் சுதந்தரமின்மைக்காகக் கவலைப்படுகிறவன் கடல் மீன்களின் உயிர்களுக்காகக் கவலைப்பட்டிருக்கிறேனா?

மீன் குழம்பு சாப்பிட்டிருக்கிறேனே சந்துருவுடன் சேர்ந்து. அப்போது அது உணவாகத்தானே தெரிந்தது. உயிராகத் தெரியவில்லையே.

"என்ன மௌனமாயிட்டீங்க?" என்றாள்.

"நீங்க வெஜிடேரியனா? நான்-வெஜிடேரியனா?" என்றான்.

"வெஜிடேரியன். நீங்க லன்ச் சாப்டுட்டீங்களா?"

"இன்னும் இல்லை நீங்க?"

"இல்லை. இங்கயே ரெஸ்ட்டாரெண்ட்ல சாப்பிட்டுக்கிட்டே பேசலாமா?"

"இந்தத் தடவை நான்தான் பில் கொடுப்பேன்."

"இந்தத் தடவையும் நான்தானே சந்திக்கக் கூப்பிட்டேன்?"

"யார் கூப்புடறாங்களோ, அவங்கதான் கொடுக்கணுமா? இது என்னங்க நியாயம்? சர்வருக்கு முன்னாடி சண்டை போடாதீங்க. நான் கொடுக்கறேன் வாங்க." எழுந்தான் அரவிந்த்.

* * *

மிக மெல்லிய வெளிச்சம் மேஜைக்கு மேஜை வட்டமடித்திருக்க..., எதிரெதிரில் அமர்ந்து ஐஸ்வாட்டர் பருகினார்கள்.

அவன், நிழல் வித்தை காட்டி ஜ்வலித்த அவள் முகத்தில் அழகையும் சேர்த்துப் பருகினான்.

சொல்லப்பட்ட பிஸ்ஸா வந்ததும், வெட்டிச் சாப்பிட்டப்படி, "சொல்லுங்க பிருந்தா, என்கிட்ட முக்கியமாப் பேசணும்னு சொன்னீங்களே" என்றான் அரவிந்த்.

"சொல்றேன். உங்க சிஸ்டரை வீட்ல போய்ப் பார்த்துப் பேசப் போறதாச் சொன்னீங்களே, போனீங்களா சார்?"

அரவிந்த் அவசரமாகத் தண்ணீர் எடுத்துக் குடித்தான்.

"அக்காவா இருந்தாலும் போன் பண்ணிட்டுத்தான் போக முடியுங்க. பொறுப்பான பெரிய பதவியில் இருக்காளே. ரெண்டு நாளா அவ ரொம்ப பிஸி. ஒருநாள் ஆஃபீஸ்லே டைரக்டர்ஸ் மீட்டிங்குன்னு சொன்னா. ஒருநாள் ஏதோ ரிசப்ஷனுக்குப் போறதாச் சொன்னா. இன்னிக்கு ஈவினிங்தான் ஃப்ரீயா இருக்கிறதாச் சொன்னா: ஈவினிங் பார்த்து உங்க விஷயமாப் பேசலாமனு இருந்தேன்."

"எதுக்கு போன் செஞ்சிங்க?"

'உன் விலாச அட்டை பார்த்ததும் உன் முகம் மனதில் வந்தது. உன் முகம் மனதில் வந்ததும் உன்னோடு பேச, உன் குரலைக் கேட்க ஆசை வந்தது. அதனால் போன் செய்தேன்' என்று உண்மை சொல்ல விரும்பினான்.

இது சந்தர்ப்பமல்ல என்பதை உணர்ந்து,

"இந்தத் தகவலைச் சொல்றதுக்காகத்தான் கூப்பிட்டேன்" என்றான் சமாளிப்பாக.

"மிஸ்டர் அரவிந்த், உங்க சிஸ்டர் நல்லவங்களா?"

"கொஞ்சம் பணத் திமிர், பதவித் திமிர், நல்லபடியா வாழ்க்கை அமைஞ்சிட்ட திமிர் உண்டு. மத்தபடி நல்லவதான். ஏன்?"

     நான் உன்னை சுவாசிக்கிறேன்

"இவ்வளவு வெளிப்படையா உங்க சிஸ்டரை பத்தி நீங்களே விமர்சிக்கிறதால நான் சொல்லப் போறது உங்களுக்கு அதிர்ச்சியா இருக்காதுன்னு நினைக்கிறேன்."

"என்னங்க முன்னுரை பயங்கரமா இருக்கே."

"உங்க சிஸ்டர் ஆபீஸ்லேர்ந்து ஒரு பியூன் நேத்து எங்க ஆபீசுக்கு வந்து என்னைப் பார்த்தாரு."

"எதுக்கு?"

"தானா யதேச்சையா அந்தப் பக்கம் வந்ததாச் சொன்னாரு. எங்க ஏஜன்சியோட பிரச்சனைக்கு அவரா ஒரு யோசனை சொல்ற மாதிரி சொல்லிட்டுப் போனாரு."

"என்ன யோசனை?"

"யாமினி மேடத்தோட வீட்ல ஒரு அம்பதாயிரத்தைப் பெட்டில போட்டுக் கொடுத்தா உடனே காரியம் நடந்துட்டுப் போகுதுன்னு சொன்னாரு."

அரவிந்திற்கு நிஜமாகவே அதிர்ச்சியாக இருந்தது.

"உண்மையாவா சொல்றீங்க?"

"நான் எதுக்குப் பொய் சொல்லணும்?"

"யாமினி பத்தி நான் இப்படி இப்பத்தான் முதல் தடவையா கேள்விப்படறேங்க."

"எனக்கும் ஆச்சரியமாத்தான் இருந்திச்சு. நேர்ல பார்த்துப் பேசினப்போ ரூல்ஸ் அண்ட் ரெகுலேஷன்ஸ் பத்தி இரக்கமே இல்லாம ஸ்ட்ரிக்ட்டா பேசின அவங்களா காசு எதிர்பார்க்கறாங்கன்னு நம்பவே முடியலை."

"ஒருவேளை அந்த பியூன்..."

"நானும் விசாரிச்சுப் பார்த்துட்டேன். பியூன் ஏன் பொய் சொல்லணும்? நிச்சயமா உங்க ஸிஸ்டர் அந்தத் தகவலைச் சொல்லாம, தொகை முதற்கொண்டு சொல்லிட்டுப் போவாரா?"

"டு பீ வெரி ஃப்ராங்க். இத்தனை நாளா நான் அரசாங்கம் சம்பந்தப்பட்ட நிறுவனங்கள்ல மட்டும்தான் இந்த லஞ்சத்துக்கு வாய்ப்பு இருக்கிறதா நினைச்சிட்டிருந்தேன்."

"இப்பல்லாம் வாய்ப்பை உருவாக்கிக்கறாங்க. இந்தத் தொகையை எதிர்பார்த்துத்தான் அவங்க நோட்டீசே அனுப்பிருப்பாங்களோன்னு இப்ப நான் சந்தேகப்படறேன்."

"இவ்வளவுக்கும் என் சிஸ்டருக்கு ரொம்ப நல்ல சம்பளங்க!"

"அதுக்கும் மீறிய தேவைகள் இருக்கலாம்."

"பங்களா கட்டிக்கிட்டிருக்கா."

"பார்த்தீங்களா!"

தன் சகோதரி பற்றிய இந்தக் கசப்பான தகவல் அவனை வருத்தப்பட வைத்தது. அவளைத் தலையில் தூக்கி வைத்துக்கொண்டு ஆடும் அப்பா, அம்மா மேல் எரிச்சல் வந்தது.

"எங்க எம்.டி.கிட்ட சொன்னேன். அவர் பணம் கொடுத்துக் காரியத்தை முடிக்க விருப்பப்படலை. ஏஜன்சி போனா போகட்டும்னு கோபமா சொல்லிட்டார். இப்ப நீங்க சொன்ன நம்பிக்கையான வார்த்தைகள் மட்டும்தான் எனக்கு இருக்கற ஒரே வழி."

சட்டென்று நிமிர்ந்த அரவிந்த், "ஒரு பைசா செலவில்லாம உங்க பிரச்சனையைத் தீர்க்க வேண்டியது என் பொறுப்புங்க பிருந்தா" என்றான் அழுத்தமாக...

———◦———

-9-

காதல் டைரிக் குறிப்பு

நேற்றென் கனவில் கடலுக்கடியில் கண்மூடித் தூங்கி
நட்சத்திரங்களின் மேல் நடந்துபோய்
நயாகராவில் நனையாமல் குளித்தேன்.

இரவு எட்டரை மணிக்கே அந்தப் பணக்காரத் தெரு, நடமாட்டம் இழந்து மக்கள் வீடுகளுக்குள் டெலிவிஷன்களிடம் சரணடைந்திருந்தார்கள்.

அரவிந்தனின் பைக் சப்தத்திற்கு ஒரு தெருநாய் துள்ளலாக எழுந்து கொஞ்ச தூரம் துரத்திவிட்டு நின்றுவிட்டது.

யாமினியின் தனி வீட்டு முன்பு நிறுத்தி கால்களை ஊன்றினான். செக்யூரிட்டி கேட்டைத் திறந்ததும் கால் வட்டப்பாதையில் செலுத்தி போர்ட்டிகோவில் நிறுத்தி சைடு ஸ்டாண்டில் சாய்த்து வைத்துவிட்டு அழைப்பு மணியை ஒலிக்கச் செய்தான்.

உள்ளே முப்பது விநாடிகள் சங்கீதம் பாடியது.

வேலைக்காரம்மாள் கதவைத் திறந்து, "நீங்களா? வாங்க. வித்யா மட்டும்தான் இருக்குது. அய்யாவும் அம்மாவும் வெளில போயிருக்காங்க" என்றாள்.

"எங்க?" என்றான் சற்றே ஏமாற்றத்துடன்.

"தெரியலைங்க."

"வித்யா எங்க?"

"மாடியில விளையாடிக்கிட்டு இருக்கு. கூப்புடவா?"

"வேணாம். நான் போய்ப் பார்த்துக்கறேன்."

வளைந்த மாடிப் படிகளில் ஏறி மாடிக்கு வந்தான்.

ஒரு ஹால் சைசில் இருந்த அறையில் வித்யா கம்யூட்டரில் கத்திச் சண்டை போட்டுக் கொண்டிருந்தாள். சப்தம் கேட்டுத் திரும்பி, "ஹாய் அங்கிள்!" என்று விட்டு மீண்டும் சண்டையைத் தொடர்ந்தாள்.

"வித்யா, அம்மாவும் அப்பாவும் எங்க போயிருக்காங்க?"

தெரியாது என்பதை உதட்டைப் பிதுக்கி, கையை அசைத்து அபிநயித்ததோடு சரி. கவனம் கம்ப்யூட்டர் வீரன் மேல் மட்டுமே.

"எப்ப வருவாங்கன்னாவது தெரியுமா?"

இவன் பக்கம் திரும்பாமலேயே மீண்டும் ஒரு அபிநயிப்பு!

எரிச்சலாக வந்தது அவனுக்கு. அப்படியே அக்காவின் குணம். மாமன் வந்திருக்கிறானே என்று கொஞ்சமாவது ஆர்வப்படுகிறாளா?

நீ யாரோ! வருகிறாயா? வா! போகிறாயா? போ! பத்து வயதில் இந்த அலட்சியம் எப்படி வருகிறது? சினிமாவில் மட்டும் 'மாமா' என்று ஓடி வந்து கழுத்தைக் கட்டிக்கொண்டு தோளில் ஏறி ஏக சேஷ்டைகள் செய்கின்றனவே குழந்தைகள்.

எத்தனை மணிக்கு வரட்டும் என்று போனில் கேட்டபோது, இன்றைக்கு எந்த ப்ரோகிராமும் இல்லை, ஏழு மணிக்கு மேல் எப்போது வேண்டுமானாலும் வா என்று சொன்னாளே...

சொன்னபடி என்னை எதிர்பார்த்து வீட்டில் இருக்க வேண்டாமா? ஏதோ அவசர வேலை என்று தெரிவிக்கச் சொல்லி வீட்டில் தகவல் தந்துவிட்டுப் போக வேண்டாமா? இதுவே சம்பந்தப்பட்ட ஒரு அதிகாரி வீட்டிற்கு வருவதாக இருந்தால் இப்படிச் செல்வாளா?

பெங்களூரில் இருந்த இளங்கோ தன் குடும்பத்தோடு சென்னை வந்துவிட்டால் மட்டும் இவள் அலுவலகத்திற்கு லீவு போட்டு விட்டு அவனுக்கு வீட்டில் விருந்து கொடுக்க இரண்டு குடும்பமுமாக கிஷ்கிந்தா, எம்.ஜி.எம். டிஸ்னி வேர்ல்ட் என்று பிக்னிக் போய் விடுவார்கள்.

  நான் உன்னை சுவாசிக்கிறேன்

மாதம் ஒரு லட்சம் சம்பாதிக்கிறவனாக நான் இருந்தால் யாமினி வாசலிலேயே நாற்காலி போட்டமர்ந்து காத்திருப்பாள்.

மௌனமாக எனக்குச் செய்யப்படுகிற அத்தனை அவமரியாதைகளுக்கும் பதில் சொல்லத்தான் போகிறேன் யாமினி. என் வீட்டு வரவேற்பறையில் என் வருகைக்காக நீ காத்திருக்கும் ஒரு காலம் கண்டிப்பாக வரும். வர வைப்பேன்.

"அங்கிள், செவன்த் ரவுண்ட்லயும் நான் ஜெயிச்சிட்டேன்" என்று வித்யா குதூகலித்தபோது ஆத்திரம்தான் ஏற்பட்டது.

"நீ விளையாடிக்கிட்டிரு" என்று விட்டு கீழே இறங்கி வந்து ஸோபாவில் அமர்ந்து கைக்குக் கிடைத்தப் புத்தகத்தை எடுத்துப் புரட்டினான்.

"எதாச்சும் குடிக்கத் தரட்டுமா தம்பி?" அந்த வேலைக்காரம்மாள் வந்து கேட்டாள்.

"ஒன்னும் வேணாம்."

அரை மணி நேரம் கழித்து காரில் வந்து யாமினி மட்டும் இறங்கி உள்ளே வந்தாள்.

"அட, என்னடா இந்த நேரத்தில்?" என்று ஹீல்ஸ் கழற்றி ஓரமாக வீசினாள்

"நான் எட்டரைக்கே வந்துட்டேன். வர்றதா போன்ல சொன்னேனே..."

"மைகுட்னெஸ்! சொன்னே இல்ல? ஒரு நிமிஷம். தேவகி... வித்யா சாப்பிட்டாளா?"

"விளையாடிட்டு இருந்திச்சிம்மா. கூப்பிட்டேன். வேணாம்னு சொல்லிச்சி. இப்பப் போய்ப் பார்த்தா தூங்கிடுச்சி."

"சரி, விடு. நான் வெளில சாப்புட்டேன். அரவிந்த், நீ சாப்பிடறியா?"

"நான் சாப்பிட்டுத்தான் வந்தேன்" என்று பொய் சொன்னான்.

"தேவகி, அப்போ நீ சாப்பிட்டுட்டு எல்லாம் எடுத்து வெச்சிடு. அரவிந்த், இரண்டு நிமிஷம் இரு. டிரெஸ் மாத்திட்டு வந்துடறேன்."

பத்து நிமிடங்கள் கழித்து நைட்டியில் இறங்கி வந்து அவன் எதிரில் அமர்ந்தாள்.

"மச்சான் எங்கேக்கா?"

"அவர் ஆபீஸ் வேலையா திடீர்னு டெல்லி போறேன்னார். டிரைவரை எதுவும் வேலை இல்லைன்னு ஆறு மணிக்கே அனுப்பிட்டேன். அதனால நானே போய் ஏர்போர்ட்ல டிராப் பண்ணிட்டு வர்றேன்."

"வீட்ல சொல்லிட்டுப் போகக் கூடாதா?"

"ஸாரிடா. நீ வர்றேன்னு சொன்னதையே மறந்துட்டேன். ஏன்? போரடிச்சுடிச்சா? வித்யாவோட பேசிட்டிருந்தியா?"

"அவ இளங்கோ மாமாகிட்டதான் பேசுவா!"

"ஆரம்பிச்சுட்டியா? இரு. பழம் சாப்பிடறியா?"

யாமினி ரெஃப்ரிஜிரேட்டர் திறந்து. ஆஸ்திரேலிய கிரேப்ஸ் ஒரு தட்டில் வைத்து எடுத்து வந்து இருவருக்கும் பொதுவான டீப்பாயில் வைத்து ஒன்றை எடுத்து வாயில் போட்டுக்கொண்டாள்.

"என்ன முடிவு செஞ்சே அரவிந்த்?"

"எதைப் பத்தி?"

"நான் சொன்ன கன்ஸ்டரகஷன் கம்பெனியில் சூப்பர்வைசரா சேர்றதைப் பத்தி..."

"அந்தப் பேச்சை விட்டுடலாமே."

"ஏன் நல்லது சொன்னா புரிஞ்சுக்க மாட்டேங்கறே? அப்பாகிட்ட கடுமையா சண்டை போட்டியாமே?"

"சண்டை போடலை. என் கருத்தைச் சொன்னேன்."

நான் உன்னை சுவாசிக்கிறேன்

"ஏண்டா வயசான காலத்தில் அவரை நோகடிக்கிறே?"

"நான் நொந்து போறதைப் பத்தி யாருக்கும் கவலை இல்லையா?"

"உன்னோட சோகம் ஒரு கானல் நீர் மாதிரிடா!"

"என்ன கானல்நீர்?"

"தூரத்தில் ரோட்டுல தண்ணி தேங்கியிருக்கிற மாதிரி இருக்கும். கிட்டப் போய்ப் பார்த்தா ஒண்ணும் இருக்காது."

"அந்த மாதிரி?"

"அந்த மாதிரி உன் பிரச்சனைங்கறது ஒன்னுமே இல்லை. நீ அதை பெருசாப் பேசறே."

சுடச்சுட பதிலடி கொடுக்க உள்ளுக்குள் புறப்பட்ட வார்த்தைகளை சிரமப்பட்டு தடுத்து நிறுத்தினான் அரவிந்த்.

இந்த சந்திப்பின் நோக்கம் வாதம் செய்வதல்ல. என் பக்க நியாயத்தை இவளிடம் ஸ்தாபிப்பதல்ல. இவள் மூலம் காரியம் சாதித்தல் மட்டுமே என் நோக்கம். விழுங்கு! மாத்திரையைப் போல ஆத்திரத்தை விழுங்கு!

"சரிக்கா. என்னைவிட உனக்கு வயசும் அதிகம். அனுபவமும் அதிகம். உன் கோணம் சரியானதாக்கூட இருக்கலாம். இதை விட்டுடுவோமே. இப்ப நான் வந்தது வேற ஒரு விஷயத்தைப் பத்திப் பேசறதுக்கு."

"சொல்லு. பாரு, கிரேப்ஸ் எடுத்துக்கவே இல்லையே..."

இரண்டு கிரேப்ஸ் பிய்த்து எடுத்துக் கொண்டான். துவக்கத்திற்குத் தவித்தான்.

"என்ன, சொல்லு."

"உன்னோட ஆபீஸ் சம்பந்தப்பட்ட விஷயத்தில் நான் தலையிடறதா நினைக்கக் கூடாது. எனக்காக நான் சொல்ற ஒரு ஏஜென்சிக்கு நீ ஒரு ஃப்பேவர் செய்யணும். செய்வியா?"

"என்ன செய்யணும்? யாருக்கு?"

"அன்னைக்கு நான் உன்னைப் பார்க்க வந்தப்போ கேரவன் ஏஜென்சியை டெர்மினேட் பண்றதா அதோட மேனேஜர் பிருந்தாகிட்ட தீர்மானமாப் பேசி அனுப்பிச்சியே.?"

"யா... யா! அதுக்கென்ன?"

"ஏஜென்சியை டெர்மினேட் பண்ணி ஆர்டர் அனுப்பிட்டியா?"

"இன்னும் இல்லை."

"அந்த ஏஜென்சிக்கு இன்னும் ஒரு வருஷம் சான்ஸ் கொடுத்துப் பார்க்கக் கூடாதா?"

"உனக்கென்ன அந்த ஏஜென்சி மேல இத்தனை இன்ட்ரெஸ்ட்?"

"அந்தப் பொண்ணு பிருந்தா எனக்குத் தெரிஞ்ச பொண்ணுக்கா. ஏஜென்சி ரத்தானா ஓம்போது பேர் வேலை போயிடும். ரொம்ப வருத்தப்பட்டா. எங்கக்காக்கிட்ட நான் பேசிப் பார்க்கறேன்னு சொன்னேன். என்னக்கா சொல்றே?"

யாமினி பதில் பேசாமல் கிரேப்ஸ் பிய்த்து சாப்பிட்டபடி இருந்தாள்.

"சொல்லுக்கா!"

"இது நிர்வாகத்தோட சட்டதிட்டத்துக்கு உட்பட்டு எடுத்த முடிவுடா."

"நீ நினைச்சா இன்னொரு வருஷம் வாய்ப்பு தர முடியும்."

"ஏண்டா, உன்னோட பர்சனல் மேட்டர் பத்தி நான் பேசினா உனக்கு அது பிடிக்கலை. பேச வேணாமேன்னு சொல்றே. என்னோட அம்பிஷியல் மேட்டர் பத்தி நீ பேசறது மட்டும் சரியா? நோ! இதில் எல்லாம் நீ தலையிடக் கூடாது. நான் எடுத்த முடிவு எடுத்ததுதான்."

"எக்காரணம் கொண்டும் உன் முடிவை மாத்திக்க மாட்டியா?"

"மாட்டேன்"

"அம்பதாயிரம் ரூபா பணம் கொடுத்தா மட்டும் மாத்திக்குவியா?"

 நான் உன்னை சுவாசிக்கிறேன்

யாமினி அதிர்ச்சியுற்று, உடனே சமாளித்து, "என்ன உளர்றே?" என்றாள்.

"அம்பதாயிரம் கொடுத்தா ஃபேவரா காரியம் முடிக்கிறதா அவங்க ஆபீசுக்கு நீ பியூன் மூலமா தூது அனுப்பலை?"

முகம் சிவந்த யாமினி, "நான்சென்ஸ்! என்ன பேசறே?" என்றாள்.

"தெரியும்க்கா. மறைக்காதே! கேள்விப்பட்டதும் எனக்கு எவ்வளவு அதிர்ச்சியா இருந்திச்சி தெரியுமா?"

"முட்டாள்தனமாப் பேசாதே நான் அப்படிப்பட்டவ இல்லை."

"நீ லஞ்சம் கேக்கலைன்றது உண்மைன்னா, அதை நிரூபி."

"எப்படி?"

"என் வார்த்தைக்கு மதிப்பு கொடுத்து அந்த ஏஜென்சியை ரத்து செய்யாம இரு."

"ரொம்ப புத்திசாலித்தனமாப் பேசறதா நினைப்பா? உனக்குக் காரியம் ஆகணும்ன்னா இப்படி அநியாயமா ஒரு பொய் சொல்லி மடக்கப் பார்க்கறியா?"

"நான் சொன்னது பொய் இல்லைன்னு என்னால நிரூபிக்க முடியும்."

யாமினி தவித்தாள். தன் தவிப்பை மறைக்க எழுந்து சென்று தண்ணீர் குடித்துவிட்டு வந்தாள்.

"ஓகே அரவிந்த். அந்த கேரவன் ஏஜென்சி மேல நான் எந்த நடவடிக்கையும் எடுக்கலை. ஒரு வருஷத்துக்கு ஏஜென்சியை ரத்தும் செய்யலை."

"தேங்க்யூக்கா!"

"இரு! ஆனா ஒரு கண்டிஷன்!"

"என்ன?"

"உன் வார்த்தையை நான் கேக்கறதால என் வார்த்தையை நீ கேக்கறதுதான் நியாயம். நான் சொன்ன கன்ஸ்ட்ரக்ஷன்

கம்பெனில சூபர்வைசரா நீ வேலைக்கு சேர்றதா இருந்தா, நான் உனக்கு இந்த உதவியைச் செய்றேன். என்ன சொல்றே?"

"என்னக்கா இது? இதுக்கும் அதுக்கும் என்ன சம்பந்தம்?"

"இருக்கு. யோசி! நாளைக்கு உன் பதிலைச் சொல்லு. என் கன்டிஷனுக்கு நீ ஒத்துக்கிட்டா உன் கோரிக்கைக்கு நான் ஒத்துக்கறேன். நோ மோர் ஆர்க்யுமெண்ட்ஸ்!" என்று எழுந்தவள், "குட்நைட்" என்றுவிட்டு மாடிப்படிகளில் ஏறினாள்.

யோசனையோடு உட்கார்ந்தபடி இருந்தான் அரவிந்த்.

———◦———

 நான் உன்னை சுவாசிக்கிறேன்

-10-

காதல் டைரிக் குறிப்பு

வார்த்தைப் பிழை, வாக்கியப் பிழை
இலக்கணப் பிழை என்று எத்தனை
இருந்தாலும் இருபதாவது முறை
படித்தபோதும் இனிமையாகத்தான் இருந்தது
அந்தக் காதல் கடிதம்.

சந்துரு ஆடிவிட்டு ஸ்டரைக்கரை அரவிந்த் பக்கம் தள்ளினான்.

"டேய்! என்ன யோசனை? நான் ஆடிட்டேன்."

வேறு சிந்தனையில் இருந்த அரவிந்த் சுதாரித்து, கேரம் போர்டில் எந்தக் காய் பாக்கெட் செல்லத் தோதாக இருக்கிறது என்று கோணம் பார்த்தான்.

சந்துருவின் வீட்டு மொட்டைமாடியில் கீற்றுப் பந்தலுக்கடியில் போர்டுக்கு மட்டும் ஒரு தொங்கும் விளக்கமைத்து எதிரெதிர் நாற்காலிகளில் அவர்கள் அமர்ந்திருக்க சில்லென்று காற்று அவர்களின் உடைகளுக்குள் ஊடுருவியது. நட்சத்திர வானத்தில் நீளமாகப் புகைக்கோடு போட்டபடி ஒரு ஜெட் விமானம் கடந்து கொண்டிருந்தது. வாகன சத்தங்கள் சுரத்திழந்திருந்தன.

சந்துருவின் மனைவி விமலா இரண்டு பேருக்கும் டீ எடுத்து வந்து, "இன்னிக்கு என்ன பந்தயம் வெச்சிருக்கீங்க?" என்றாள் சிரித்தபடி.

"ஒரு பாக்கெட் சிகரெட்" என்று விட்டு ஒன்றைப் பற்ற வைத்துக் கொண்டான் சந்துரு.

ட்ரேயிலிருந்து டீ கோப்பையை எடுத்து இருவர் கைகளிலும் கொடுத்தபடி, "பந்தயம் வெச்சுக்கறதுக்கு வேற நல்ல பொருள்

எத்தனை இருக்கு?" என்றவள், "அரவிந்த, நீங்க இவரைக் கண்டிக்கிறதே இல்லையா?" - ஸ்டூல் மேல் இருந்த தண்ணீர் ஜக்கையும் செல்போனையும் கீழே எடுத்து வைத்து விட்டு அமர்ந்து கொண்டாள்.

"எதைக் கண்டிக்கச் சொல்றீங்க?" என்றான் அரவிந்த் டீயைப் பருகியபடி.

"இப்பல்லாம் இவரைக் கைல சிகரெட் இல்லாமப் பார்க்கவே முடியறதில்லை. முந்தி வெளில மட்டும்தான் பிடிச்சிக்கிட்டிருந்தார். ரெண்டு வருஷமா வீட்லயே பிடிக்க ஆரம்பிச்சிட்டார். வீட்ல எல்லா ரூம்லயும் ஆஷ்ட்ரே இருக்கு. டாய்லெட்லகூட ஒண்ணு வெச்சிருக்கார்."

"கண்டிக்க வேண்டிய விஷயம்தான். எனக்கு தகுதி இல்லையே, நானும் பிடிச்சிட்டிருக்கேனே."

"நீங்க ஒரு நாளைக்கு எத்தனை பிடிக்கிறீங்க?"

"அஞ்சி இல்லைன்னா ஆறு."

"பரவால்லையே. இவரு அஞ்சி பாக்கெட்டில்லே ஊதறார்."

"ஏண்டா சந்துரு, அவ்வளவா பிடிக்கிறே?"

"அவதான் சொல்றான்னு நீயும் கேக்கறியே. மிகைப்படுத்திச் சொல்றாப்பா, ஷூட்டிங் இல்லைன்னா ஜஸ்ட் மூணுதான்."

"வெறும் மூணு இல்லை, மூணு பாக்கெட். ராத்திரி எல்லாம் எப்படி இருமறார் தெரியுமா?"

சந்துரு இருமிக்காட்டி, "இப்படி..." என்றான்.

"கிண்டலா இருக்கா? படிப்படியா குறைச்சி நிறுத்தியாகணும். இல்லை...?"

"இல்லே?"

"நான் பிடிக்க ஆரம்பிச்சிடுவேன்" என்றாள் விமலா

"இந்த யோசனை நல்லாருக்கே. மொத்தமா ஹோல்சேல வாங்கிடலாமா?" என்ற சந்துருவை விமலா செல்லமாகத் தலையில் குட்ட, அந்த அசைவில் கை அசைந்து குறி தவறியது.

   நான் உன்னை சுவாசிக்கிறேன்

"சரி, நான் கீழே போறேன் நிறைய வேலை இருக்கு" என்று காலிக் கோப்பைகளை எடுத்துக்கொண்டு படியிறங்கிச் சென்றாள் விமலா.

"ஏன் அரவிந்த், இப்படி டல்லடிக்கிறே? இன்னிக்கு உனக்கு ஆட்டத்தில கவனமே இல்லை. உன் பராப்ளம் என்ன?"

அரவிந்த் விளையாடுவதை நிறுத்தினான்.

"போதும் சந்துரு. லெட் அஸ் நாட் ப்ளே. மூடு இல்லை. பிருந்தான்னு ஒரு பொண்ணைப் பத்திச் சொன்னேன்ல?."

"யெஸ். நீயா சொல்வேன்னுதான் நான் கேக்கலை, சொல்லு... என்ன லவ்வா?"

"தெரியலை சந்துரு. எனக்கு அவளைப் பிடிச்சிருக்கு. பார்க்கணும்னு மனசு துடிக்குது. அவளோட பேசறப்போ நான் இயல்பாஇல்லை. எனக்குள்ளே ஹீலியம் கேஸ் நிரப்பின மாதிரி எங்கயோ மிதக்கறேன். அவ மனசுல இடம் பிடிக்கணும்னு போலியா வாக்குறுதி கொடுக்கறேன். அவளோட பேசிட்டுப் பிரியறப்போ ரொம்ப வருத்தமா இருக்கு. டு பீ வெரி ஃப்ராங்க்... உன்கிட்ட சொல்றதுக்கென்ன..... மனசுக்குள்ளே அவளைப் பல தடவை முத்தம் கொடுத்துட்டேன்."

"இதுக்குப் பேர் லவ் இல்லாம வேற என்னவாம்?"

"யெஸ். நான் அவளை நேசிக்கிறேன். அதான் உண்மை. மத்தவங்க காதலைக் கேக்கறப்போ படிக்கிறப்போ பார்க்கறப்போ ஒரு கிளுகிளுப்பு மனசுல ஏற்படுமே, அதையே அனுபவமா உணர்றப்போ பத்து, இருபது மடங்கு அதிகமா இருக்குடா அந்தத் தவிப்பான சந்தோஷம்."

சந்துரு அவன் கையைப் பற்றிக் குலுக்கினான்.

"கங்கிராட்ஸ் அரவிந்த். ஆல் தி பெஸ்ட். அவ எப்படி? அவளும் உன்னை லவ் பண்றாளா?"

"தெரியலை சந்துரு. என்மேல நல்ல மரியாதை வெச்சிருக்கா. பண்பாட்டோட பழகறா, தனக்கு ஒரு காரியம் ஆகணுங்கற

நோக்கத்தில்தான் முதல்ல பேசினா. அப்புறம் இயல்பா ஃப்ரெண்ட்லியா பேசினா.''

''அவ மனசுல என்ன இருக்குன்னு உன்னால புரிஞ்சிக்க முடியலையா?''

''இப்ப ரெண்டு மூணு தடவைதான் நாங்க சந்திச்சிப் பேசியிருக்கோம். என்னை மாதிரியே அவ மனசுல என்மேல் ஒரு ஈர்ப்பு ஏற்பட்டிருக்கும்னு நான் எதிர்பார்க்கறதே தப்புடா. ஆனா, அவளை எனக்கு ரொம்பப் பிடிச்சிருக்கு. என் காதலை அவளுக்குப் புரிய வெச்சி, அவ அதை ஏத்துக்கணும்னு நான் ஆசைப்படறேன்.''

''ரொம்ப தயங்கிட்டு இருக்காதே அரவிந்த். இந்த ரெண்டு மூணு சந்திப்புலயே அவளைப் பற்றி நீ இவ்வளவு உருகிப் பேசிட்டிருப்பேன்னு அவளுக்குத் தெரியாதில்லையா? அதே மாதிரி அவளும் அவ ஃப்ரெண்டு யார்கிட்டயாவது உன்னைப் பற்றி உருகிப் பேசிட்டிருக்கலாமில்லையா? ஓபனா வெளிப்படுத்திடு.''

''அதுக்கு இது சரியான நேரம் இல்லை சந்துரு.''

''சரி, மனசுல காதல் வந்திருக்குன்னா முகத்தில வெளிச்சம் வரணுமே. ஏன் இருட்டடிக்குது?''

''எங்கக்கா மூலமா பிருந்தாவுக்கு ஒரு காரியம் ஆகணும்னு சொன்னேன் இல்லையா, அது சம்பந்தம் அக்காவைப் பார்த்துப் பேசினேன். அவ சொன்ன கண்டிஷனாலதான் மூட்அவுட் ஆகியிருக்கேன்.''

''என்ன சொன்னாங்க உங்கக்கா?''

சந்துரு ஒரு புது சிகரெட் எடுக்க, அவன் கையைப் பிடித்துத் தடுத்தான் அரவிந்த்.

''இப்பத்தானே உன் வைஃப் அவ்வளவு தூரம் ஃபீல் பண்ணி சொல்லிட்டுப் போனாங்க. கொஞ்சம் குறைச்சுக்கயேண்டா!''

''சரி, பத்து நிமிஷம் கழிச்சி அடிக்கிறேன்'' என்று மறுபடி அதை பாக்கெட்டுக்குள் போட்டுவிட்டு, ''ம், சொல்லு'' என்றான்.

                    நான் உன்னை சுவாசிக்கிறேன்

"பிருந்தா மேனேஜரா வேலை பார்க்கற நிறுவனத்துக்கு கொடுத்த ஏஜண்டு உரிமையை ரத்து செய்யப் போறா எங்கக்கா. 'இத்தனை நாள் நிர்வாகக் கோளாறு இருந்திச்சி, அதெல்லாம் சரி செய்துட்டேன். இன்னம் ஒரு வருஷம் டயம் கொடுத்துப் பாருங்க, உங்க எதிர்பார்ப்புப்படி இயங்கலைலன்னா அப்புறம் ரத்து செய்யுங்க'ன்னு சொல்றா பிருந்தா."

"நியாயமான கோரிக்கைதானே?"

"நியாயம்தான். எங்கக்காவோட பிடிவாதம் பத்திதான் கதை கதையா உன்கிட்ட சொல்லிருக்கேனே. இப்ப லஞ்சம் வேற வாங்க ஆரம்பிச்சுட்டாப் போலிருக்கு. அம்பதாயிரம் கொடுத்தா ஏஜண்டு உரிமையை ரத்து செய்யாம இருக்கேன்னு பியூன் மூலமா சொல்லி விட்டிருக்கா."

"ரொம்ப அசிங்கமா இருக்கேப்பா."

"உனக்கும் எனக்கும் அசிங்கமாப் படுது. அக்கா மாதிரி எத்தனையோ பேருக்கு லஞ்சம்தான் 'பார்ட் ஆஃப் தி லைஃப்' ஆயிடுச்சே. நான் கேட்டதுக்கு நான் லஞ்சம் கேக்கலைன்னு சமாளிக்கிறா. கடைசியா ஒரு கண்டிஷன் சொன்னா, ஆஃப்செட் பிரிண்டிங் பிரஸ் ஆரம்பிக்கிற யோசனையை எல்லாம் மூட்டைக்கட்டி வெச்சிட்டு ஒரு கன்ஸ்ட்ரக்ஷன் கம்பெனில சூப்பர்வைசர் வேலைக்கு என்னைப் போகச் சொல்றா. அதுக்கு நான் சம்மதிச்சா, பிருந்தாவோட கம்பெனி ஏஜென்சி உரிமையை ரத்து செய்யாம இருக்காளாம்."

"நீ மூட்அவுட் ஆனது நியாயம்தான். இப்ப என்ன முடிவு செய்யப் போறே நீ?"

அரவிந்த் எழுந்து பந்தலுக்கு வெளியே மெதுவாக நடந்து கைப்பிடிச் சுவரில் சாய்ந்தபடி நின்று கொண்டு சற்று நேரம் நிலாவை உரசும் மேக உதிரிகளைப் பார்த்து விட்டுப் பெருமூச்சு விட்டான்.

"குழப்பமா இருக்கு சந்துரு. ஐ லவ் பிருந்தா. இந்த ஏஜென்சி ரத்தானா அவளுஞுக்கும் இன்னும் எட்டு பேருக்கும் வேலை வேணும். எப்படியும் எங்கக்கா மூலமா ஓரியம் சாதிச்சுடறேன்னு சத்தியம் செய்யாத குறையா அவளுக்கு வாக்குக் கொடுத்துத்

தொலைச்சுட்டேன். கண்டிப்பா நான் இந்தச் சிக்கலை சரி செஞ்சிடுவேன்னு அவ நம்பிக்கிட்டு இருக்கா.”

சந்துருவும் எழுந்து அவனருகில் வந்து நின்று கொண்டு, “இப்போ உடனடியா உங்கப்பா உனக்குப் பண உதவி செய்யறதா இல்லை. ரெண்டு வருஷம் கழிச்சிதான் தருவேன்னு தீர்மானமா சொல்லிட்டார். ஏற்கெனவே நீ ஒரு தடவை பிஸினெஸ் ஆரம்பிச்சி நஷ்டப்பட்டதால நீ மறுபடி பிஸினெஸ் ஆரம்பிக்கிறது உங்க அண்ணன், அக்கா யாருக்குமே பிடிக்கலை. அவங்க எல்லாம் ஆசைப்படற மாதிரி ரெண்டு வருஷத்துக்கு நீ வேலைக்குப் போறதில என்ன இடிக்குது அரவிந்த்?” என்றான்.

“மத்தவங்க எல்லாம் இதே பாட்டைப் பாடிக்கிட்டிருக்கிறப்ப நீ ஒருத்தன்தான் என்னைப் புரிஞ்சுக்கிட்டு லோன் ஏற்பாடு பண்ணித் தர்றேன்னு சொல்லி என்கரேஜ் செஞ்சே. இப்ப நீயும் அவங்க கட்சிக்கு மாறிட்டியா?”

“பார்த்தியா? அந்தப் பொண்ணை லவ் பண்றே. அவளுக்கு உதவணும்னு நினைக்கறே. நீ செய்ற இந்த உதவி உன் மேல அவளுக்குக் காதலை ஏற்படுத்தும்னு நம்பறே. அதனாலதான் என்ன முடிவெடுக்கறதுன்னு புரியாம குழம்பறே! உன் மனசில தெளிவு இருந்தா நான் இப்படி யோசனை சொல்லிருக்க மாட்டேன். நீ தப்பா எடுத்துக்கலைன்னா சீரியஸா சில கேள்விகள் கேக்கட்டுமா?”

“கேளுடா, என்ன பீடிகை?”

“உடனடியா ஆஃப்செட் பிரஸ் ஆரம்பிக்கணும் உங்கப்பா உதவி இல்லாம. அதானே உன் திட்டம்?”

“ஆமாம்.”

“நீ பார்த்து வெச்சிருக்கிற செகண்ட்ஹாண்ட் மிஷின், இடத்துக்கு அட்வான்ஸ் எல்லாம் சேர்த்து உனக்கு எவ்வளவு தேவைப்படுது?”

“பத்து லட்சம் வேணும்.”

“எல்லாமே கடன்தான் வாங்க வேண்டிய சூழ்நிலையா?”

          நான் உன்னை சுவாசிக்கிறேன்

"ஆமாம், தனிப்பட்ட முறையில் என்கிட்ட என்ன இருக்கு?"

"பேங்க் லோன் ஏற்பாடு பண்ண முடியாதா? வட்டி கம்மியா இருக்குமே."

"கரெக்ட்டு, செகண்ட்ஹாண்ட் மிஷின் மேல கடன் கொடுக்கறதில தாமதமாகும். ப்ராஜெக்ட் வொர்க் பண்ணித் தரணும். கொலேட்டரல் செக்யூரிட்டி கேப்பாங்க. நான் நினைக்கிற ஸ்பீடுக்கு நடக்காது. எனக்கு உடனே பணம் வேனும். தாமதமானா நான் பார்த்து வெச்சிருக்கிற மிஷின் எனக்குக் கிடைக்காமப் போய்டும். அதனால்தான் வட்டி அதிகமாக இருந்தாக்கூட பரவால்லைன்னு உன்னை சேட்டு மூலமா ஏற்பாடு பண்ணித்தரச் சொன்னேன். பாசாங்கு இல்லாமல் சொல்லு சந்துரு. எனக்கு கடன் ஏற்பாடு பண்ணித் தர்றதுக்கு உனக்குத் தயக்கமா இருக்கா?"

"இடியட் மாதிரி பேசாதே. அவாய்ட் பண்றதுக்காக உன்னைக் கேள்வி கேக்கலை. அக்கறையோடத்தான் கேக்கறேன். அதிக வட்டி கொடுத்தா உனக்குக் கட்டுப்படியாகுமா?"

"வொர்க்-அவுட் பண்ணிப் பார்த்துட்டேன். முப்பத்தாறு பர்செண்ட் வரைக்கும் வட்டி கொடுத்தாலும் என்னால தொழிலை லாபகரமா நடத்த முடியும். இந்தத் தொழில்ல பிரிண்ட்டிங் டெக்னாலஜி படிச்சவங்க கம்மியாத்தான் இருக்காங்க. என்னால பிரிண்ட்டிங் காஸ்ட்டைப் பல வகைகள்ல குறைக்க முடியும். அதனால குறைஞ்ச கொட்டேஷன் கொடுத்து பல ஆர்டர்ஸ் பிடிப்பேன். அஞ்சி வருஷத்துல என்கிட்ட அஞ்சி மிஷின் இருக்கற அளவுக்கு என்னால கொண்டுவர முடியும்டா."

"நீ இவ்வளவு நம்பிக்கையா பேசறப்போ எனக்கு சந்தோஷமா இருக்கு அரவிந்த்."

"இப்படியெல்லாம் ஆர்வமா திட்டம் வெச்சிக்கிட்டிருக்கிறப்போ எப்படிடா என் ப்ராஜெக்ட்டைத் தள்ளி வெச்சிட்டு மாச சம்பளத்துக்கு வேலைக்குப் போக முடியும்? அப்பாவுக்கு என் திறமை மேல நம்பிக்கை இல்லை. ஆனா..அண்ணனுக்கும் சரி, அக்காவுக்கும் சரி, நான்

அவங்களுக்கும் மேல வளர்ந்து பெரிய ஆளாயிடப் போறேன்னு கவலை! அதனால் எனக்கு நல்லது செய்யற மாதிரி என்ன வேர்லயே கட் பண்ணப் பார்க்கறாங்க!"

"நீ வளர்ந்து பெரிய ஆளானா சந்தோஷம்தானே அவங்களுக்கு. எதுக்குக் கவலைப்படணும்?"

"உள் நாட்டு யுத்தம் மாதிரி இது ஒரு உள் வீட்டு பக்கம். வெளில தெரியாத ரகசிய யுத்தம். எனக்குத்தான் அவங்களைத் தெரியும்."

"ரைட்டுப்பா. இது கொஞ்சம் டெலிகேட்டான மேட்டர். என்னதான் நான் வெளில இருந்து ஆயிரம் பேசினாலும், உன் மனசுக்குத்தான் தெரியும் நல்லது கெட்டது!"

"நான் தீர்மானிச்சுட்டேன் சந்துரு. என் அக்காவோட கண்டிஷனை நான் ஏத்துக்கப் போறதில்லை" என்றான் அரவிந்த்.

—◦—

நான் உன்னை சுவாசிக்கிறேன்

11

காதல் டைரிக் குறிப்பு

என்னிடம் இரண்டு உயிர்கள்
இருந்தால்
ஒன்றை உனக்குத் தருவேன்.
இன்னொன்றை
உனக்காகத் தருவேன்!

அந்தக் கட்டடத்தின் வாசலில் பைக்கை நிறுத்தி இறங்கினான் அரவிந்த். ஹெல்மெட்டைக் கழற்றினான். ரியர்வியூ கண்ணாடியில் பார்த்துக் கொண்டு லேசாகக் கலைந்திருந்த தலைமுடிகளை விரல்களால் சரி செய்துகொண்டான். குளிர் கண்ணாடியைக் கழற்றி சட்டைப் பாக்கெட்டில் செருகிக் கொண்டான்.

இரண்டு மாடிகள் மட்டும் கொண்ட அந்தக் கட்டடத்தின் மாடிப்படிகளின் அருகில் மரப்பலகையில் அங்கே இருக்கும் அலுவலகங்களின் முகவரிகளை எழுதி வைத்திருந்தார்கள்.

கேரவன் ஏஜென்சீஸ் இரண்டாவது மாடியில் இருப்பதைப் பார்த்து விட்டு படிகள் ஏறினான்.

இரண்டாவது மாடியில் நான்கைந்து அலுவலகங்கள் இருந்தன. அதில் கேரவன் ஏஜென்சியின் சிறிய போர்டைப் படித்து விட்டு கதவைத் தள்ளி உள்ளே வந்தான்.

ஒரு செவ்வக ஹால், ஒரு பக்கம் தனியறை ஒன்று. அவ்வளவே அலுவலகம். ஹாலில் போடப்பட்டிருந்த மேஜைகளில் ஏழெட்டுப் பேர் தங்களுக்குள் சிரித்துக் கொண்டிருக்க, இவனது வருகையில் சிரிப்பு நின்றுபோய் எல்லோரின் பார்வையும் இவன் மேல் விழுந்தது.

பொதுவாகப் பார்த்து, "மேனேஜர் மிஸ் பிருந்தாவைப் பார்க்கணும்" என்றான்.

"நீங்க" என்றான் குண்டான இளைஞன்.

"என் பேர் அரவிந்த். அவங்களுக்குத் தெரியும்."

இவன் பெயரைச் சொன்னதும், நாற்காலியில் சரிந்து அமர்ந்திருந்த அந்த இளைஞன் சட்டென்று நிமிர்ந்து உட்கார்ந்ததில், அலுவலகத்தில் தன்னைப் பற்றி பிருந்தா பேசியிருக்கிறாள் என்பதை அவனால் புரிந்துகொள்ள முடிந்தது.

"மேடம் இன்னும் வரலை சார். இப்ப வர்ற நேரம்தான். நீங்க அந்த ரூம்ல வெய்ட் பண்ணுங்க. சேது, சாரை உள்ளே உக்கார வெச்சி ஏ.சி. போட்டு விடு."

சேது வழி நடத்தி தனியறைக்குள் அழைத்து வந்து நாற்காலி காட்டியதும், "ஃபேன் போதும். ஏ.சி. வேணாம்" என்றான் அரவிந்த்.

"ஏதாச்சும் குடிக்கிறீங்களா சார்? காபி, கூல்ட்ரிங்ஸ்."

"ஒண்ணும் வேணாங்க."

சேது விலகியதும் எளிமையான அழகுடனிருந்த அந்த அறையைப் பார்த்தான். ஒரு சிறிய தனி மேஜை சுவரோரமாகப் போடப்பட்டும், பாண்டிச்சேரி 'அன்னை'யின் படம் சாய்த்து வைத்துப் புதிய மலர்கள் அழகாக அமைக்கப்பட்டும் இருந்தன. கொளுத்தி வைக்கப்பட்டிருந்த ஊதுபத்திகள், அறை முழுக்க சந்தன வாடையை நிறைத்துக் கொண்டிருந்தன.

அகலமான மேஜை மேல் ஃபைல்கள், காலண்டர். பேனா ஸ்டாண்ட், டைரி, டெலிபோன் எல்லாமே சுத்தமாக இருந்தன. மேஜைக் கண்ணாடியின் அடியில் அன்னை தெரஸாவின் படம் மட்டும் செருகப்பட்டிருந்தது.

சற்று நேரத்தில் வரப் போகிற பிருந்தா, தான் சொல்லப் போவதை எப்படி எடுத்துக் கொள்வாள் என்று யோசித்தான் அரவிந்த்.

நிச்சயமாக அந்த அழகான முகம் ஏமாற்றத்தில் வாடிப் போகும். 'என்னமோ பெரிசா உணர்ச்சிபூர்வமா வாக்குறுதி

எல்லாம் கொடுத்தியே' என்று அவள் பார்வை, வார்த்தைக்கு அவசியமின்றிக் கேள்வி கேட்கும். அவள் மனதில், எனக்கான உயரமான இடத்திலிருந்து தொப்பீரென்று கீழே விழுவேன்.

ஆனால், வேறு வழி இல்லையே...

ஐந்து நிமிடங்களுக்குப் பிறகு கதவைத் திறந்துகொண்டு பரபரப்பாக உள்ளே வந்தாள் பிருந்தா.

"வாங்க அரவிந்த். குட்மார்னிங்" என்றாள் மலர்ச்சியாக.

மெரூன் நிறத்தில் சுடிதார் அணிந்திருந்த அவள் நெற்றியில் வட்ட ஸ்டிக்கர் பொட்டு பளிச்சென்று இருந்தது - அவளின் புன்னகையைப் போலவே.

"குட்மார்னிங்" என்றான்.

"ஒரே ஒரு ஸெகண்ட் ப்ளீஸ்..." என்று அன்னை படத்திற்கு நேராகச் சென்று பத்து விநாடிகள் கண்களை மூடி நின்றாள். படத்தைத் தொட்டு உதட்டில் வைத்துக்கொண்டு தன் நாற்காலியில் அமர்ந்தாள். "போன் செய்திருந்தா நானே உங்களை வந்து பார்த்திருப்பேனே" என்றாள்.

"ஏன்? நான் உங்க ஆபீசுக்கு வர்றதில ஏதாச்சும் ப்ராப்ளம் இருக்கா?"

"சேச்சே! உங்களுக்கு எதுக்கு சிரமம்ன்னு சொன்னேன். வழக்கமா பத்து மணிக்கு கரெக்ட்டா வந்துடுவேன். இன்னைக்கு பேங்க் மானேஜரைப் பார்க்க வேண்டியிருந்திச்சி. அதான் லேட். நீங்க வரப் போறது தெரிஞ்சிருந்தா உங்களைக் காக்க வெச்சிருக்க மாட்டேன்."

"அதெல்லாம் பரவால்லை, விடுங்க..."

"எதாச்சும் சாப்பிடறீங்களா?"

"நோ, தேங்ஸ்..."

'அப்புறம்?' என்பது போல அவள் அமைதியாகக் கைகளைக் கட்டிக்கொண்டு அவனைப் பார்த்தாள்.

"பிருந்தா, உங்களுக்கு அவசரமான வேலைகள் இருந்தா முதல்ல அதைப் பார்த்துடுங்க. நான் வெய்ட் பண்றேன். எனக்குக் கொஞ்சம் விவரமாப் பேசணும்."

"ஒரே ஒரு வேலை பார்த்துடறேன். பேங்க் மானேஜர் ஒரு டீட்டெயில்ஸ் கேட்டிருக்கார். அதை அனுப்பச் சொல்லணும். ஒரே ஒரு நிமிஷம், ப்ளீஸ்..."

பிருந்தா எழுந்து ஹாலுக்குச் சென்று ஒரே நிமிடத்தில் திரும்ப வந்து உட்கார்ந்து, "சொல்லுங்க அரவிந்த்" என்றாள்.

"ரொம்ப பீடிகை எல்லாம் போட விரும்பலைங்க. ஏன்னா நீங்க ரிசல்ட்டுக்காகக் காத்துக்கிட்டிருக்கீங்கன்னு எனக்குத் தெரியும். பிருந்தா, உங்க ஏஜென்சி உரிமை ரத்தாகாம தடுக்க என்னால முடியலை. ஐ'ம் டெர்ரிப்ளி ஸாரி" என்றான் பார்வையைத் தாழ்த்திக் கொண்டு.

"பரவால்லைங்க. நீங்க எனக்கு உதவ நினைச்சதும், முயற்சி செஞ்சதுமே பெரிய விஷயம். இவ்வளவு பொறுப்பா நேர்ல வந்து பதில் சொல்றீங்களே, இதுக்கே நான் தேங்ஸ் சொல்லணும்" என்றாள் கொஞ்சமும் புன்னகை மாறாமல்.

"நான் சொன்னது உங்களுக்கு அதிர்ச்சியா இல்லையா? ஏமாற்றமா இல்லையா?"

"அதிர்ச்சியா இல்லை. ஆனா, ஏமாற்றமா இருக்கு. ஆனா, வலிக்கலை."

"அதெப்படி வலிக்காம இருக்கும்?"

"எக்கச்சக்கமா எதிர்பார்ப்பு வெச்சாத்தான் வலிக்கும்."

"அப்படின்னா முதல்லேர்ந்தே நான் உங்களுக்குச் சாதகமா செய்து கொடுப்பேன்னு உங்களுக்கு நம்பிக்கை இல்லையா?"

"நம்பிக்கை இருந்திச்சி. ஆனா, எதிலயும் நான் மூழ்கிப் போறதில்லை. டோட்டல் டிப்பண்டன்ஸ் பிடிக்காது. நீங்களா முன்வந்து உதவி செய்றேன்னு சொன்னீங்க. சரி, முயற்சி செய்யுங்கன்னு சொன்னேன். என் ஒருத்தியோட தனிப் பிரச்னைன்னா உங்க சிபாரிசக் கூட விரும்பியிருக்க மாட்டேன்.

                     நான் உன்னை சுவாசிக்கிறேன்

இந்த ஆபீஸ்லே மத்த எட்டுப் பேரோட வேலை போகாம இருக்க ஏதாவது செய்ய முடியுமான்னுதான் மெனக்கெட்டேன். பரவால்லைங்க."

"ஆனா, இந்தப் பதிலைச் சொல்றதுக்கு எனக்குச் சங்கடமா இருக்கு. உறுத்துது. ஐ ஃபீல் கில்ட்டி பிருந்தா."

"இதிலென்னங்க இருக்கு. நல்ல மனசோட, நல்ல நோக்கத்தோட முயற்சி செய்தீங்க. முடியாமப் போச்சி. நீங்க என்ன செய்வீங்க, பாவம்! எங்க ஏஜென்சி உரிமை ரத்தாகறதும், ரத்தாகாததும் உங்க கைல இல்லையே."

"இல்லைங்க என் கைலதான் இருந்திச்சி. இன்னிக்குக் காலைல நான் எங்கக்காவுக்கு போன் செஞ்சி என் முடிவைச் சொல்ற வரைக்கும்."

பிருந்தா அவனைப் புரியாமல் பார்த்தாள்.

"நான் உங்களை என்னோட நெருக்கமான ஒரு... ஒரு... தோழி மாதிரி நினைச்சி சில விஷயங்களை வெளிப்படையா பகிர்ந்துக்க விரும்பறேங்க. ஏன்னா... ஏன் என்னால முடியலைன்னு நீங்க தெளிவாப் புரிஞ்சுக்கணும்."

"சொல்லுங்க."

"என் குடும்பத்தில எல்லோருக்கும் என் மேல அவநம்பிக்கை இருக்கு. ஒரு சவாலா சாதிச்சிக் காட்டணும்னு துடிப்புல இருக்கேன் நான். ஒரு பைசா வீட்ல எதிர்பார்க்காம வெளி ஏற்பாடுகள்ல பத்து லட்ச ரூபாய் இன்வெஸ்ட் செஞ்சி ஆஃப்செட் பிரிண்ட்டிங் தொழில்ல இறங்கப் போறேன். அதுக்கான தீவிரமான ஏற்பாடுகள்ல நான் இருக்கறேன். எங்கக்காவுக்கு இது சுத்தமாப் பிடிக்கலை. அதுக்குப் பல காரணங்கள் இருக்கு. எனக்காக மாச சம்பளத்தில அவ ஒரு வேலை பார்த்து வெச்சிருக்கா. தொழில் ஆரம்பிக்கிற ஐடியாவை விட்டுட்டு நான் வேலைக்குப் போகணும்ணு அவ வற்புறுத்திக்கிட்டிருக்கிற சூழ்நிலையிலதான் உங்க விஷயமா நான் சிபாரிசுக்குப் போனேன். இதை சாக்கா வெச்சிக்கிட்டு கண்டிஷன் போடறா. கிட்டத்தட்ட பிளாக் மெயில்!"

"என்ன கண்டிஷன்?"

"நான் என் பிஸினெஸ் ப்ராஜெக்டை ட்ராப் செஞ்சிட்டு அவ சொல்ற வேலைக்குப் போறதாயிருந்தா உங்க ஏஜென்சியை ரத்து செய்யாம இருக்காளாம்."

"இந்த பிசினஸ் மேட்டர்ல போயி பர்சனல் மேட்டரை ஏன் சேர்க்கறாங்க?"

"அதான் யாமினியோட சாமர்த்தியம். இப்படி ஒரு கன்டிஷனைப் போட்டு யோசிச்சிச் சொல்லுன்னுட்டா. எனக்கு ரொம்பக் குழப்பமாயிடுச்சி. என்னமோ தெரியலை, உங்களைப் பார்த்ததிலேர்ந்து, பேசினதிலேர்ந்து உங்களுக்கு உதவி செய்யணும்ன்னு ஒரு துடிப்பு. அதனாலதான் உணர்ச்சிவசப்பட்டு வாக்கு கொடுத்துட்டேன். ஆனா, பிஸ்னெஸ்ங்கிறது என்னோட லைஃப் ப்ராஜெக்ட். என் எதிர்காலத்தை, முன்னேற்றத்தைத் தீர்மானிக்கிற விஷயம். அதை விட்டுக்கொடுக்க மனசு வரலை. நீங்க என்னைப் பத்தி கேவலமா நினைச்சாலும் பரவால்லைன்னு நான் முடிவு செஞ்சி, காலைல அக்காவுக்கு போன் செஞ்சி, 'உன் நிபந்தனைக்கு நான் ஒத்துக்கறதா இல்லை. ஆனா, நீ ஏஜென்சியை கேன்சல் செய்யாம இருக்கிறதுதான் மனிதாபிமானம். அப்புறம் உன் இஷ்டம்'னு சொல்லிட்டேன். முடிவெடுத்துட்டேன். உங்கக்கிட்டயும் அதைச் சொல்லிட்டேன். ஆனா, ஒரு குற்ற உணர்ச்சி என்னைக் குடையுதுங்க."

"ஏன் இப்படியெல்லாம் நினைக்கிறீங்க? எனக்கு என் ஏஜென்சி உரிமை முக்கியம். உங்கக்காவுக்கு அவங்க ஈகோ முக்கியம். உங்களுக்கு உங்க ப்ராஜெக்ட் முக்கியம். எல்லாருமே செல்ஃபிஷ்தானே? இதிலே நீங்க ஃபீல் பண்றதுக்கு எதுவும் இல்லை. உங்களைக் கேவலமா நினைக்கிறதுக்கும் எதுவும் இல்லை."

"நிஜமாவா? என் மேல உங்களுக்கு எரிச்சல் எதுவும் வரல்லையா?"

"இல்லைங்க. 'என்னால முடியலை, ஸாரி'ன்னு நீங்க ரெண்டே வரி போன்ல சொன்னாக்கூடப் போதுமே. நேரில் வந்து

இவ்வளவு விவரமாச் சொல்லி, ஃபீல் பண்றீங்களே... இது உங்க இதயத்தில இருக்கற இரக்கத்தையும் பண்பாட்டையும் தானே காட்டுது. உங்க மேல எனக்கு எந்த வருத்தமும் இல்லை. கில்டியா ஃபீல் பண்ணாதீங்க. உங்க ப்ராஜெக்ட் அமோகமா சக்ஸஸ் ஆகறதுக்கு என்னோட வாழ்த்துகள்.''

தெம்பாக நிமிர்ந்து அமர்ந்த அரவிந்த், ''தேங்ஸ்'' என்றான்.

''இப்ப எதாச்சும் சாப்பிடலாமா?'' என்று மணியடித்து பியூனை வரவழைத்து, ''உங்களுக்கு பெப்சிதான் பிடிக்குமில்லை? ஒரு பெப்சி வாங்கிட்டு வா'' என்று அனுப்பினாள்.

ஏன் என்பதுபோல் பார்த்தான்.

''நெருக்கமான தோழின்னு என்னை நீங்க குறிப்பிட்டீங்க இல்லே. ஒரு ஃபிரெண்ட் தன் ஃபிரெண்டுக்கு ட்ரிங்ஸ் வாங்கித் தர்றதில்லையா?''

கூல்ட்ரிங் குடிக்காமலேயே தொண்டையில் ஜில்லென்று இறங்கின அவள் வார்த்தைகள்.

''உங்கக்கா கேட்ட தொகையைக் கொடுத்தா நிலைமை சரியாயிடும். ஆனா, எனக்கு அதில இஷ்டமில்லைங்க. தேவைகளுக்காகக் கொடுத்துப் பழகித்தான் வாங்கறவங்க அதிகமானாங்க. லஞ்சத்தில கொடுக்கறவங்க வாங்கறவங்கன்னு ரெண்டு பேர் பங்கும் ஈக்வலா இருக்கு. எங்க எம்.டி.க்கும் இந்த பிசினெஸ்ல அவ்வளவா இன்ட்ரெஸ்ட் இல்லை. அதனால முறைய 'வைண்ட்அப்' பண்ண வேண்டியதுதான். எப்படியும் சட்டப் பிரகாரம் மூணு மாசத்துக்குள்ளே அவங்கவங்க வேலை தேடிக்க வேண்டியதுதான்.''

''நீங்க வேற வேலை ஏதாவது சொல்லி வெச்சிருக்கீங்களா?''

''இப்பத்தானே உறுதியான முடிவு தெரிஞ்சிருக்கு. இனிமேதான் பேப்பர் பார்த்து அப்ளை செய்ய ஆரம்பிக்கணும்.''

''பிருந்தா, உங்களோட சர்ட்டிஃபிகேட்ஸ் காப்பி, பயோ-டேட்டா காப்பி எல்லாம் எனக்கு ஒரு செட் கொடுங்க.''

''எதுக்கு?''

"எனக்குத் தெரிஞ்ச இடங்கள்ல முயற்சி செய்றேன் உங்களுக்காக."

"ரொம்ப தேங்ஸ். என் மேல உங்களுக்கு என்ன அரவிந்த் இவ்வளவு அக்கறை?" என்று தலையைச் சாய்த்துக் கேட்டாள் பிருந்தா...

இதுதான் சரியான சமயம். 'பிகாஸ், ஐ லவ் யூ!' என்று சொல்லிவிடலாமா? அரவிந்த் அவசரமாக யோசித்தான்.

◦—◦

   நான் உன்னை சுவாசிக்கிறேன்

12

காதல் டைரிக் குறிப்பு

நான் உன் மேல் கொண்டுள்ள பிரியத்தை
என் வார்த்தைகளும் செய்கைகளும்
பரிபூரணமாக உணர்த்திவிட்டதாக
நான் நம்பவில்லை.

'உன்னை நான் நேசிப்பதால்தான் உன்மேல் எனக்கு அக்கறை' என்று பிருந்தாவிடம் வெளிப்படையாகச் சொல்வதற்கு இது சரியான சந்தர்ப்பம்தானா என்று யோசித்தான் அரவிந்த்.

ஏன் தள்ளிப் போட வேண்டும்?

காதலை வெளிப்படுத்த ஓரளவாவது பழகியிருக்க வேண்டும். பழகியாயிற்று. தனிமை வேண்டும். இதோ அந்தத் தனிமை. இந்தத் தனி அறையில் நானும் அவளும் மட்டும்தானே இருக்கிறோம்.

நிறுவனத்தின் பிரச்சனையைப் பற்றிப் பேசி முடித்தாயிற்று. என் முடிவால் அவள் ஏமாற்றம் அடைந்தாலும் என்மேல் கொஞ்சமும் வருத்தம் கிடையாதென்று தெளிவாகச் சொல்லிவிட்டாள்.

இப்போது 'என் மேல உங்களுக்கு என்ன அரவிந்த் இவ்வளவு அக்கறை?' என்று ஒரு தூண்டில் கேள்வியும் கேட்டு விட்டாள்.

என் மனத்தின் உண்மையான உணர்வுகளை நான் வெளிப்படுத்த வேண்டும் என்கிற நோக்கத்தில் அவளே இந்தக் கேள்வி மூலம் வாய்ப்பு ஏற்படுத்திக் கொடுத்திருக்கிறாள்.

இந்த வாய்ப்பைப் பயன்படுத்திக் கொள்ளாவிட்டால் நான் முட்டாள்! என் மனத்தில் போல, அவள் மனத்திலும் இதே

தவிப்பு இருக்கலாம். நான் அவளை நேசிப்பதாகச் சொல்ல வேண்டும் என்று அவள் எதிர்பார்க்கலாம். என் மனதை அறிந்து கொள்ளும் துடிப்பை அடக்கி வைத்து இயல்பாக இப்படிக் கேட்டிருக்கலாம்.

விளைவைப் பற்றி பிறகு யோசித்துக் கொள்ளலாம். நான் இவளை நேசிப்பது உண்மை. அந்த உண்மையைச் சொல்ல இனியும் தயங்க வேண்டியதில்லை.

"என்ன அரவிந்த்! நான் ஏதாவது கஷ்டமான கேள்வி கேட்டுட்டேனா என்ன? என்ன என்மேல இவ்வளவு அக்கறைன்னு கேட்டேன். அதுக்கு ஏன் இவ்வளவு யோசிக்கிறீங்க?" என்றாள் பிருந்தா இயல்பாகச் சிரித்தபடி.

தொண்டை வரைக்கும் வார்த்தைகளை சேகரித்து வைத்துக்கொண்ட அரவிந்த் உதடுகளை ஈரப்படுத்திக் கொண்டான்.

எங்கே, எங்கே அந்த முதல் வார்த்தை?

"அது வந்துங்க பிருந்தா..."

ஏன் வெறும் காற்று மட்டும் வருகிறது?

"நான் சொல்லட்டுமா?" என்றாள்.

அவள் விழிகளை ஊடுருவிப் பார்த்தான்.

"நீங்க எடுத்த தீர்மானத்தாலேதான் எனக்கு இங்கே வேலை போகப் போகுதுன்னு உங்களுக்கு ஒரு குற்ற உணர்ச்சி, எனக்கு வேற வேலை கிடைக்கறதுக்கு உதவி செய்றதுதான் அதுக்குப் பிராயச்சித்தம்னு நீங்க நினைக்கிறீங்க. அதனாலதான் என் மேல அக்கறை எடுத்துக்கிட்டுப் பேசறீங்க. கரெக்ட்டா?" என்றாள் பிருந்தா.

உடைத்த சோடாவில் பொங்கின துரை மெதுமெதுவாக வடிவது போல... காதலை இதோ இந்த நிமிடத்தில் சொல்லிவிட வேண்டும் என்று நினைத்த துடிப்பு அடங்கிப் போனது.

அவன் தலை ஆமோதிப்பாக அசைந்து, "ஆமாம்" என்று ஓசை வராமல் உதடுகள் முணுமுணுத்தன.

  நான் உன்னை சுவாசிக்கிறேன்

"ஓகே அரவிந்த். நீங்க கேட்ட மாதிரி என்னோட சர்ட்டிஃபிகேட்ஸ், பயோடேட்டா எல்லாம் உங்களுக்கு அனுப்பி வைக்கிறேன். உங்க மூலமா எனக்கு வேலை கிடைச்சா அதில ஆட்சேபிக்க என்ன இருக்கு?"

"சரி" என்றான் சுரத்தில்லாமல்.

"ஏற்கெனவே உங்ககிட்ட சொல்லிருக்கேன். நிர்வாகத்தோட அணுகுமுறை பிடிக்காமல் பல வேலைகளை நான் உதறியிருக்கேன். எனக்கு என்னோட சில கொள்கைகள் ரொம்ப முக்கியம். இப்போ இந்தக் கம்பெனில நாலாயிரம் சம்பளம் வாங்கறேன். இதைவிடச் சம்பளம் கொஞ்சம் குறைஞ்சாலும்கூட பரவால்லை. ஆனா, என் வேலை எனக்குப் பிடிக்கணும். நிர்வாகமும் எனக்குப் பிடிக்கணும்."

"உங்களுக்குப் பிடிச்ச மாதிரி நிர்வாகம் இருக்கணும்ன்னா எப்படி இருக்கணும் பிருந்தா?"

"என்னை முழுசா நம்பி பொறுப்புகளை ஒப்படைக்கணும். என் பதவிக்கு உரிய மரியாதையை அவசியம் கொடுக்கணும். நேர்மை, உழைப்பு இது ரெண்டும் எனக்குப் பிடிச்ச விஷயங்கள். நான் வாங்கற சம்பளத்துக்காக மட்டும் கடனென்னு வேலை பார்க்கறது எனக்குப் பிடிக்காது. என் சொந்த நிறுவனம் மாதிரி நினைச்சி அதோட முன்னேற்றத்துக்காகக் கடுமையா உழைப்பேன். என் முழு திறமையையும் பயன்படுத்துவேன். அதே சமயம் நேர்மையைக் கைவிட்டு தப்பான வழிகள்ல நான் இறங்கவே மாட்டேன்."

"இப்படிப்பட்ட ஒரு மானேஜர் கிடைக்கிறதுக்கு எந்தக் கம்பெனியா இருந்தாலும் கொடுத்து வெச்சிருக்கணும் பிருந்தா. கொஞ்ச நாள் பழக்கத்திலேயே உங்களைப் பத்தி நான் புரிஞ்சி வைச்சிருக்கேன். நீங்களும் சொல்லிட்டீங்க. அதனால உங்களுக்குச் சரியா வரும்னு நினைக்கிற இடத்தில மட்டும் உங்க வேலைக்கு முயற்சி செய்யறேன்."

டெலிபோன் ஒலித்தது. அரவிந்திடம் 'ஒரு நிமிடம்' சொல்லி அதை எடுத்து அலுவலகம் தொடர்பாக அவள் பேசத் துவங்கினாள்.

பேச்சு திசைமாறிப் போய்விட்ட நிலையில், காதலைப் பற்றி இப்போது பேசுவது அபத்தமாகத் தோன்றியது அவனுக்கு.

அவள் பேசி முடித்து வைத்ததும், எழுந்துகொண்டான்.

"நான் புறப்படறேன்."

அவளும் எழுந்துகொண்டு, "சரிங்க" என்றாள்.

"சர்ட்டிஃபிகேட்ஸ்களை சீக்கிரத்தில் அனுப்புங்க. ஐ வில் கீப் இன் டச் வித் யு."

"வெல்கம்."

வெளியேறி விட்டான் அரவிந்த்.

* * *

லால்சந்த் வீட்டின் ஆடம்பரமான முகப்பைப் பார்த்ததுமே பிரமித்துப்போய் நின்றுவிட்டான் அரவிந்த்.

அதை பங்களா என்று சொல்லக் கூடாது. மாளிகை என்றுதான் சொல்ல வேண்டும்.

கோட்டை மாதிரியான உயரமான கருங்கல் காம்பெளண்டும், அகலமான கேட்டும், புல்வெளியும், தோட்டமும், போர்ட்டிகோவில் நின்ற நான்கு வகை படகுக்கார்களும், கிரானைட் போர்த்தின சுவர்களும், யூனிஃபார்ம் அணிந்து நடமாடிய வீட்டின் ஊழியர்களும் விழிகளை விரிவடையச் செய்தன.

வந்து விசாரித்த நபரிடம் சந்துரு இந்தியில் பேசியதும், இவர்கள் இருவரையும் வீட்டுக்குள் அழைத்துச் சென்று அலங்காரமான நீள்செவ்வக ஹாலில் வசதியான சோபாக்களில் உட்கார வைத்து விட்டுப் போனான்.

"சந்துரு, இப்படி ஒரு பங்களாவை நான் பார்த்ததே இல்லை" என்றான் அரவிந்த் கிசுகிசுப்பான குரலில்.

"பம்பாய்ல இதைவிட மூணு மடங்கு பெரிசா ஒரு பங்களா இவருக்கு இருக்கறதா சொல்றாங்க அரவிந்த்."

            நான் உன்னை சுவாசிக்கிறேன்

"என்ன தொழில் எல்லாம் செய்றாரு இவரு?"

"ஒரே ஒரு தொழில்தான். சினிமாவுக்குப் பணம் ஃபைனான்ஸ் பண்றது. தமிழ், தெலுங்கு, ஹிந்தின்னு எல்லா மொழிப் படங்களுக்கும் பணம் கொடுக்கறார். இப்பக் கொஞ்ச நாளாத்தான் சொந்தமா படம் தயாரிக்கிற யோசனை வந்திருக்கு."

"வட்டி வாங்கியே இவ்வளவு சம்பாரிச்சுட்டாரா?"

"வீட்டுப் பத்திரத்துக்கும் நகைக்குமே ரெண்டு வட்டி, மூணு வட்டி வாங்கறாங்க. இவரு ஃபிலிம் ரைட்ஸ்னு ஒரே செக்யூரிட்டில கொடுக்கறப்போ நாலு, அஞ்சின்னு தோது பார்த்து வசூல் பண்றாரே, ஃபிலிம் ரைட்ஸ் என்ன பெரிய செக்யூரிட்டியா? எத்தனை படம் முழுசா முடியாம தொங்கல்ல விழுந்துடும் தெரியுமா? அந்த நெகடிவை வெச்சுக்கிட்டு என்ன செய்றது? ரொம்ப ரிஸ்க்கான பிஸினஸ். அதனால அதிக வட்டி."

"என்னைப் பத்தி விவரமா சொல்லிட்டே இல்லை?"

"சொல்லிட்டேன். பத்து லட்சம் இவருக்கு ஒரு தூசு மாதிரி அரவிந்த். ஒரு சம்பிரதாயத்துக்குத்தான் ப்ராஜெக்ட் ரிப்போர்ட் எல்லாம் உன்னைக் கொண்டுவரச் சொல்லிருக்காரு. நாலு வரிகூட படிச்சிப் பார்க்க மாட்டாரு பாரேன்."

"பின்னே எந்த நம்பிக்கையில் தருவார்?"

"நான்தான் சொன்னேனே... அவருக்கு ஒரு டைரக்டரைப் பிடிக்கிறதுக்கு என் தயவு தேவைப்படுது. உன்னோட ரெண்டு நிமிஷம் பேசினாலே போதும். நீ, நம்பிக்கையான ஆளா இல்லையான்னு கணிச்சிடுவாரு."

"நான் வேஷம் போடலாமில்லையா?"

"அதைப் பத்தி அவருக்குக் கவலை இல்லை. அவர் வசூல் பண்றதுக்கு நேர்மையான வழிகளும் வெச்சிருக்கார். மோசமான வழிகளும் வெச்சிருக்கார். ஒருத்தன் நிலைமை மோசமாகி திருப்பிக் கொடுக்க முடியாத சூழ்நிலைன்னு புரிஞ்சா இரக்கப்படுவாரு. வேணும்னே ஏமாத்தறான்னு தெரிஞ்சி போச்சுன்னா, அவன் தொலைஞ்சான். கொடுத்த பணம் தனக்கு

வரலைன்னாலும் அதைவிட நாலு மடங்கு அந்த ஆளுக்கு நஷ்டம் வர்ற மாதிரி செஞ்சிடுவாரு.''

''எப்படி?''

''அதெல்லாம் எதுக்கு உனக்கு?''

''சும்மாதான் கேட்டேன்.''

''ஒரு அடியாள் படையே வெச்சிருக்கார் அரவிந்த். கையை வெட்றது, காலை வெட்றது., ஆசிட் அடிக்கிறது, வீட்டை அடிச்சி நொறுக்கறதுன்னு சகலமும் கச்சிதமா செய்வானுங்க.''

''என்ன சந்துரு இது, இந்தத் தொழிலுக்கு இதெல்லாம் தேவைப்படுதா?''

''மோசமான ஆளுங்களுக்கு அவங்க பாணியிலதானே பதிலடி கொடுத்தாகணும்?''

அரவிந்த் பெருமூச்சு விட்டான்.

ஒரு வேலையாள் வந்து கண்ணாடிக் கோப்பைகளில் மிதக்கும் ரசகுல்லா கொண்டுவந்து வைத்து, ''சேட்டு போன் பேசிட்டிருக்கார். இப்ப வந்துடுவார்'' என்று சொல்லிச் சென்றான்.

சில நிமிடங்களில் பிரௌன் நிற ஸம்ஃபாரி உடை அணிந்த லால்சந்த் வந்து, ''வாங்கோ சந்துரு'' என்றார்.

இருவரும் எழுந்து கைகூப்பியதும், அரவிந்தை சந்துரு அறிமுகப்படுத்தி வைத்தான்.

''உக்காருங்கோ. ஸ்வீட் சாப்பிடலை?'' என்று அமர்ந்தார்.

''இருக்கட்டும்.''

''பரவால்லே. சாப்பிட்டுக்கிட்டே பேசலாம். எடுங்கோ.''

இவர்கள் எடுத்து நாசூக்காக ஸ்பூனால் வெட்டிச் சாப்பிட, அவர் செல்போனில் யாரையோ தொடர்புகொண்டு ஹிந்தியில் சில வார்த்தைகள் ரகசியக் குரலில் பேசிவிட்டு வைத்தார்.

                    நான் உன்னை சுவாசிக்கிறேன்

"அப்புறம்? சொல்லுங்கோ சந்துரு! நீங்க எப்போ படம் டைரக்ட் பண்ணப் போறீங்கோ?"

"இல்லை சேட்டு, எனக்கு அப்படி ஐடியாவே இல்லை. ஒளிப்பதிவுலயே இன்னும் நிறைய சாதிக்க வேண்டியிருக்கு. டைரக்ஷன் பெரிய வேலை."

"பாலு மகேந்திரா சார் பண்ணலையா?"

"அது அவங்கவங்க ஆர்வத்தைப் பொறுத்தது."

"கரெக்ட்டு, நமக்கு இன்ட்ரெஸ்ட் இல்லாத வேலையச் செய்ய முடியாது."

"சேட்டு, அரவிந்த் ப்ராஜெக்ட் ரிப்போர்ட் கொண்டாந்திருக்கார். அதைக் கொடு அரவிந்த்."

அரவிந்த் அழகாக ஸ்பைரல் பைண்டிங் செய்த தனது ப்ராஜெக்ட் ரிப்போர்ட் ஃபைலை அவரிடம் கொடுத்தான்.

வாங்கி சும்மா நான்கு பக்கங்களைப் புரட்டிவிட்டு, "இந்த விவரம் எல்லாம் எனக்கு அநாவசியம். தம்பி, உங்களுக்கு இந்த பிரிண்ட்டிங் தொழில்ல அனுபவம் இருக்கா?" என்றார்.

"அனுபவம் இல்லை சார். ஆனா, தொழில் தெரியும். நான் இந்தத் தொழில் ஆரம்பிக்கணுங்கற ஐடியாலதான் டிப்ளமா இன் பிரிண்ட்டிங் டெக்னாலஜி படிச்சேன்."

"அச்சா? எதுக்கு செகண்ட்ஹாண்ட் மிஷின் வாங்கறீங்கோ? புதுசா வாங்கலாமே?"

"முதல்ல இந்த மிஷின்ல தொழிலை நிலைநிறுத்திட்டு அப்புறம் புதுசு போடலாம்னு நினைக்கிறேன். எடுத்ததும் புதுசுன்னா இன்வெஸ்ட்மென்ட் ஹெவியா தேவைப்படும். அதனாலதான்..."

"மொத்தம் என்கிட்டேர்ந்து எவ்வளவு வேணும்?"

"பத்து லட்சம் தேவைப்படுது சார்."

"எப்படித் திருப்பிக் கொடுப்பீங்க?"

"முதல் ஆறு மாசத்துக்குத் திருப்பித் தர முடியாது சார். ஏழாவது மாசத்திலேர்ந்து அசலும் வட்டியும் திருப்பி தர ஆரம்பிக்கிறேன். ரெண்டு வருஷத்திலே மொத்தமும் முடிச்சிடுவேன்."

"ட்வெண்ட்டி ஃபோர் இன்ஸ்டால்மெண்ட்ஸ்! பேங்குல மாதிரி டிம்னிஷிங் பேலன்ஸ் கணக்கு வெச்சிக்க முடியாது தம்பி. நாலு வட்டி ஆகும். ஒரு நிமிஷம்..." பாக்கெட்டிலிருந்து கால்குலேட்டர் எடுத்து தட்டி கணக்குகள் போட்டார். நிமிர்ந்தார். "முதல் ஆறு மாசம் நீங்க திருப்பித் தர வேணாம். ஆனா வட்டி உண்டு. கணக்குப் பார்த்தா மாசம் கிட்டத்தட்ட தொண்ணூத்தி ரெண்டாயிரம் வீதம் இருபத்தி நாலு மாசம் நீங்க திருப்பித் தரணும். அதில உங்களுக்கு பிரச்னை எதுவும் இல்லையே?"

அரவிந்த் நான்கு வட்டி என்றதிலேயே மலைத்துப்போய் மௌனமாக அமர்ந்திருந்ததால், பதில் சொல்லத் தடுமாறினான்.

—●○●—

     நான் உன்னை சுவாசிக்கிறேன்

-13-

வா நீ அருகில் இருந்தால்தான்
என் உலகம் பூர்த்தியடைகிறது.
என் கண்களை உற்றுப் பார்த்தால்
என் இதயம் சிரிப்பதை உணர முடியும்.

"என்ன பதிலைக் காணம்?" என்றார் லால்சந்த்.

மூன்று வட்டி வரையில் சமாளித்துவிட முடியும் என்றுதான் அரவிந்த் மனத்தில் தனக்குள் போட்டு வைத்திருந்தான். ஆனால், சேட்டு நான்கு வட்டி கணக்கு போட்டு, தவணைத் தொகையைச் சொன்னதும் அதிர்ச்சியாக இருந்தது.

"வந்து... வட்டி கொஞ்சம் அதிகமாத் தெரியுது. நானோ புதுசா தொழில்ல இறங்கறேன். ஏற்கனவே ரொம்ப போட்டி உள்ள தொழில் இது. ராத்திரி பகலா உழைக்கணும். அலைஞ்சி திரிஞ்சி மிஷினுக்கு ரெஸ்ட் கொடுக்காம வேலை வெச்சிட்டிருக்கிறதுக்கு ஆர்டர் பிடிக்கணும்."

"இருங்கோ தம்பி, இதெல்லாம் உங்க தொழில்ல உள்ள பிரச்னை, எந்தத் தொழில்ல பிரச்சனை இல்லை? சினிமாவுக்கு ஃபைனான்ஸ் பண்றது சுலபமான வேலைன்னு நினைக்கிறீங்களா? பெரிய ஆர்ட்டிஸ்ட் கால்ஷீட் காமிச்சி பூஜை போடறாங்கோ. நம்பி நாங்கள் பைனான்ஸ் பண்றோம். அந்த ஆர்ட்டிஸ்ட்டுக்கு ரெண்டு படம் ஓடாமப் போச்சின்னா இந்தப் படத்துக்கு டிஸ்ட்ரிபியூட்டர் அட்வான்ஸ் தர மாட்டான். படம் நிக்கும். படம் முடிஞ்சாத்தான் எனக்குக் காசு. கொடுத்த காசை எப்படி வசூலிக்கிறது? மானத்துக்கு பயந்தவன், தொடர்ந்து இண்டஸ்ட்ரில இருக்கணும்னு நினைக்கிறவன் வீடு, மனைன்னு வித்தாவது செட்டில் பண்ணிடுவான். சொத்தே

இல்லாதவன்கிட்ட எப்படி வசூலிக்கிறது? அதனாலதான் இப்ப எங்க அசோசியேஷன்ல தீர்மானமே போட்டுட்டோம் மொத்த பட்ஜெட்ல முப்பது பர்செண்ட் பணத்தைப் போட்டு படத்தை எடுக்க ஆரம்பி, அதுக்கப்புறம் நாங்க ஃபைனான்ஸ் பண்றோம்னு சொல்றோம். அநியாய வட்டின்னு தெரியலாம். போடற முதலுக்கு, தேற்ற தொகைக்கும், பண்ற செலவுக்கும் கணக்குப் போட்டா நியாயமான வருமானம்தான் தம்பி" என்றார் லால்சந்த்.

"நீங்க அநியாய வட்டி சொல்றிங்கன்னு நான் சொல்லலை சார். எனக்கு கட்டுப்படியாகுமான்னுதான் யோசிக்கிறேன்."

"ஒண்ணும் அவசரம் இல்லை தம்பி. நல்லா யோசிச்சி முடிவு பண்ணுங்க. நாளைக்கு பணம் திருப்பித் தர்றதில பிரச்சனை எதுவும் இருக்கக் கூடாது. நாளைக்கு நான் பாம்பே போறேன். பதினஞ்சி நாள் கழிச்சி திரும்பி வருவேன். உங்க முடிவை அப்போ சொல்லுங்க."

"பதினஞ்சி நாளாகுமா?"'

"உங்களுக்கு அதுக்குள்ளே பணம் தேவைப்படுதா?"

"நான் பார்த்து விலை பேசி வெச்சிருக்கிற செகண்ட் ஹேண்ட் மிஷினுக்கு இன்னும் அட்வான்ஸ் எதுவும் தரலை. இன்னும் ஒரு வாரத்துக்குள்ளே பேசின மொத்தத் தொகையும் கொடுத்துட்டு மிஷினை டெலிவரி எடுத்துக்கறதாச் சொல்லிருக்கேன். அந்த பார்ட்டிக்கு கொஞ்சம் பண நெருக்கடி. அதனால மார்க்கெட் மதிப்பை விடவும் அறுபதாயிரம் ரூபா குறைச்சலா எனக்குத் தர ஒத்துக்கிட்டிருக்கான். ஒரு வாரத்துக்குள்ளே நான் டீலிங் முடிக்கலைன்னா அவன் வேற யார்கிட்ட வேணும்னாலும் வித்துடுவான். இந்த விலைக்கு வாங்க நிறையப் பேர் தயாரா இருக்காங்க. அதிக தேய்மானம் இல்லாத மிஷின். கம்பெனியோட கேரண்டி பீரியட் இன்னும் முடியலை. அதனால தாமதம் செய்யாம வாங்கிடணும்னு நினைக்கிறேன் சார்."

"வட்டி எவ்வளவுன்னு சொல்லிட்டேன். முதல் ஆறு மாசத்துக்கு திருப்பித் தர முடியாதுன்னு நீங்க சொன்னதுக்கும்

ஒத்துக்கிட்டேன். இருபத்தி நாலு தவணையில அடைக்கிறதாச் சொன்னீங்க. ஏழாம் மாசத்திலேர்ந்து மாசம் நீங்க அசல், வட்டி சேர்த்து எவ்வளவு கட்ட வேண்டியிருக்கும்னு கணக்கும் சொல்லிட்டேன். நீங்க சரின்னு சொன்னா எனக்குப் பத்து நிமிஷம் போதும். பணத்தை உங்க முன்னாடி வைக்கிறதுக்கு. நீங்கதான் சொல்லணும்."

சேட் திரும்பிப் பார்க்க, தூரத்தில் அவர் பார்வைக்காக காத்திருந்த ஒரு வேலையாள் தன் கையில் வைத்திருந்த பெட்டகம் போலிருந்த ஒரு சிறிய வெள்ளிப் பெட்டியை அவருக்கு முன்னால் வந்து திறந்து நீட்டினான்.

அதற்குள்ளிருந்து ஒரு பீடாவை எடுத்துப் போட்டுக் கொண்டு இவர்களைப் பார்த்து, 'வேண்டுமா?' என்று ஜாடையில் கேட்டார்.

"நோ, தேங்ஸ்" என்றான் அரவிந்த். சந்துருவைப் பார்த்தான். "சந்துரு, நீ சொல்லுடா, என் அவசரத்துக்கு பேங்க்ல கடன் கிடைக்காதுன்னுதான் இவர்கிட்ட வந்திருக்கேன். மூணு வட்டி போட்டுக்கச் சொல்லு. நல்லா சம்பாரிச்சா சிக்கிரமே கட்டி முடிச்சிடறேன்னு சொல்லு" என்றான்.

"சேட்டு, இவன் என் பெஸ்ட் ஃபிரண்டு, நாணயத்தைப் பத்தி நீங்க கொஞ்சம்கூட சந்தேகப்பட வேணாம். மூணு வட்டி போட்டுக் கொடுங்க. இதைத் தொழிலா நினைக்காம உதவியா நினைச்சி செய்ங்க" என்றான் சந்துரு.

லால்சந்த உதட்டோரம் கோடாக வழிந்த வெற்றிலைச் சாறை உறிஞ்சி விட்டு, கைக்குட்டையால் துடைத்துக் கொண்டு கழுத்தை உயர்த்திக் கொண்டு பேசினார்.

"சந்துரு சார், இதை நான் தொழிலா நினைச்சா, கன்சிடர்கூட பண்ணிருக்க மாட்டேன். சினிமா தவிர வேற எதுக்கும் நான் ஃபைனான்ஸ் பண்றதில்லை. நீங்க சொன்னதாலதான் செஞ்சுத் தரலாம்னு நினைச்சேன். ஒரு நிமிஷம்."

சேட் கால்குலேட்டரில் கணக்குகள் போட்டுப் பார்த்தார். நிமிர்ந்தார்.

"இப்படிப் பண்ணலாம். வட்டில மாத்தம் வேணாம். அதே நாலு வட்டியாகவே இருக்கட்டும். முதல் ஆறு மாசத்துக்குத் திருப்பித்தர முடியாதுன்னு சொன்னாரில்லையா, அதில மூணு மாசத்துக்கு வட்டி வேணாம். மொத்தம் இருபத்தி நாலும் மூணும் இருபத்தி ஏழு மாசத்துக்கு மட்டும் வட்டி தரட்டும். இன்னொரு சலுகையும் தர்றேன். நாலு மாசம் முன்னாடியே கடனை அடைச்சாலும் வழக்கமா வட்டி தள்ள மாட்டேன். இவர் விஷயத்தில எத்தனை மாசம் முன்னாடி அடைக்கிறாரோ அத்தனை மாச வட்டி தள்ளிக்கிறேன். திருப்தியா?"

சந்துரு அரவிந்தைப் பார்த்து, "நீதான் இப்ப முடிவு செய்யணும் அரவிந்த்" என்றான்.

"சரி சார்" என்று தலையசைத்தான் அரவிந்த்.

"வெரிகுட். நாளைக்கு ஈவினிங் ஃப்ளைட்ல நான் பாம்பே போறேன். அதுக்குள்ளே உங்களுக்கு மிஷின் விக்கிற பார்ட்டியை இங்க கூட்டிட்டு வந்துருங்க. நீங்க என்ன விலை பேசிருக்கிங்களோ அந்தத் தொகையை நான் அவர்கிட்ட நேரடியாக் கொடுத்துடறேன். மிஷின் கிரயப் பத்திரம் என் பேர்ல போட்டுக்கறேன். நீங்க கடனை அடைச்சதும் உங்க பேர்ல மாத்திக் கொடுத்துடறேன். பத்து லட்சத்தில மிஷினுக்குக் கொடுத்த தொகை போக மீதித் தொகையை ரொக்கமா உங்க கைல கொடுத்துடறேன். அந்தத் தொகைக்கு சும்மா ஒரு புரோ நோட்டு மட்டும் எழுதிக் கொடுத்துடுங்க. சரிதானா?"

"சரி சார்."

"அச்சா, போன் பண்ணிட்டு பார்ட்டியைக் கூட்டிட்டு வாங்கோ" என்ற சேட்டு, சிணுங்கிய செல்லுலாரில் பேசத் துவங்க, தங்களுக்குள் பார்த்துக் கொண்டு இருவரும் எழுந்து கொண்டார்கள். அவர் பேசி முடித்ததும் சொல்லிவிட்டு கைகுலுக்கிவிட்டு பங்களாவைவிட்டு வெளியேறினார்கள்.

* * *

சந்துருதன்காரைஒட்ட, அருகில்சிந்தனையாகஅமர்ந்திருந்தான் அரவிந்த். ரியர்வியூ மிர்ரருக்கு அடியில் தொங்கிய சிறிய

நான் உன்னை சுவாசிக்கிறேன்

நாய்க்குட்டி பொம்மையை அவன் விரல்கள் நிமிண்டியபடி இருந்தன.

"டீலிங்ல உனக்குத் திருப்திதானே அரவிந்த்?"

"மூணு வெட்டிக்குத்தான் நான் தயாரா இருந்தேன்."

"அப்போ யோசிச்சிச் சொல்றேன்னு நழுவியிருக்கலாமே..."

"டயம் இல்லையே சந்துரு. அந்த மிஷினை ஒரு வாரத்துக்குள்ளே வாங்கியாகணுமே."

"வேற மிஷின் கிடைக்காதா?"

"இந்த மிஷின் குறைஞ்ச விலையில் கிடைக்குதே."

"ஆனா, அதிக வட்டி கட்டப் போறியே..."

"பரவால்லை விடு, எடுத்துடலாம்."

"எப்படி எடுப்பே?"

"நாலு விஷயமும் யோசிச்சிப் பார்க்காம இதில நான் இறங்க நினைப்பேனா சந்துரு? இவ்வளவு வட்டி கட்டினதுக்கப்புறமும் எனக்கு லாபம் நிக்கிற மாதிரி செஞ்சுக்குவேன். அதுக்கெல்லாம் வழி இருக்கு."

"என்ன வழி?"

"கவர்ன்மெண்ட் ஆர்டர்ஸ் பிடிக்கிறதுக்கு சில ரூட்ஸ் வெச்சிருக்கேன் சந்துரு. லம்ப்பா ரெண்டு மூணு பெரிய ஆர்டர்ஸ் பிடிச்சி அதிகாரிகளுக்குக் கணிசமா வெட்டினா நாம கொடுக்கற கொட்டேஷனைக் கண்ணை மூடிக்கிட்டு சேங்ஷன் பண்ணுவாங்க. அதுக்கெல்லாம் ஆள் வெச்சிருக்கேன் சந்துரு."

"அதானே பார்த்தேன். நேர்மையான முறையில தொழில் செஞ்சா இவ்வளவு அதிகமான வட்டி எப்படி கட்ட முடியும்னு எனக்குக் கவலையாக்கூட இருந்திச்சி. விஷயமான ஆள்தான்ப்பா நீ" என்று சந்துரு அவன் தோளில் தட்ட, அரவிந்த் மெதுவாக சிரித்தபடி இரண்டு சிகரெட்டுகளைப் பற்றவைத்து ஒன்றை அவனுக்குக் கொடுத்தான்.

* * *

ஒரு வாரத்திற்குள் காரியங்கள் துரிதமாக நிகழ்ந்தன.

அரவிந்த் அழைத்துச் சென்ற மிஷின் நபரிடம் சொன்னபடி லால்சந்த் சேட் பணம் கொடுத்தார். மிஷின் தொகை போக மீதித் தொகையை அரவிந்திடம் ரொக்கமாகக் கொடுத்தார்.

ராயப்பேட்டையில் ஏற்கெனவே பார்த்து வைத்திருந்த இடத்திற்கு அரவிந்த் அட்வான்ஸ் கொடுத்தான். மாத வாடகை எட்டாயிரம் என்று பேசி ஒப்பந்தத்தில் கையெழுத்துப் போட்டான்.

விலைக்கு வாங்கிய ஆஃப்செட் இயந்திரத்தை அந்த கம்பெனி நபர்களைக் கொண்டு பிரித்துப் புதிய இடத்தில் அதை நிர்மாணிக்கும் பணி துவங்கியது.

பழைய மிஷினில் வேலை பார்த்த நான்கு ஊழியர்களை, புதிய சம்பளம் பேசி தன் நிறுவனத்திற்கு வேலையில் சேர்த்தான்.

எலெக்ட்ரிசிடி, தொழில் லைசன்ஸ், டெலிபோன் என்று பல அலுவலகங்களுக்கு அலைந்து ஏற்பாடுகள் செய்தான்.

'அரவிந்த் ஆஃப்செட் பிரிண்ட்டர்ஸ்' என்று நிறுவனத்திற்குத் தன் பெயரையே சூட்டி போர்டு எழுதக் கொடுத்தான். லெட்டர்பேடுகள், பில் புத்தகங்கள், ரசீது புத்தகங்கள், ரப்பர் ஸ்டாம்புகள் என்று எல்லாவற்றுக்கும் ஆர்டர் செய்தான்.

அலுமினிய சேனல்களைக் கொண்டு கண்ணாடிச் சுவர்கள் எழுப்பி ஒரு அலுவலக அறை உருவாக்கும் பணிக்கு தச்சர்களை அமர்த்தினான். கணக்குகளுக்காக ஒரு கம்ப்யூட்டர் வாங்கினான். நிறுவனத்தின் பெயரில் அருகில் இருந்த வங்கியில் கணக்கு துவக்கினான்.

வருகிற பதினெட்டாம் தேதி துவக்க விழா என்று தேதி தீர்மானித்து, மிக நெருக்கமானவர்களை மட்டும் அழைப்பதென்று முடிவு செய்து நூறு அழைப்பிதழ்கள் மட்டும் தயார் செய்தான்.

* * *

நான் உன்னை சுவாசிக்கிறேன்

பிரஸ் திறப்பு விழாவிற்கு இன்னும் ஆறு தினங்கள் இருக்கும் சூழ்நிலையில் வெளியிலிருந்து வீட்டிற்குத் திரும்பிய அரவிந்த், கடுகடுவென்று முகத்தை வைத்துக் கொண்டிருந்த தன் அப்பாவையும், அவர் அருகில் அமைதியாக அமர்ந்திருந்த அக்கா யாமினியையயும் பார்த்தான்.

"வாக்கா, எப்ப வந்தே?" என்றான் இயல்பாக.

"அவ வற்றது இருக்கட்டும்டா. பிரஸ் ஆரம்பிக்கற வேலைகள்ல நீ தீவிரமா இருக்கறதாவும், மிஷின் எல்லாம் வாங்கி எல்லா ஏற்பாடுகளையும் செஞ்சிட்டதாவும் இவ கேள்விப்பட்டாளாம். அது உண்மையான்னு முதல்ல சொல்லு" என்றார் அப்பா.

"யாருக்கா சொன்னது?"

"நீ அக்கவுண்ட் ஆரம்பிச்சிருக்கியே அந்த பேங்க் மேனேஜர் சொன்னார். ராயப்பேட்டையில் இடம் பிடிச்சி, மிஷின் வாங்கிப் போட்டு, இவ்வளவு வேலைகள் நடந்திருக்கு. இங்க வீட்டுக்கு வந்து கேட்டா யாருக்குமே எதுவும் தெரியாதுன்னு சொல்றாங்க, என்னடா இதெல்லாம்?" என்றாள் யாமினி.

"திறப்பு விழா பத்திரிகை நாளைக்குத்தான் கைக்குக் கிடைக்குது. அதைக் கொடுத்துட்டு விவரம் சொல்லலாம்னு இருந்தேன்" என்றான் அரவிந்த் வேறு திசையில் பார்த்துக் கொண்டு.

துடித்துப் போனார் சோமசுந்தரம்.

"இவ்வளவு விஷயங்களை எங்களுக்குத் தெரியாம செஞ்சிருக்கியா? ஏண்டா, எங்களை எல்லாம் என்னன்னு நினைச்சே?"

"உங்க தம்பிதானே மேடம், உங்களுக்கு விஷயமே தெரியாதான்னு அந்த பேங்க் மேனேஜர் கேட்டப்ப எனக்கு அவமானமா இருந்திச்சிப்பா" என்றாள் யாமினி.

"உங்கிட்ட ஏதுடா அவ்வளவு பணம்?" என்றார் அப்பா.

"உங்களுக்கு என் மேல நம்பிக்கை இல்லாம இருக்கலாம். ஆனா, என்னை நம்பி பணம் கொடுக்க ஆளுங்க இருக்காங்கப்பா."

"அதுகூட விசாரிச்சிட்டேன்ப்பா. அநியாய வட்டிக்கு பத்து லட்சம் கடன் வாங்கியிருக்கான்" என்ற யாமினியை எரித்து விடுவதுபோல பார்த்தான் அரவிந்த்.

"அதுகூட விசாரிச்சிட்டேன்ப்பா. அநியாய வட்டிக்கு பத்து லட்சம் கடன் வாங்கியிருக்கான்" என்ற யாமினியை எரித்து விடுவதுபோல பார்த்தான் அரவிந்த்.

-14-

எனக்கே எனக்கென்று
ஓர் உயிர் உருகுவதை
உணரும்போது,
வாழ்வின் அவலங்கள் கூடப்
பசுமையாக, இனிமையாகத் தெரிகிறது.

தன்னை ஒரு குற்றவாளிபோல நிற்கவைத்து அப்பாவும் அக்காவும் கேள்வி கேட்டதில் அரவிந்திற்கு அடிவயிற்றிலிருந்து ஜிவ்வென்று ஆத்திரம் பொங்கியது. பல்லைக் கடித்துக் கொண்டு அடக்க முயன்று கொண்டிருந்தான்.

"கேக்கறா இல்லே, பதில் சொல்லுடா!" என்றார் அப்பா.

"என்ன சொல்லணும்?" என்றான் மகா எரிச்சலுடன்.

"அதென்ன உலக மகா குற்றமா?"

"அதுவும் சினிமாவுக்கு ஃபைனான்ஸ் பண்ற சேட்டுக்கிட்ட வாங்கியிருக்கான். கண்டிப்பா அநியாய வட்டியாத்தான் இருக்கும். என்ன வட்டின்னு கேளுங்கப்பா" என்றாள் யாமினி.

சட்டென்று யாமினி பக்கம் திரும்பினான். "என்ன வட்டியா இருந்தா உனக்கென்ன? உன்னோட ஆபீஸ் மேட்டர்ல தலையிட எனக்கு உரிமை இல்லைன்னு சொன்னியா இல்லையா? அது என்னோட பிசினெஸ் மேட்டர். இதில நீ ஏன் தலையிடறே? எல்லா விபரத்தையும் உன்கிட்ட சொல்லி அப்ரூவல் வாங்கணுமா நான்?"

"நான் உன் அக்காடா!"

"அதுக்காக?"

"பார்த்திங்களாப்பா இவன் பேசறதை! வீம்புக்காக எதையாச்சும் சொல்லப் போயி நாளைக்கு தெருவுல நின்னுடக் கூடாதேன்னு நான் அக்கறையோட கேட்டா, எப்படி அலட்சியமா பேசறான் பாருங்க!"

"யாமினி, திஸ் ஈஸ் தி லிமிட்! அப்படியே நீ சாபம் கொடுக்கற மாதிரி நான் தெருவுக்கு வந்துட்டாலும் உன் வாசல்ல வந்து கையேந்த மாட்டேன். அந்தக் கவலை உனக்கு வேணாம். அக்கான்கிற உறவுக்கும், உன் வயசுக்கும் மரியாதை கொடுத்துட்டு இருக்கேன். அதைக் கெடுத்துக்காதே!"

யாமினி முகம் சிவந்தாள். அப்பாவைப் பார்த்தாள். "அப்பா, அவன் தோளுக்கு மேல வளர்ந்துட்டோம்னு திமிர் பிடிச்சி பேசிட்டிருக்கான். இதுக்குமேல நான் அவன்கிட்ட எதுவும் பேசறதா இல்லை. நீங்களாச்சு, அவனாச்சு. நல்லதுக்குக் காலமில்லை. நான் வர்றேன்."

ஸோபாவில் கிடந்த கைப்பையை எடுத்துத் தோளில் மாட்டிக் கொண்டு விருட்டென்று புறப்பட்டுச் சென்றாள் யாமினி.

உதடுகள் துடிக்க உட்கார்ந்திருந்தார் சோமசுந்தரம். சமையலறை வாசலில் இந்தக் கடுமையான சூழ்நிலையை எப்படி மாற்றுவதென்று புரியாத தவிப்புடன் அம்மா நின்றிருந்தாள். அடுத்த அறையில் கையில் புத்தகத்துடன் இங்கே காதுகளைக் கொடுத்தபடி நிர்மலா. நிமிர்ந்து அவனை உஷ்ணமாகப் பார்த்தார் அப்பா.

"ஆக, எல்லா ஏற்பாடும் முடிஞ்சது?"

"நடந்துக்கிட்டிருக்குப்பா, வர்ற பதினெட்டாம் தேதி திறப்பு விழா."

"என்கிட்ட ஒரு மரியாதைக்காகக்கூட கேக்கணும்னு உனக்குத் தோணலை. இல்லை?"

"என்னை மன்னிச்சிடுங்கப்பா. உங்ககிட்ட சொல்லாம இத்தனை ஏற்பாடுகளும் செஞ்சது தப்புதான். சொன்னா அனுமதிக்க மாட்டிங்கன்னு நல்லாத் தெரியும். அதனாலதான் சொல்லலை."

                    நான் உன்னை சுவாசிக்கிறேன்

"அப்ப என்மேல் என்னடா மரியாதை வெச்சிருக்கே?"

"அதுக்கும் இதுக்கும் எந்த சம்பந்தமும் இல்லைப்பா. என்மேல உங்களுக்கு கொஞ்சம்கூட நம்பிக்கை கிடையாது. என் கூடப் பொறந்தவளுக்கும் கிடையாது. நான் நிருபிச்சாகணுமா இல்லையா? என்னை தயவுசெஞ்சி என் கோணத்திலேர்ந்து புரிஞ்சுக்கங்க, ப்ளீஸ்.."

"நாங்க எல்லாம் நீ கெட்டுப் போகணும்ம்னு ஆசைப்படறமா?"

"இல்லை. ஆனா நான் நல்லாருக்கணும்ம்னு ஆசைப்படலை."

"பைத்தியக்காரன் மாதிரி பேசாதே. என் சொத்துல உனக்கு உள்ள பங்கு இல்லைன்னு ஆயிடுமா? உனக்கு பணம் தர மாட்டேன்னு எப்பவாவது சொல்லிருக்கேனா? நிர்மலா கல்யாணத்தை முடிச்சிடறேன், உனக்கும் நேரம் சரியில்லை, கொஞ்ச நாள் கழிச்சி எல்லாம் செட்டில் பண்றேன்னுதானே சொன்னேன். உனக்கு திறமை இல்லைன்னு யார் சொன்னாங்க? அதை நிருபிக்க வேணாம்ம்னு யார் சொன்னாங்க? எதுக்காக இப்படி அவசரப்பட்டே? அதிக வட்டிக்குக் கடன் வாங்கி தொழில் நடத்தினா எப்படி கட்டுப்படியாகும்? நிருபிக்கணும்ம்னு நீ சொல்றதே அபத்தமா இருக்கு. உன்னை யாரு சந்தேகப்பட்டா? உனக்கு நீயா ஏதாச்சும் கற்பனை பண்ணிக்கிட்டா யார் பொறுப்பு? தம்பி அவசரப்பட்டு முட்டாள்தனமா காரியம் பண்ணிட்டிருக்கான்னு கேள்விப்பட்டு பதறிப் போய் அட்வைஸ் பண்றதுக்காக வந்தவளை இப்படி அலட்சியப்படுத்தி பேசி அனுப்பிச்சிட்டியே, அவ மனசு என்ன பாடுபடும்ம்னு யோசிச்சியா? எனக்கு ஜாதகத்தில ரொம்ப நம்பிக்கை உண்டு. இப்ப உனக்கு நேரம் நல்லா இல்லை. எத செஞ்சாலும் சரியா வராது. வீண் விரயம் ஏற்படும். நீ என்ன பண்ணி வெச்சிருக்கேன்னு எனக்குத் தெரியாது. எல்லாத்துக்கும் சும்மா அட்வான்ஸ் மட்டும் கொடுத்து வைச்சிருந்தா, கேன்சல் பண்ணிரு. வாங்கின பணத்தைத் திருப்பிக் கொடுக்கற வழியைப் பாரு. நீ எப்ப தொழில் ஆரம்பிக்கணும்ம்னு எனக்குத் தெரியும். அப்போ நான் உதவி பண்றேன்."

"அப்பா! நாளைக்குத் திறப்பு விழா அழைப்பிதழ் வருதுன்னு சொல்றேன். பதினெட்டாம் தேதி திறப்பு விழான்னு சொல்றேன்.

சரி, நல்லபடியா கவனிச்சு செய்யின்னு ஆசீர்வாதம் செய்யாம அபசகுனமா எல்லாம் கேன்சல் செஞ்சிடுன்னு சொல்றீங்களே, இது கொஞ்சமாவது நல்லாருக்கா?"

"என்கிட்ட ஒரு வார்த்தைகூடச் சொல்லாம நீ பாட்டுக்கு எல்லாம் செய்வே. நான் உனக்கு ஆசீர்வாதம் செய்யணுமா?"

"வேணாம். இப்படி கேள்வி கேக்காம இருந்தாப் போதும்" என்று தன் அறையை நோக்கி இரண்டடி நடந்தவன் அம்மாவைப் பார்த்து, "அம்மா, பசிக்குது. கை, கால் கழுவிட்டு வர்றேன். தட்டு எடுத்து வையி!" என்றான்.

"நில்லுடா!" என்றார் ஆவேசமாக. "என் வார்த்தைக்கு நீ மதிப்பு கொடுக்க மாட்டே! என் தயவும் உனக்கு வேணாம். நீயா எல்லா முடிவும் எடுப்பே. எந்த உரிமைலடா சோறு போடுன்னு சொல்றே? இதென்ன சத்திரமா? ஹாஸ்டலா? யாரையும் கேக்காம சம்பாரிக்கிறதுக்கு வழி ஏற்படுத்திக்கத் தெரியுதில்லே. சாப்பாட்டுக்கு மட்டும் வழி ஏற்படுத்திக்கத் தெரியலையா?"

"என்னங்க நீங்க, என்ன பேச்சுப் பேசறீங்க?" பதறினாள் அம்மா.

அரவிந்த் விருட்டென்று தன் அறைக்குள் வந்தான். ஒரு சூட்கேஸ் எடுத்து வைத்தான். கைக்குக் கிடைத்த நான்கைந்து சட்டை, பேண்ட்டுகளை அள்ளிப் போட்டு மூடினான். அதே வேகத்தில் வெளியே வந்தான்.

"டேய்! என்னடா இது!" துடித்தாள் அம்மா.

"எந்தக் கோபத்திலயும் இந்த வார்த்தை சொல்லக் கூடாதும்மா. சொல்லிட்டாரு! இதுக்கு மேல இந்த வீட்ல ஒரு தம்ளர் தண்ணி குடிச்சாலும் நான் மனுஷன் இல்லைம்மா! நான் வர்றேன்."

கல் மாதிரி அசையாமல் அமர்ந்திருந்தார் சோமசுந்தரம்.

"என்னங்க, நெருப்பு மாதிரி ஒரு வார்த்தை சொல்லிட்டு இப்படி உக்காந்திருக்கீங்க. அப்பா பிள்ளைக்குள்ளே என்ன சண்டையா இருந்தாலும் அதை வீட்டுக்குள்ளே போட்டுக்கங்க! பசிக்குதுன்னு சொன்ன புள்ளைய இப்படி பொட்டியைத் தூக்கிட்டுப் புறப்பட வெச்சிட்டீங்களே.... சொல்லுங்க!"

சோமசுந்தரத்தை உலுக்கினாள் அம்மா.

"எப்ப அவன் விஷயத்தில் ஒரு அபிப்பிராயம் சொல்றதுக்கோ, ஆலோசனை சொல்றதுக்கோ எனக்கு உரிமை இல்லைன்னு ஆயிடுச்சோ, அப்புறம் அவனை இருந்து சொல்றதுக்கோ, போன்னு செல்றதுக்கோ எனக்கு என்ன உரிமை இருக்கு? இருந்தா இருக்கட்டும், போனா போகட்டும். யாரையும் கெஞ்சிக் கூத்தாடியோ, கட்டிப்போட்டோ வீட்ல வெச்சிக்க முடியாது. போடி!"

சோமசுந்தரம் அவனை நிமிர்ந்துகூடப் பார்க்காமல் தன் அறைக்குள் சென்றுவிட, நிர்மலாவிடமிருந்து தன்னை உதறிக் கொண்டான் அரவிந்த்.

"அரவிந்த், சொல்றதைக் கேளுடா! அவரும் ஆத்திரப்பட்டு நீயும் ஆத்திரப்பட்டா எப்படிடா? உனக்கு அவர் மேலதானே கோபம்? எங்க மேல என்னடா கோபம்? எல்லாம் அப்புறம் பேசிக்கலாம். போடா உள்ளே!"

"இல்லைம்மா. என்னை மன்னிச்சிடு. இனிமே இங்க எங்களுக்குள்ளே சரியா வராதும்மா. ஒவ்வொரு விஷயத்துக்கும் வாதம் வரும், உங்க நிம்மதி போய்டும். நான் வர்றேன். வழியை விடு."

"எங்கடா போறே?"

"யாமினி வீட்டுக்குப் போக மாட்டேன்மா. நேத்து வரைக்கும் எனக்குன்னு ஒரு இடம் இல்லை. நல்ல வேளையா இன்னிக்கு இருக்கு, என் பிரஸ்ல நிறைய இடம் இருக்கு, பக்கத்தில் பத்து ஹோட்டல் இருக்கு. நான் வர்றேன்மா."

செருப்புகளை அணிந்து கொண்டு வேகமாக வெளியேறிச் சென்றான் அரவிந்த்.

* * *

அழைப்பு மணியை அழுத்திய அரவிந்த் உள்ளே அது ஒலிக்கும் சப்தம் கேட்காததால் கரண்ட் இல்லை என்பதைப் புரிந்து கொண்டு கதவைத் தட்டினான்.

கதவைத் திறந்தாள் விமலா.

"வாங்க. உள்ளே வாங்க."

"சந்துரு இல்லே?"

"இன்னிக்கு நைட் ஷூட்டிங் கன்டினியூ ஆகுது, வர்றதுக்கு லேட்டாகும்னு சொன்னாரு. உக்காருங்க. ஒரு நிமிஷம்."

விமலா சமையலறைக்குச் சென்று கேஸை அணைத்துவிட்டு ஈரக் கையைத் துடைத்தபடி வந்தாள்.

"எங்க ஷூட்டிங்?"

"பிரசாத்லன்னு சொன்னார். பிரஸ் ஆரம்பிக்கிற வேலைகள் தீவிரமா நடந்துட்டிருக்கிறதாச் சொன்னாரு. எப்ப ஓபனிங்?"

"பதினெட்டாம் தேதிங்க. ஒரு போன் பண்ணிக்கிறேன்."

"இதுக்கெல்லாம் பர்மிஷன் கேக்கணுமா? ரஸ்னா தரட்டுமா? இல்லை மோர் தரட்டுமா?"

"ஒண்ணும் வேணாங்க" என்று போனை எடுத்தான்.

"நீங்க பேசுங்க. நான் மோர் எடுத்துட்டு வர்றேன்" என்று விமலா உள்ளே போனாள்.

சந்துருவை செல்போனில் பிடித்தான் அரவிந்த்.

"சந்துரு, நான் உன்னை உடனே பார்க்கணும். நிறைய பேசணும்."

"எனக்கு ஷூட்டிங் முடிய ராத்திரி ரெண்டு, மூணு ஆயிடும் அரவிந்த். இங்க வர்றியா? எங்கேர்ந்து பேசறே?"

"உன் வீட்லேர்ந்துதான் பேசறேன். நான் ஸ்டுடியோவுக்கு வரலை சந்துரு. தனியா அமைதியாய் பேசணும்."

"நாளைக்கு ஷூட்டிங் இல்லை. நாளைக்கு எப்ப வேணாலும் பேசலாம்."

"சரி, நாளைக்கு உன் வீட்டுக்கு வர்றேன்."

போனை வைத்தான். மறுபடி எடுத்து பிருந்தாவின் அலுவலக எண்ணை முயன்றான்.

"நான் இங்க வாட்ச்மேன் பேசறேன் சார். ஆபீஸ் மூடி நாலு நாள் ஆச்சி. அவங்க வீட்லதான் இருப்பாங்க."

பிருந்தா இரண்டு தோழிகளோடு வீடு பிடித்துத் தங்கியிருப்பதாகச் சொன்னதும், அந்த வீட்டு விலாசம் தன்னிடம் இருப்பதும் அரவிந்திற்கு நினைவுக்கு வந்தது.

பிருந்தாவின் வீட்டிற்குச் சென்றால் என்ன?

என் மனக்குமுறல்களுக்கு ஒரு உடனடி வடிகால் தேவை.

பிருந்தாவிடம் மனம் விட்டுப் பேசினால் நிச்சயமாக ஆறுதலாக இருக்கும்.

விமலா கொடுத்த மோரைக் குடித்துவிட்டு பிருந்தாவின் வீட்டிற்குப் புறப்பட்டான் அரவிந்த்.

———◦———

-15-

காதல் டைரிக் குறிப்பு

இமயம் தொட எவராலும் முடியலாம்.
என் இதயம் தொட உன்னால் மட்டுமே முடியும்.

திருவான்மியூரில் பிருந்தாவின் வீட்டை சுலபமாகக் கண்டுபிடிக்க முடிந்தது. அந்தத் தனி வீட்டின் வாசலில் பெரிய தூங்குமூஞ்சி மரம் கிளைகளைப் பரப்பி வீட்டிற்குக் குடையாக நிழல் கொடுத்திருந்தது. தரையே தெரியாத அளவிற்கு அது உதிர்த்த இலைகளும் பூக்களும் விரிப்பு அமைத்திருந்தன.

பைக்கைப் பூட்டிய அரவிந்த் கொக்கி போட்டிருந்த காம்பவுண்ட் கேட்டை கொஞ்சமாகத் திறந்து கொண்டு உள்ளே வந்தான். பத்தடியில் வீட்டின் முகப்பு. சிறிய போர்ட்டிகோவில் ஒரு மொபெட் நின்றிருந்தது. வாசலை நெருங்கி அழைப்பு மணி பொத்தானைத் தேடி அழுத்தினான்.

வாசலுக்கு அருகில் மூன்று கண்ணாடிக் கதவுகள் கொண்ட ஆறடி ஜன்னல் ஒன்றிருக்க, அதில் ஒரு கதவு திறந்து எட்டிப் பார்த்த பிருந்தா, இவனைப் பார்த்து ஆச்சரியப்பட்டது முகத்தில் தெரிந்தது.

"வாங்க அரவிந்த்" என்று புன்னகைத்தாள். ஜன்னல் கதவை மூடிவிட்டு வாசல் கதவைத் திறந்தாள். "உள்ளே வாங்க" என்றாள்.

ஷூ வைக் கழற்றிவிட்டு ஸாக்ஸ் கால்களோடு உள்ளே சென்ற அரவிந்த், அந்த சிறிய ஹாலின் ஓரத்தில் போடப்பட்டிருந்த நாற்காலிகளில் ஒன்றில் அமர்ந்தான்.

எங்கோ புறப்படுகிற தோதில் புடைவை கட்டி நீட்டாக தன்னை அலங்கரித்துக் கொண்டிருந்த பிருந்தா ஃபேனைப்

போட்டுவிட்டு, "ஒரு நிமிஷம்" என்று சொல்லி அருகிலிருந்த அறைக்குள் சென்று அங்கே பாடிக் கொண்டிருந்த டேப் ரெக்கார்டரை அணைத்துவிட்டு, சமையலறை சென்று ஒரு கிளாசில் தண்ணீர் கொண்டு வந்து நீட்டினாள், "சுலபமா வீட்டைக் கண்டுபிடிச்சிட்டிங்களா?" என்றாள்.

"நான் இந்த ஏரியாவுக்கு ஏற்கெனவே பல தடவை வந்திருக்கேன். ஒண்ணும் பிரச்னையா இல்லை. நீங்க உக்காருங்க பிருந்தா" என்று தண்ணீர் குடித்துவிட்டு டீப்பாய் மேல் வைத்தான்.

பிருந்தா ஒரு நாற்காலியை அவனுக்கு எதிராக அமைத்துக் கொண்டு அமர்ந்தாள்.

"உங்க ஆபீசுக்கு போன் செஞ்சேன். ஆபீசை மூட்டிட்டதா வாட்ச்மென் சொன்னான். இப்ப நீங்க வெளில எங்கயாவது புறப்பட்டுக்கிட்டு இருக்கிங்களா பிருந்தா?"

"வேற எங்கே, வேட்டைக்குத்தான்" என்றாள்.

"வேட்டைக்கா?"

"வேலை வேட்டை! ரெண்டு மூணு பேருக்கு போன் செய்ய வேண்டியிருந்திச்சி. அதான் புறப்பட்டேன். ஒண்ணும் அர்ஜெண்ட் இல்லை. மெதுவா பண்ணிக்கலாம். எப்படி இருக்கீங்க அரவிந்த்?"

"ம்" என்றான். "உங்க சர்ட்டிஃபிகேட்ஸ், பயோடேட்டா எல்லாம் ஒரு நகல் அனுப்பச் சொல்லிருந்தேனே, ஏன் அனுப்பலை?"

"முதல் கட்டமா சொந்த முயற்சிகள்ல இறங்கிப் பார்த்துட்டு, அப்புறம் உங்களுக்கு அனுப்பலாம்னு நினைச்சேன்."

"உங்ககூட இன்னும் ரெண்டு பேர் தங்கியிருக்கிறதாச் சொன்னீங்க இல்லை?"

"ஆமாம். ரங்கநாயகின்னு ஒருத்தி ஹிந்து பேப்பர்ல வேலை பார்க்கறா. அவளும் ஸ்வர்ணான்னு ஒரு கம்ப்யூட்டர் ஆபரேட்டர் வேலை பார்க்றவளும் தங்கியிருக்காங்க. ரெண்டு

பேரும் வேலைக்குப் போயிருக்காங்க. ஈவினிங் ஏழு மணிக்கு வருவாங்க.”

இப்போது அழைப்பு மணி ஒலிக்க, பிருந்தா ஜன்னல் கதவைத் திறந்து எட்டிப் பார்த்துவிட்டுப் பிறகு வாசல் கதவைத் திறந்தாள்.

ஒரு பெண் அயர்ன் செய்த துணி அடுக்குடன் நின்று கொண்டிருக்க, அந்த அடுக்கை வாங்கிக் கொண்டு, “பேசிக்கிட்டிருக்கேன். கணக்கு அப்புறமாப் பார்த்துக்கலாம் ஜோதி” என்று உள்ளே சென்று வைத்துவிட்டு வந்தாள் பிருந்தா.

“சரிம்மா” என்று அவள் சென்றதும் கதவை அதிக ஓசை வராமல் சார்த்திவிட்டு மீண்டும் வந்து அமர்ந்தாள். “எதாச்சும் சாப்பிடறிங்களா அரவிந்த்? டிப்-டீ உங்களுக்கு போட்டுத் தரட்டுமா? பிடிக்குமா?”

“உங்களுக்கு ஆட்சேபணை இல்லைன்னா வெளில எங்கயாவது போய் சாப்பிடலாமா பிருந்தா? நான் உங்ககிட்ட கொஞ்சம் பேசணும்.”

“போலாமே” என்று எழுந்து கொண்டு, “ஒரு நிமிஷம்” என்று ஒரு ஹேண்ட் பேக்கைத் தோளில் மாட்டியபடி வந்து, “போலாம், வாங்க” என்றாள்.

அரவிந்த் ஷூ அணிந்து கொண்டான். பிருந்தா வீட்டைப் பூட்டி சாவியை கைப்பைக்குள் வைத்துக் கொண்டாள்.

“எங்க போகணும்?” என்றாள்.

“எந்த பிளானோடவும் வரலைங்க. உங்ககிட்ட என்னோட சில பர்சனல் பிரச்னைகளைப் பேசணுன்னு நினைச்சேன். காந்தி மண்டபம் போலாமா? என்னோட பைக்குல வருவீங்களா?”

“வாங்க” என்றாள்.

அவள் தன்னோடு வெளியே வர, அதுவும் பைக்கில் பின்னால் அமர்ந்து வர எந்தச் சிறிய தயக்கமும் காட்டாமல் சம்மதித்தது உற்சாகம் தந்தது அரவிந்திற்கு.

   நான் உன்னை சுவாசிக்கிறேன்

பைக்கை ஸ்டார்ட் செய்தான். பிருந்தா அமர்ந்து கொண்டாள். புறப்பட்டான். அவள் கூந்தலில் வைத்திருந்த மல்லிகைப் பூக்களின் வாசனை ஜில்லென்று மனதைத் தடவியது.

பாரமாக இருந்த மனத்தில் இப்போது சுமை ஏதும் இல்லாமல் தக்கை போல உணர்ந்தான் அரவிந்த்.

காந்தி மண்டபம் போகும் வழியில் ஒரு போன் பூத் அருகில் முதலில் நிறுத்தினான்.

"பிருந்தா, நீங்க யாருக்கோ போன் செய்யணும்ன்னு சொன்னீங்களே, என்னால அது கெடக் கூடாது. போய்ப் பேசிட்டு வந்துடுங்க. நான் வெய்ட் பண்றேன்."

"பரவால்லைங்க. அது நான் அப்புறம் பாத்துக்கறேன்."

"இல்லை. நீங்க பேசிட்டு வந்துடுங்களேன்."

"சரி" என்று இறங்கிச் சென்றாள்.

அரவிந்த் பைக்கை சாய்த்து நிறுத்திவிட்டு சிகரெட் பிடித்தான். பாதையோரத்தில் இளநீர்க் கடை பார்த்து இரண்டு இளநீர் சீவச் சொன்னான்.

சில நிமிடங்களில் பிருந்தா வர, ஸ்ட்ரா போட்ட ஒரு இளநீரை அவளுக்குத் தந்து, தானும் உறிஞ்சியபடி, "என்னாச்சு?" என்றான்.

"ரெண்டு பேருக்குப் பேச வேண்டியிருந்திச்சா. ஒருத்தர் ஊர்ல இல்லை. இன்னொருத்தர் நாளைக்கு பேசச் சொல்லிட்டார்."

இளநீர் குடித்து, முடித்து, வெட்டி வழித்துக் கொடுத்ததையும் சாப்பிட்டார்கள். பிசுபிசுப்பான கையைத் தன் கர்சீப்பில் அவன் துடைக்கப் போக, "இருங்க, தண்ணி இருக்கு" என்று கைப்பையில் இருந்து சிறிய பாட்டில் எடுத்து அவன் கைகளில் ஊற்றிவிட்டு, தன் கைகளையும் கழுவிக் கொண்டாள் பிருந்தா.

மீண்டும் புறப்பட்டார்கள். காந்தி மண்டபம் வாசலில் நிறுத்திவிட்டு உள்ளே நடந்தார்கள். ஒரு மர நிழலைக் காட்டி, "அப்படி உக்காரலாமா?" என்றான்.

அவள் தலையசைக்கவே, சென்று சற்று இடைவெளி கொடுத்து அருகருகே அமர்ந்தார்கள்.

தூரத்தில் பரபரப்பாக வாகனங்கள் விரைந்து கொண்டிருக்க, இங்கே நிதானமாக ஒரு பறவை 'ட்ரூட், ட்ரூட்' என்றது.

பிருந்தா தன் முழங்கால்களைக் கட்டிக் கொண்டு சுற்றிலும் பார்க்க, ஒருக்களித்து ஒரு கையை ஊன்றியபடி அமர்ந்திருந்த அரவிந்த் அவள் முகத்தையேப் பார்த்தவன், அவள் அவன் பக்கம் திரும்பியதும் பார்வையைத் தாழ்த்திக் கொண்டு அருகில் கிடந்த ஒரு சிறு மரக்குச்சி எடுத்து, காய்ந்த இலைகளைக் குச்சியால் விலக்கினான்.

"சொல்லுங்க அரவிந்த், என்ன பேசணும்?" என்றாள் பிருந்தா,

"பிருந்தா, ஆஃப்செட் பிரஸ் ஆரம்பிக்கப் போறேன்னு உங்ககிட்ட சொன்னேன் இல்ல, விடுவிடுன்னு அதுக்கானஎல்லா ஏற்பாடுகளையும் செஞ்சி முடிச்சுட்டேன். ராயப்பேட்டையில இடம் பிடிச்சி, செகண்ட் ஹாண்ட்ல மிஷின் வாங்கிப் போட்டு, வேலைக்கு ஆபரேட்டர்ஸ் போட்டு, வர்ற பதினெட்டு திறப்பு விழா. இதோ பாருங்க, இன்விடேஷன்."

பேண்ட் பாக்கெட்டில் இரண்டாக மடக்கி வைத்திருந்த அழைப்பிதழை எடுத்து அவளிடம் கொடுத்தான்.

"கங்கிராஜுலேஷன்ஸ். ரொம்ப சந்தோஷமான விஷயம்தானே இது. ஏன் இதை உற்சாகமே இல்லாம சொல்றீங்க?" என்றபடி இன்விடேஷனைப் படித்துப் பார்த்தாள்.

"மனசுல சந்தோஷம் இல்லைங்க பிருந்தா."

"ஏன்?"

"நான் இப்போ பிரஸ் ஆரம்பிக்கிறது எங்கப்பாவுக்குப் பிடிக்கலை. நேத்து எனக்கும் அவருக்கும் பெரிசா வாக்குவாதம் வந்து கடைசில நான் வீட்டை விட்டு வந்துட்டேன்."

அவள் சின்ன அதிர்ச்சியுடன் மௌனமாகப் பார்த்தாள்.

"எங்கம்மாவும், தங்கையும் எவ்வளவோ சொல்லி என்னைத் தடுத்துப் பார்த்தாங்க. நேத்து எங்கப்பா சொல்லக் கூடாத

 நான் உன்னை சுவாசிக்கிறேன்

சில வார்த்தையெல்லாம் சொல்லி என்னை ரொம்பக் கேவலப்படுத்திட்டார். அதுக்கும் அப்புறம் அந்த வீட்ல இருக்கறது எனக்குப் பிடிக்கலை. புறப்பட்டுட்டேன்."

"புறப்பட்டு?"

"பிரஸ் ஆபீசுக்கு வந்துட்டேன். நேத்து ராத்திரி பூரா தூக்கம் இல்லை. ஒரே டென்ஷன். எந்தப் பிரச்சனையா இருந்தாலும் நான் என் ஃபிரண்டு சந்துருவோட ஷேர் பண்ணிக்குவேன். அவனைப் பார்க்கப் போனேன். அவன் ஷூட்டிங் போயிட்டான். நைட்டுதான் வருவானாம். எனக்கு உடனே உங்க ஞாபகம் வந்திச்சி. நடந்ததை எல்லாம் உங்ககிட்ட ஷேர் பண்ணிக்கணும்னு தோணிச்சு. நாம அதிகமாப் பழகலை. ஆனா, உங்களோட பேசறப்போ மனசுக்கு இதமா இருக்கு. என் பர்சனல் பிரச்சனைகளை அதிகப்பிரசங்கித்தனமா உங்ககிட்ட சொல்றதா நினைக்கிறீங்களா பிருந்தா? எந்த வகையிலாவது நான் உங்களை சங்கடப்படுத்தறேனா?"

"இல்லைங்க. உங்க பர்சனல் மேட்டர்ஸ் என்கிட்ட சொல்றீங்கன்னா அந்த அளவுக்கு எனக்கு முக்கியத்துவம் தர்றீங்கன்னு புரியுது. நீங்க சொல்றதையெல்லாம் சும்மா கேட்டுக்கிட்டு இருக்கறதைத் தவிர எந்த வகையிலாவது உங்க பிரச்சனைக்கு என்னால் உதவ முடியும்னா சந்தோஷப்படுவேன். வீட்டை விட்டு வந்தது தப்புன்னு இப்போ நீங்க ஃபீல் பண்றீங்களா அரவிந்த்?"

"தப்புன்னு நினைக்கலை. இத்தனை வருஷம் அங்க இருந்துட்டு திடீர்னு வர வேண்டிய சூழ்நிலை ஏற்பட்டுடுச்சேன்னு வருத்தமா இருக்கு."

"உங்கப்பாவுக்கும் உங்களுக்கும் என்ன பிரச்சனை?"

"மிஸ்அண்டர்ஸ்டாண்டிங்! என் திறமை மேல அவருக்கு நம்பிக்கை இல்லை. என்னை அவர் என்கரேஜ் செய்யறதில்லை. என்னை விட என் அக்காவும், பெங்களூர்ல இருக்கற அண்ணணும்தான் ஒஸ்தி. ஏன்னா, அவங்க எக்கச்சக்கமா சம்பாதிக்கிறாங்க."

"பாசத்தில் பாரபட்சம் இருக்க முடியுமா அரவிந்த்?"

"இருக்கே! நான் அனுபவிக்கிறேனே! என் அக்கா யாமினி இருக்காளே, அவளுக்கு என் மேலயும் இளங்கோ மேலயும் ஒரே மாதிரிதானே பாசம் இருக்கணும்? அப்படி இல்லை. அவன் மேல ஏகப்பட்ட மரியாதை. ஏன்னா, பணம் நிறைய சம்பாதிக்கிறான். நான் சும்மா இருக்கறதால என்னை அப்படி அலட்சியப்படுத்துவா பிருந்தா. அதே மாதிரிதான் இளங்கோவும். எல்லாரும் சேர்ந்துக்குவாங்க. என்னை ஒரு தீவு மாதிரி ஒதுக்கி வெச்சிடுவாங்க."

"இது உங்க கற்பனையா இருக்கலாமா?"

"இல்லை பிருந்தா. என்னால நிறைய சம்பவங்களை உதாரணமா சொல்ல முடியும். இது விவரிக்க முடியாத ஒரு உள் யுத்தம்! குடும்பத்துல ரகசியமா நடக்குது இது. சாதிச்சுக் காட்டியே ஆகணும்ணு எனக்குள்ளே ஒரு வெறியையே ஏற்படுத்தினது அவங்கதான்."

"சாதிக்கிறதுன்னா?"

"அவங்களைவிட பல மடங்கு உயர்ந்து காட்டணும்."

"எதில?"

"சம்பாத்தியத்தில! வசதியில! அந்தஸ்தில!"

"பணம் சம்பாரிக்கிறதுதான் சாதனையா அரவிந்த்?"

"வேற என்ன? பணத்தை சம்பாரிச்சிட்டா மத்த எல்லா சாதனைகளையும் அது நடத்திக் காட்டிடும்."

"அப்படியா? நிஜமாவா? அம்பானி ஒரு பெரிய கோடீசுவரர். அவர் கிட்ட இருக்கிற பணத்தால விஞ்ஞான சாதனைகளுக்காக அப்துல் கலாம் வாங்கின தேசிய விருதை விலை பேசி வாங்க முடியுமா அரவிந்த்? நீங்க இருக்கற மோசமான மனநிலையில நான் வாதம் செய்யறதா தப்பா எடுத்துக்காதீங்க. பணம் சம்பாரிக்கிறது மட்டுமே சாதனை இல்லைன்னு சொல்ல வந்தேன்" என்றாள் பிருந்தா.

"என்னோட ஃபீலிங்ஸ் எனக்குத்தான் புரியும். உங்களால உணர முடியாது."

                                நான் உன்னை சுவாசிக்கிறேன்

"நான் உணர்ந்த உங்க ஃப்பீலிங்கைச் சொல்றேன். நான் சரியாப் புரிஞ்சுக்கிட்டிருக்கேனா இல்லையான்னு உண்மையாச் சொல்றீங்களா?"

நிமிர்ந்து உட்கார்ந்தான் அரவிந்த்.

———◁◇▷———

காதல் டைரிக் குறிப்பு

ஒருவேளை வாழ்வில்
நாம் இணைய முடியாமல் போனால்
நான் தற்கொலை செய்துகொள்ள மாட்டேன்.
தினமும் உன்னை நினைப்பதற்கு
எனக்கு உயிர் அவசியம்.

பிருந்தா, அவன் மனத்தில் உள்ள உணர்வுகளைப் புரிந்து வைத்திருப்பதாக எதைச் சொல்லப் போகிறாள் என்று அரவிந்திற்கு படபடப்பான ஆர்வம் ஏற்பட்டது.

"என்ன.... புரிஞ்சிட்டிருக்கீங்க?" என்றான் தயக்கமாக.

"நான் பழகின வரைக்கும் உங்களைப் பத்தி என் மனசில ஏற்பட்டிருக்கிற அபிப்ராயத்தைச் சொல்றேன். சிலதை நீங்க ஒத்துக்கலாம். சிலதை மறுக்கலாம்."

"பரவால்லை, சொல்லுங்க பிருந்தா."

"உங்ககிட்ட நல்ல பண்பாடுகள் நிறைய இருக்கு. உதவி செய்யற குணம் இருக்கு. நாகரீகம் இருக்கு. உண்மையை வெளிப்படையாப் பேசற பக்குவம் இருக்கு. தப்புன்னு உணர்ந்தா மன்னிப்புக் கேக்க நீங்க தயங்கறதில்லை."

நிறுத்தி தன் கைப்பையின் பட்டனை நிமிண்டினாள்.

"அப்புறம்?" என்றான் புன்னகையுடன்.

"இதெல்லாம் உங்க ப்ளஸ் பாய்ண்ட்ஸ். இப்ப உங்களோட மைனஸ் பாய்ண்ட்ஸா நான் நினைக்கிறதைச் சொல்றதுக்குக் கொஞ்சம் தயக்கமா இருக்கு அரவிந்த்."

"எதுவா இருந்தாலும் சொல்லுங்க."

"வலிக்கலாம். வருத்தப்படக் கூடாது."

"உங்க ஆலோசனை வேணும்னு நினைச்சித்தானே நானே உங்களைத் தேடி வந்தேன். சொல்லுங்க. வருத்தப்பட மாட்டேன்."

"வாழ்க்கைப் பத்தின உங்க பார்வை ரொம்ப சுருங்கிப் போய் இருக்கு. சில விஷயங்கள்ளே நீங்க அசைக்க முடியாத பிடிவாதக்காரர். கொஞ்சம் அவசரம் இருக்கு எதிலயும். பொறுமை திடீர்ந்து தொலைஞ்சி போயிடும். 'இதுதான் சரி'ன்னு சில கொள்கைகள்ல மாறாத நம்பிக்கை வெச்சிருக்கீங்க. கண்டிப்பா ஈகோ இருக்கு. ஒவ்வொரு சம்பவத்துக்கும் உங்க கருத்துக்கு சாதகமா நீங்களா ஒரு அர்த்தம் கொடுத்துக்குவீங்க."

சற்றே நெளிந்த அரவிந்த், "அவ்வளவுதானா, இன்னும் இருக்கா?" என்றான்.

"பார்த்தீங்களா, முழுக்க கேட்டுக்கறதுக்குக்கூட உங்கிட்ட பொறுமை இல்லை."

"சரி, சொல்லி முடிச்சிடுங்க."

"இல்லை, வேணாம். போதும்."

"ஏன்?"

"உங்க முகம் மாறிடுச்சி, உங்களோட ப்ளஸ் பாய்ண்ட்சைச் சொன்னப்போ சிரிச்சிக்கிட்டு கேட்டுக்கிட்டீங்க. இப்ப உங்க முகம் இறுகிப் போச்சி."

"அப்படி இல்லை. உங்க கருத்தை நீங்க சொல்றீங்க. அதனால என்ன? உங்க கருத்து முழுக்க கரெக்ட்டா இருக்கணும்னு ஒண்ணும் அவசியமில்லையே."

"அவசியம் இல்லை. உங்க ப்ளஸ் பாய்ண்ட்ஸை கரெக்ட்டாச் சொன்னேனா? அதையாவது சொல்லுங்க."

"அது பூராவும் நூறு சதவிகிதம் கரெக்ட்!"

"உங்க மைனஸ் பாய்ண்ட்ஸ்ன்னு சொன்னது மட்டும் நூறு சதவிகிதம் தப்பு! அப்படித்தானே?"

"எல்லாமே தப்புன்னு சொன்னா அது பொய்! பிடிவாதம் இருக்கறது உண்மைதான். சில சூழ்நிலைகள்ல பொறுமை இழந்துடறதும் உண்மைதான். ஆனா, மைனஸ் பாய்ண்ட்ஸ் இல்லாம யாராச்சும் இருக்க முடியுமா?"

"அப்படி நான் சொன்னேனா? உலகத்தில முழுக்க நல்லவனும் இல்லை. முழுக்க கெட்டவனும் இல்லை. விகிதாச்சாரம்தான் மாறும். ஒருத்தனைக் கெட்டவன்னு வகைப்படுத்தறதும் கஷ்டமான விஷயம்."

"ஏன்?"

"கெட்டவனுக்கு உண்டான குணங்கள்ன்னு எதை எதைப் பட்டியல் போடறது? சிகரெட் பிடிக்கிறவன், தண்ணியடிக்கிறவன் இவனெல்லாம் கெட்டவனா? இதெல்லாம் உடலுக்குத் தீமை செய்யற கெட்டப் பழக்கங்கள்ன்னு மட்டும்தானே சொல்ல முடியும்?"

"பல பெண்களோட தொடர்பு வெச்சிருக்கிறவன்?"

"அவனும் ஒரு பிரதேசத்தோட கலாசாரப் பார்வையிலதானே கெட்டவனாத் தெரியறான்? வேறு நாட்டுக் கலாச்சாரப்படி பார்த்தா அது முரண்பாடான விஷயம் இல்லையே."

"கொலை செய்றவன்?"

"கொலை செய்றவன் சட்டத்தோட பார்வையில் ஒரு குற்றவாளி. கொலை செஞ்சவனைக் கொலைகாரன்னு சொல்றது சரி. கெட்டவன்னு எப்படி உறுதியா சொல்வீங்க? அவன் ஏன் கொலை செஞ்சான்னு ஒரு கேள்வி இருக்கே. போர் முனையில நாட்டுக்காகக் கொலை செய்றாங்க. சட்டப்படி அதுக்குத் தண்டனை இல்லை. யுத்த தர்மப்படி அது நியாயம். மனித தர்மப்படி அது நியாயமா. சரி, ஒருத்தன் கொலை செஞ்சிட்டான். அவன் கெட்டவனா?"

"நீங்க என்ன வக்கீலுக்குப் படிச்சிருக்கீங்களா? எதையுமே நியாயப்படுத்துவீங்க போலிருக்கு?"

  நான் உன்னை சுவாசிக்கிறேன்

"மேலோட்டமா பார்த்துக் கொலை செய்றவன் எல்லாம் கெட்டவன்னு சொல்லிட முடியுமாங்கறதுதான் என் கேள்வி."

"முடியாது, ஒப்புக்கறேன். என்ன சொல்ல வர்றீங்க?"

"உங்க குடும்பத்தில எல்லாரும் சேர்ந்துக்கிட்டு உங்களை ஒரு தீவு மாதிரி ஒதுக்கிவைச்சி பாரபட்சமா நடந்துக்கிறாங்கன்னு சொன்னீங்களே, அது எனக்கு சரியாப் படலைங்க அரவிந்த். அவங்க உங்களை வெறுக்கறதா சொல்றது உங்க மேலோட்டமான பார்வை! உங்க இந்தக் கருத்துக்கு, சாதகமா நடந்த சில சம்பவங்களை மட்டும் வெச்சிக்கிட்டு நீங்களா உருவாக்கிக்கிட்ட அபிப்ராயம் இதுங்கறது என் கருந்து. நம்மை வெறுக்கறாங்களோன்னு ஒரு சந்தேகத்தை மனசில வெச்சிக்கிட்டு நீங்க குடும்பத்தில் நடந்த ஒவ்வொரு சம்பவத்தையும் அணுகினா அந்தச் சந்தேகத்தை வலுப்படுத்தற மாதிரியாக தோணும்."

அரவிந்த் அமைதியாக இருந்தான். இரண்டு கைகளையும் பின்னால் ஊன்றிச் சாய்ந்து அமர்ந்து வானத்தின் வெளிர் நீலத்தில் மெதுவாக நகரும் மேகத்திட்டுக்களைப் பார்த்தான்.

இப்போது அவர்களுக்கு அருகில் நின்று இளைஞர்கள் சிகரெட் பிடித்தபடி, சிரித்துப் பேசியபடி கடந்தபோது பிருந்தாவை உற்றுப் பார்த்தார்கள்.

"தெய்வீகக் காதல்டா!" என்றான் ஒருவன்.

"இருட்டினதுக்கப்புறம்?" என்றான் இன்னொருவன்.

"கஜுரஹோ காதல் மச்சி" என்றான் மூன்றாமவன்.

"யூ!" என்று ஆத்திரமாக எழப் போன அரவிந்தை, கையமர்த்தித் தடுத்தாள் பிருந்தா.

"கமெண்ட அடிச்சாங்க, போய்ட்டாங்க, விடுங்க!"

"இடியட்ஸ்! கொஞ்சம்கூட டீசன்ஸி இல்லாம..."

"அவங்க மெச்சூரிட்டி அவ்வளவுதான். ஒரு கோணத்தில் பார்த்தா அவங்க யூகம் செய்ய நாமதானே இடம்கொடுத்திருக்கோம். கொஞ்சம் நாலு பக்கமும் பாருங்க.

எத்தனை ஜோடிங்க உக்காந்திருக்காங்க. வழக்கமா லவ்வர்ஸ் இங்க வர்றாங்க. அதனால அவங்க பார்வையில நாம காதலர்களாத் தெரியறோம். நீங்க யாரு, நான் யாரு, நமக்குள்ளே என்ன உறவுன்னெல்லாம் விசாரிச்சுட்டு அப்புறமாவா கமெண்ட் அடிக்க முடியும்?''

'பிருந்தா, நமக்குள்ளே நிஜமா என்ன உறவு?' என்று கேட்க உள்ளம் துடித்தாலும் அவன் உதடுகள் தைரியம் பெறாததால் ஒத்துழைக்க மறுத்தன.

''ஸாரிங்க பிருந்தா. நான் உங்களை இங்கே அழைச்சுட்டு வந்திருக்கக் கூடாதுன்னு நினைக்கிறேன்.''

''அதனால என்ன? இப்போ கமெண்ட் அடிச்சிட்டுப் போன இந்த மூணு பேரோட முகமும் இன்னும் அரை மணி நேரம் கழிச்சி நமக்கு ஞாபகமிருக்காது. அவங்க சொன்னதுக்காக மூட்அவுட் ஆகறது முட்டாள்தனம் இல்லையா?''

அவள் முகத்தை ஊடுருவிப் பார்த்தான் அரவிந்த்.

''என்ன பார்க்கறீங்க?''

''எப்படி இந்த மாதிரி எல்லாம் யோசிக்கிறீங்க? எனக்கு எந்திரிச்சிப் போய் அவன் சட்டையைப் பிடிக்கணும்னுதான் தோணிச்சி. உங்களை மாதிரி உடனே மன்னிக்கத் தோணலை.''

''நான் எங்கே மன்னிச்சேன்? மனசுல வெச்சிக்க விரும்பலை. ஏன் அப்படிச் சொன்னாங்கன்னு சூழ்நிலையை மட்டும் யோசிச்சப் பார்த்தேன்.''

''உங்க பொறுமையும் பக்குவமும் எனக்கு வராதுங்க.''

''நான் பக்குவமா? சேச்சே! அதெல்லாம் இல்லை. அது ஒரு பெரிய நிலை. ரொம்ப தூரம் போகணும். அதை அடைய. பிரச்சனைகளை உணர்ச்சிவசப்பட்டுப் பார்க்காம கொஞ்சம் தள்ளி நின்னு பார்க்கற தெளிவு இருக்கு. அதனால பதற்றப்படலை. அவ்வளவுதான். உங்க மைனஸ் பாய்ண்ட்ஸ்னு நான் அபிப்ராயம் சொன்னதில உள்ளுக்குள்ளே கொஞ்சம் வருத்தமா இருக்கா அரவிந்த்?''

 நான் உன்னை சுவாசிக்கிறேன்

"இல்லைங்கபிருந்தா. ஒரு பழமொழி சொல்லுவாங்க தெரியுமா? தலைவலியும் காய்ச்சலும் தனக்கு வந்தாத்தான் தெரியும்! நீங்க என் பிரச்சனையை வெளில நின்னு பார்க்கறீங்க. நான் அதை அனுபவிக்கிறவன். நான்தான் தப்பாப் புரிஞ்சுக்கறேன்னு நீங்க சொன்னது உங்க பார்வை. நான் சொன்ன வார்த்தைகள்ல கொஞ்சம் மிகை இருக்கலாம். ஆனா, குடும்பத்தில நான் அலட்சியப்படுத்தப்படறேன்கிறது உண்மை."

பிருந்தா புன்னகைத்தாள்.

"உங்க கருத்தை நான் பிடிவாதமா மறுக்கறேன்னு நினைச்சி சிரிக்கறீங்களா?"

"இல்லை. விட்டுடலாம். வேற பேசலாம்."

"எதுக்கு சிரிச்சீங்க?"

"ஒண்ணுமில்லை. விடுங்க."

"என்னைக் கிண்டல் செய்ற மாதிரி இருக்கு."

"உங்களுக்கு அப்படிப்பட்டா நானா பொறுப்பு? பார்த்தீங்களா, ஒரு சின்ன புன்னகைக்கே நீங்க ஒரு அர்த்தம் கற்பிச்சிக்கிட்டு கேள்வி கேக்கறீங்க."

"நீங்க சமாளிக்கிறீங்க பிருந்தா. நான் கற்பிச்சிக்கிட்ட அர்த்தம் தப்பானதுன்னு நிரூபிங்க."

"எப்படி?"

"நீங்க சிரிச்சதுக்கான உண்மையான காரணத்தைச் சொல்லுங்க."

"சொன்னா அநாவசியமா வாதம்தான் தொடரும்."

"பரவால்லை, சொல்லுங்க."

"உங்க ஈகோவை நினைச்சி சிரிச்சேன்."

"ஈகோவா?"

"நான் சொன்னதில கொஞ்சம் உண்மை இருக்கலாம்னு உங்க உள் மனசுக்குத் தெரிஞ்சாலும் அதை விட்டுக்கொடுக்க நீங்க தயாரா இல்லாததால 'நீ தள்ளி நின்று பார்க்கறே, நான்

அனுபவிக்கிறேன்'ன்னு சொன்னீங்க. சொன்னது நீங்க இல்லை. உங்க ஈகோ.''

''நீங்க சொன்னது உண்மைன்னு என் உள் மனசு உணர்ந்ததா எப்படி நீங்க சொல்றீங்க? இது உங்க அனுமானம்தானே?''

''அதான் சொன்னேன்ல, வாதம்தான் தொடரும்னு, விட்டுடுங்க.''

அரவிந்த் பெருமூச்சு விட்டான்.

''நல்லாப் பேசறீங்க பிருந்தா. என் வீட்டை விட்டு நான் வந்தது சரியா, தப்பா? அது மட்டும் சொல்லுங்க!''

''நான் எதுவும் சொல்லலைங்க.''

''ஏன்?''

''வீட்டை விட்டு வந்துடலாம்னு இருக்கேன், சரியா, தப்பான்னு கேள்வி கேட்டா பதில் சொல்லலாம். சரின்னு உங்களுக்குப் பட்டதாலதானே வந்திருக்கீங்க. இப்ப நடந்து முடிஞ்ச விஷயம் பத்தி அபிப்ராயம் கேக்றதால என்ன பிரயோஜனம்?''

''செஞ்சது சரிதான்னு சொன்னா எனக்குத் தெம்பா இருக்கும்.''

''உங்களுக்கு தெம்பா இருக்கறதுக்காக அப்படிச் சொல்லணுமா?''

''இல்லை. உங்க கருத்தைச் சொல்லுங்க பிருந்தா.''

''இது உங்க பிரச்சனை அரவிந்த். இதை நீங்க அனுபவிக்கிறவர். நான் தள்ளி நின்னு பார்க்கறவ. உங்க தலைவலியையும் காய்ச்சலையும் நான் எப்படி உணர முடியும்? நான் உணர முடியாத ஒரு விஷயத்தைப் பத்தி நான் எப்படி அபிப்ராயம் சொல்றது?''

''பழிவாங்கிட்டீங்களா? இது மட்டும் ஈகோ இல்லையா?''

சில விநாடிகள் மௌனமான பிருந்தா, ''ஆமாம் அரவிந்த். இது என் ஈகோதான். என்னை வார்த்தையால மடக்கினீங்க இல்ல, இதோ பாருங்க பதிலுக்கு உங்களை மடக்கிட்டேன்னு சந்தோஷப்பட்டுக்கற ஒரு ஈகோ வெளிப்பாடுதான். ஐ'ம்

                    நான் உன்னை சுவாசிக்கிறேன்

ஸாரி. நான் வெட்கப்படறேன். என் மேல எவ்வளவு மரியாதை வெச்சிருந்தா உங்க பர்சனல் பிராப்ளத்தை மனம் விட்டுப் பேசுவீங்க. அலட்சியப்படுத்திப் பேசினது தப்புதான் அரவிந்த்" என்றாள்.

அவள் கண்களை நேராகப் பார்த்த அரவிந்த், "பிருந்தா, எதுக்காக அதிக பழக்கம் இல்லாத உங்ககிட்ட எல்லாத்தையும் சொல்றேன் தெரியுமா?" - சற்றே இடைவெளி விட்டவன், "எனக்கு உங்களைப் பிடிச்சிருக்கு" என்றான்.

━━━━◦◦◦◦━━━━

-17-

இந்த உலகத்தில் உள்ள எந்தப் பூவின்
எழிலும் உன் புன்னகையின் அழகுக்கு ஈடில்லை.

அரவிந்திற்கு தன்னையே நம்ப முடியவில்லை. நான்தான் சொன்னேனா?

'எனக்கு உங்களைப் பிடிச்சிருக்கு' மூன்றே வார்த்தைகள்தான். ஆனால், பிருந்தாவின் மேல் என் மனதில் அழுத்தமான காதல் உணர்வுகளை ஏந்திய முக்கியமான வார்த்தைகள்.

பல தினங்களாகச் சொல்லிவிடத் தவித்த தகவல்! சரியான சந்தர்ப்பத்திற்காகக் காத்திருந்த செய்தி! கிடைத்த சில சந்தர்ப்பங்களிலும் தைரியம் வராமல் தள்ளிப்போட்ட அறிவிப்பு!

'நான் உன்னை நேசிக்கிறேன்' என்கிற நேரடியான வெளிப்பாட்டிற்கு இப்போதும் முழுமையான தைரியமில்லாமல், அதே அர்த்தத்தை உள்ளடக்கி இயல்பாகச் சொல்லப்பட்டுவிட்ட இனிய வாக்கியம்!

ஆனால், பிருந்தாவின் முகத்தில் இந்த மூன்று வார்த்தைகளும் பெரிதாக எந்தச் சலனத்தையும் ஏற்படுத்தாதது சற்று ஏமாற்றத்தை அளித்தது.

அவன் சொன்னதற்குப் பதிலாக அவள் இதழ்கள் சற்றே விரிந்து ஒரு சிறிய புன்னகையை வெளிப்படுத்தி பழைய நிலையை அடைந்தன. அந்தப் புன்னகையின் பொருள் அவனுக்குப் புரியவில்லை.

என்ன அர்த்தம் இந்த ரியாக்ஷனுக்கு? நான் சொன்னதை இவள் எப்படி எடுத்துக் கொண்டிருக்கிறாள்? என்னைப் போலவே

இவள் மனத்திலும் என்னைப் பற்றி காதலான உணர்வுகள் இருந்திருந்தால், நான் சொன்னது மகிழ்ச்சியை ஏற்படுத்தி விளைவாக தலையைக் குனிந்து வெட்கப்பட்டிருக்க வேண்டும்.

அல்லது நான் சொன்னதை இவள் சற்றும் எதிர்பார்க்காமல் இருந்திருந்தால், இது அவளுக்கு மிகப் பெரிய அதிர்ச்சியைக் கொடுத்து விளைவாக கோபம் வந்திருக்க வேண்டும்.

'இப்படி நீங்க பேசுவிங்கன்னு நான் கொஞ்சம்கூட எதிர்பார்க்கலை அரவிந்த்' என்று கடுமையாகச் சொல்லியிருக்க வேண்டும்.

இரண்டுமில்லாமல் ஒரு குட்டிப் புன்னகை புரிந்து என்னை ஏன் இப்படிக் குழப்புகிறாள்? புன்னகைத்தாளா? இல்லை, அதுகூட என் பிரமையா?

புன்னகையைத் தொடர்ந்து பிருந்தா ஏதாவது பேசுவாள் என்கிற எதிர்பார்ப்பில் அரவிந்த் அமைதியாக இருந்தான்.

ஆனால், அவளோ பேச எதுவுமே இல்லாதது போல தன் முழங்கால்களைக் கட்டிக் கொண்டு அருகிலிருந்த மரத்தின் கிளையில் ஒன்றை ஒன்று துரத்திய அணில்களைப் பார்த்தாள். பிறகு அவர்கள் அமர்ந்திருந்த மரத்திலிருந்து தரையெங்கும் உதிர்ந்து கிடந்த மஞ்சள் நிற மலர்களில் ஒன்றை எடுத்து வாசனை வருகிறதா என்று பார்த்தாள். பிறகு அவன் கொடுத்த பிரிண்ட்டிங் பிரஸ் துவக்க விழா அழைப்பிதழை மறுபடி படித்துப் பார்த்து விட்டு நிமிர்ந்தாள்.

"குத்து விளக்கு ஏற்றுவார் லால்சந்த்னு போட்டிருக்கீங்களே, இது யாருங்க அரவிந்த்?" என்றாள்.

"இந்த ப்ராஜெக்ட்டுக்கு ஃபைனான்ஸ் பண்ணியிருக்கிறவர்."

"நீங்க பேங்க் லோன் போடலையா?"

பொறுமை இழந்தான் அரவிந்த்.

"பிருந்தா, இதுக்கு நான் பதில் சொல்றது இருக்கட்டும். இப்ப கொஞ்சம் முன்னாடி நான் உங்களைப் பத்திச் சொன்னதை நீங்க

கவனிச்சிங்களா, இல்லை கவனிக்கலையா, இல்லை கவனிக்காத மாதிரி நடிக்க விரும்பறீங்களா?" என்றான் படபடப்பாக.

"எதைச் சொல்றீங்க அரவிந்த்?"

"எனக்கு உங்களைப் பிடிச்சிருக்குன்னு சொன்னேன்."

"ஆமாம், சொன்னீங்க."

"நீங்க பதில் எதுவும் சொல்லலையே."

"நீங்க சொன்னது ஒரு ஸ்டேட்மெண்ட். பதில் சொல்ல வேண்டிய கேள்வியா அது?"

"ஓ, நான் கேள்வியாக கேட்டிருக்கணுமா? சரி, இப்ப கேக்கறேன். பிருந்தா, உங்களுக்கு என்னைப் பிடிச்சிருக்கா?"

"நமக்குப் பிடிக்காத மனிதர்களோட நம்மால பழக முடியுமா அரவிந்த்? உங்க பேச்சு, பண்பாடு இதெல்லாம் உங்களை ஒரு கண்ணியமான இளைஞனா நினைக்க வெச்சது. ஒரு மதிப்பையும் மரியாதையையும் ஏற்படுத்தினது. அதனாலதான் உங்களை சந்திக்கிறேன். பேசறேன். நீங்க கூப்பிட்டதும் உங்களோட தைரியமா வெளில வர்றேன்."

அவள் சொல்லச் சொல்ல பிரகாசமடைந்த அரவிந்த், "பிருந்தா, ஆனாலும் நீங்க அநியாயம் பண்றீங்க. எவ்வளவு இனிமையான விஷயத்தை எக்ஸ்பிரஷனே இல்லாம எப்படி உங்களால சொல்ல முடியுது? என்னை உங்களுக்குப் பிடிச்சிருக்குன்னு நீங்க சொன்னீங்களே, நிஜமா இப்போ இந்த நிமிஷம் 'ஹூய்யா!'ன்னு கத்திக்கிட்டு குதிக்கணும் மாதிரி இருக்கு எனக்கு" என்றான்.

"இதில இவ்வளவு சந்தோஷப்பட என்ன இருக்கு அரவிந்த்?"

"உங்க மனசில என்ன இருக்குன்னு எப்படிப் புரிஞ்சுக்கிறதுன்னு தெரியாம நான் தவிச்ச தவிப்பு எனக்குத்தான் தெரியும். ஐ லவ் யூ! மூணே வார்த்தைதான். இதை தினம் முன்னூறு தடவை மனசுக்குள்ளே சொல்ல முடிஞ்சாலும் உங்க எதிர்ல சொல்ல தைரியம் வரல. கடைசில எப்படியோ தெரியப்படுத்திட்டேன். பிருந்தா, நீங்க என்ன பதில் சொல்லப் போறீங்களோன்னு படபடன்னு இருந்திச்சி தெரியுமா?"

நான் உன்னை சுவாசிக்கிறேன்

"ஒரு நிமிஷம் அரவிந்த். நான் வெளிப்படையா பேச விரும்பறேன். எனக்கு உங்களோட பேசறதும் பழகறதும் பிடிச்சிருக்கு. ஆனா, இதைக் காதல்ன்னு வகைப்படுத்த நான் தயாரா இல்லை."

சட்டென்று அவனுடைய உற்சாகமான முகம் சுருங்கிப் போனது.

"என்ன சொல்றீங்க பிருந்தா?" என்றான் சிதைந்த குரலில்.

"என்னோட உண்மையான மன உணர்வுகளைத்தான் நான் சொல்றேன். இத்தனை நாள்ல சதா உங்களையே நான் நினைச்சிட்டு இல்லை. நகம் கடிச்சித் துப்பி வெட்கப்பட்டதில்லை. உங்களோட சேர்ந்து ஆடறதா, பாடறதா கனவும் காணலை. கற்பனையும் செய்யலை. அறிமுகம் உள்ள டீசண்ட்டான ஒரு நல்ல மனிதனா, நண்பனா நினைச்சி பழகிட்டு இருக்கேன்."

"இல்லை. நீங்க பொய் சொல்றீங்க."

"நோ அரவிந்த்"

"அப்படின்னா 'உங்களை எனக்குப் பிடிச்சிருக்கு'ன்னு நான் சொன்னப்போ உங்களுக்குள் கோபம் வந்திருக்கணும் பிருந்தா."

"கோபம் வரவழைக்கக்கூடிய வார்த்தைகளா அதை நான் நினைக்கலை. எனக்கும்தான் உங்களைப் பிடிச்சிருக்குன்னு சொல்றேனே. நேரடியா நீங்க என் கிட்ட 'நான் உங்களை நேசிக்கிறேன்'னு சொல்லியிருந்தாலும் நான் கோபப்பட்டிருக்க மாட்டேன். உங்க எண்ணத்தை நீங்க சொல்றீங்க. நான் என்ன செய்யணும்? யோசிக்கணும். அதே மாதிரி எனக்கும் அபிப்பிராயம் இருந்தா சொல்லணும். இல்லைன்னு உணர்ந்தா இல்லைன்னு சொல்லணும். இதில் ஆத்திரப்பட எதுவும் இல்லை."

"அப்போ நான் உங்க நண்பன். அவ்வளவுதானா?"

"இப்போதைக்கு என் மனசில உங்களுக்கு நான் கொடுத்திருக்கிற ஸ்தானம் அதுதான்."

"ஆனா, நான் உங்களைத் தோழியா நிலைக்கலை பிருந்தா. நானும் வெளிப்படையாப் பேசறேன். அன்னைக்கு மழை பெய்துகிட்டிருந்த ஒரு நாள்ல ஷாப்பிங் சென்டர்ல உங்களை முதன்முதலா நான் சந்திச்சப்போ நீங்க என்னை ஈர்த்துட்டிங்க. எப்படி என் மனசுல காதல் வந்திச்சின்னு என்னால காரணம் சொல்ல முடியாது. இட் ஹேப்பண்ட்! உங்களைப் பார்த்ததே ஒரு இனிய அனுபவமா, சுகமா இருந்திச்சி. உங்களோட முகம் என்மனசில காலேஜ் போட்டியில பாடினப்பவே பதிவாயிடுச்சி. ஆனா, அப்போஎனக்கு எந்த பர்சனல் ஃபீலிங்கும் இல்லை. உங்க முகத்தை மறந்தே போய்ட்ட நிலைமையில ஷாப்பிங் சென்டர்ல சந்திச்சேன். அப்பதான் டிஸ்டர்ப் ஆனேன். உங்களோட பேசணும்னு தவிப்பா இருந்திச்சி. ஐநூறு ரூபாய்க்கு பொருள் வாங்கினா ஒரு ஓவியம் இலவசம்னு கடையில சொன்னப்போ உங்க பில்லுல தொகை குறைவா இருந்திச்சி, ஞாபகமிருக்கா? ஓவியத்தை மட்டும் வெச்சிட்டு நீங்க போயிட்டிங்க. நீங்க ரசிச்சதை உங்ககிட்ட சேர்க்கணும்னு எனக்கு துடிப்பு ஏற்பட்டு என்னோட பில்லை உங்க பில்லோட சேர்த்துப் போடச் சொல்லிக் கேட்டேன். கடையில கொடுத்த ஓவியத்தை உங்ககிட்ட கொடுக்க வெளில வந்தப்போ நீங்க சட்டுன்னு ஒரு ஆட்டோல போயிட்டிங்க. இனி எப்போ, எப்படி உங்களை சந்திப்பேன்னு புரியாம வேதனைப்பட்டேன். ஆனா, என் அக்கா ஆபீஸ்ல மறுபடி உங்களை சந்திப்பேன்னு நான் நினைக்கவே இல்லை. உங்க பிரச்சனையில உதவி செய்யறதாச் சொல்லி நானே உங்ககிட்ட முன்வந்து பேசியபோது மனிதாபிமானமும் இருந்திச்சி, என் சுயநலமும் இருந்திச்சி. உங்களோட நெருங்கிப் பேசிப் பழகி சந்தோஷப்பட்டதுதான் அந்த சுயநலம். என் குடும்பப் பிரச்சனையால மனசு நொந்து போயிருக்கிற இந்தச் சூழ்நிலையில் ஆறுதலா இருக்கறது உங்களை நினைச்சாலே மனசுல படற்ற ஒரு இனிமைதான். ஐ லவ் யூ பிருந்தா. சின்சியரா லவ் பண்றேன். உங்களைக் கல்யாணம் பண்ணிக்கணும்னு ஆசைப்படறேன். என் காதலை ஏத்துக்கங்கன்னு சொல்றது கெஞ்சறது மாதிரி இருக்கும். இரக்கத்தில் காதல் வரும். என்னோட ஆழமான காதலைத் தயவுசெஞ்சி புரிஞ்சுக்கங்க பிருந்தா" என்று படபடவென்று ஒரே மூச்சில் பேசிவிட்டு லேசாக மூச்சிரைத்த அரவிந்த், "எக்ஸ்க்யூஸ் மீ. ரெண்டு நிமிஷம்

   நான் உன்னை சுவாசிக்கிறேன்

ப்ளீஸ்..." என்று பத்தடி விலகிச் சென்று நின்று சிகரெட் பற்ற வைத்து அவசரமாகப் புகைத்தான்.

மூன்று பஃப் இழுத்துவிட்டு முக்கால்வாசி சிகரெட்டைக் கீழே வீசி நசுக்கிவிட்டு மீண்டும் அவள் எதிரில் வந்து அமர்ந்தான் அரவிந்த்.

"நான் பேசினதில ஏதாவது தப்பா இருந்தா, ஐ'ம் ஸாரி. ஆனா, நான் சொன்னதெல்லாம் என் உண்மையான உணர்வுகள் பிருந்தா."

"எதுக்காக ஸாரி சொல்றீங்க? உண்மைங்கிறது ரொம்ப அழகான விஷயம். இது என் உணர்வுன்னு தைரியமா வெளிப்படுத்திட்டு உடனே ஏன் குற்ற உணர்ச்சியோட ஸாரி சொல்றீங்க? அதே மாதிரி நான் சொன்னதும் என் உண்மையான மன உணர்வுதான். ரெண்டு பேர் நட்பா பழகறதுக்கு ஒருத்தரைப் பத்தி ஒருத்தர் ரொம்ப ஆழமா தெரிஞ்சிருக்க வேண்டிய அவசியமில்லை அரவிந்த். ஆனா வாழ்க்கை பூரா இணைஞ்சி குடித்தனம் நடத்தறதுக்கு ரொம்ப ரொம்ப தெரிஞ்சிக்கிட்டாகணும். என்னைப் பத்தி ஓரளவுதான் உங்களுக்குத் தெரியும். உங்களைப் பத்தி எனக்கும் முழுமையாகத் தெரியாது. எப்படி உங்களால் இவ்வளவு குறைச்சலான அறிமுகத்தில என்னைக் கல்யாணம் பண்ணிக்கிற அளவுக்கு சிந்திக்க முடிஞ்சதுன்னு எனக்கு ரொம்ப ஆச்சரியமா இருக்கு அரவிந்த."

"கொஞ்சம்கூட அறிமுகமே இல்லாம ஜாதகப் பொருத்தம் மட்டும் பார்த்து வாழ்க்கையில இணைக்கப்படறவங்க எத்தனை லட்சம் தம்பதிகள்! இதில ஆச்சரியப்பட என்ன இருக்கு?"

"நீங்களே என்ன சொல்றீங்க... வாழ்க்கையில இணைக்கப்படறவங்கன்னு சொல்றீங்க. வாழ்க்கையில இணைஞ்சவங்கன்னு உங்களால சொல்ல முடியலை பார்த்தீங்களா? இந்த அரேஞ்ட் மேரேஜ்ங்கிற சிஸ்டத்தில பலவீனமே - ஒரு ஆணும் பெண்ணும் ஒருத்தரை ஒருத்தர் புரிஞ்சுக்காம காலம் பூரா சேர்ந்து வாழ சம்மதிக்கிறதுதான். அதனாலேயே எத்தனைக் குடும்பங்கள்ல பிரச்சனைகள் வருது தெரியுமா?"

"அப்போ பெரியவங்க பார்த்து பண்ணி வைக்கிற கல்யாணத்தில உங்களுக்கு நம்பிக்கை இல்லைதானே?"

"அதில ரிஸ்க் இருக்குன்கிறது என் பயம். ஆனா, அதை விட்டா வேற வழி இல்லையே..."

"அந்த வேற வழிதான் காதல் கல்யாணம்."

"காதல் இயற்கையா அமையற விஷயமில்லையா அரவிந்த்? ஷாப்பிங் சென்டர்ல என்னை சந்திச்சப்போ காரணமே இல்லாம உங்க மனசில காதல் ஏற்பட்டுச்சின்னு சொன்னீங்க, அப்படி இயற்கையா நிகழ்ற விஷயம் இல்லையா அது? ஒரு ஆணோ பெண்ணோ மெனக்கெட்டு இத்தனாம் தேதிக்குள்ளே காதலிச்சிக் காட்டறேன்னு சவால்விட்டு காதலிக்கிறதெல்லாம் சினிமால மட்டுமே வர்ற அசட்டுத்தனம் அரவிந்த்".

"ஸோ?"

"நீங்க என்னை சின்சியரா காதலிக்கிறதாச் சொன்னீங்க. நீங்க நேர்மையா உங்க மனசை வெளிப்படுத்தின விதம்கூட எனக்குப் பிடிச்சிருக்கு. இதுவும் உங்க மேல என் மனசில மதிப்பை உயர்த்துது. ஃபிராங்கா சொல்லணும்னா காதலிக்கிறது ஒரு ரெஸ்பெக்ட். உங்களால நான் காதலிக்கப்படறேன்கிற விஷயம் எனக்குள்ளே ஒரு குறுகுறுப்பை ஏற்படுத்துது. இதை நான் மறைச்சா வேஷக்காரியாய்டுவேன். அதே சமயம் உங்களோட என்னை வாழ்க்கை பூரா கல்யாண பந்தம் மூலமா இணைச்சுக்ற தீர்மானத்துக்கெல்லாம் உடனே நான் வரணும்னு தயவுசெஞ்சி எதிர்பார்க்ககாதீங்க அரவிந்த். அந்தத் தீர்மானத்துக்கு நான் வரணும்னா உங்களை நான் இன்னும் நிறைய புரிஞ்சுக்கணும். நான் தொடர்ந்து புரிஞ்சுக்கணும். அதுக்கப்புறம் ஒரு தீர்மானத்துக்கு வர்றேன். உங்களை நல்லாப் புரிஞ்சுக்கிட்டதுக்குப் பிறகு நான் அந்தத் தீர்மானத்துக்கு வராமக்கூடப் போகலாம். கேன் யூ அண்டர்ஸ்டாண்ட் மீ அரவிந்த்?" என்றாள் பிருந்தா.

மௌனமாகத் தலையசைத்தான் அரவிந்த்.

❧

நான் உன்னை சுவாசிக்கிறேன்

-18-

காதல் டைரிக் குறிப்பு

அந்த செங்கற்கள் வரம் வாங்கி
வந்திருக்க வேண்டும்
இல்லையென்றால் உன் வீட்டு
சுவர்களில் இடம் பெற்றிருக்க முடியுமா?

அரவிந்த் தனது பிரிண்ட்டிங் பிரஸ் கட்டடத்திற்குள் நுழைந்தபோது ஒருபுறம் ஆஃப்செட் இயந்திரத்தை 'டெஸ்ட் ரன்' செய்து இயக்கிப் பார்த்துக் கொண்டிருக்க, இன்னொரு புறம் அலுவலகப் பகுதியில் தச்சுப் பணி நடந்து கொண்டிருந்தது. பெயிண்ட் அடிக்கும் வேலையும் மும்முரமாக இருக்க... எல்லோருக்கும் அவனது உத்தரவுக் குறிப்புகள் தேவைப்பட்டன.

இரவு ஒன்பது மணி வரைக்கும் அவர்களோடு கூட நின்று கொண்டிருந்தான். ஆஃப்செட் இயந்திரத்தில் இருந்த ஒருசில குறைபாடுகளை இவனே முன்னின்று சரி செய்தான். எல்லோரையும் அனுப்பிவிட்டு வாட்ச்மேனாக நியமித்திருந்த ஒரு தாத்தாவை, பக்கத்து ஹோட்டலிலிருந்து தோசை வாங்கி வரச் சொல்லி சாப்பிட்டுவிட்டு மறு பகுதியில் கழிப்பறை இணைப்புடன் இருந்த தனியறையில் புதிதாக வாங்கிப் போட்டிருந்த மடக்குக் கட்டிலை விரித்துப் போட்டான். ஸ்டூல் மேல் வைக்கப்பட்டிருந்த மின் விசிறியைத் தன் திசையில் அமைத்துப் போட்டுக் கொண்டு முதுகுக்குத் தலையணை கொடுத்துச் சாய்ந்தான். காந்தி மண்டபத்தில் பிருந்தாவே அன்றைய தினம் பேசியவற்றை வரிசையாக மனத்தில் ஓட விட்டான். அவள் ஆத்திரப்படாமல் நிதானமாகப் பேசிய பக்குவம் பிடித்திருந்தாலும், அதை மீறி மனத்தில் ஒரு ஏமாற்றம் வியாபித்திருந்தது.

உங்களைச் சந்தித்ததிலிருந்து நானும் எப்போதும் உங்களையேதான் நினைத்துக் கொண்டிருந்தேன், நானும் உங்களை மனதார நேசிக்கிறேன்' என்று அவள் சொல்லியிருந்தால்... எவ்வளவு சந்தோஷமாக இருந்திருக்கும்!

பேசப்பழகப் பிடித்திருக்கிறது என்கிறாள். மதிப்பும் மரியாதையும் வைத்திருப்பதாகச் சொல்கிறாள். பெற்றோர் பார்த்து அமைக்கும் திருமணத்தில் அபாயம் இருப்பதாகச் சொல்கிறாள். காதல் என்கிற அற்புதமான விஷயத்தை மதிக்கத் தயாராக இருக்கிறாள். ஆனால்... என் மேல் இதவரை காதல் வரவில்லை என்கிறாள்.

அதே சமயம் 'இந்த எண்ணமே உங்கள் மனத்தில் இருக்கக் கூடாது!' என்று கண்டிப்புக் காட்டவில்லை. தொடர்ந்து பழகுவோம் என்கிறாள். முழுமையாகப் புரிந்து கொண்ட பிறகு திருமணம் பற்றித் தீர்மானிக்கிறேன் என்கிறாள்.

இவள் என்ன வகையான பெண்?

நிச்சயமாக சராசரிப் பெண்ணில்லை. நிறைய சிந்திக்கிறவள். எதையும் தள்ளி நின்று பாரபட்சமின்றி அலசிப் பார்ப்பவள். தெளிவான கருத்துகளைக் கொண்டவள். உதடுகளில் புன்னகை மாறாதவள். வலிக்காமல் தன் எண்ணத்தைச் சொல்லத் தெரிந்தவள்.

எல்லாம் சரி. இவள் மேல் நான் கொண்டிருக்கும் காதலுக்கு இன்று கிடைத்தது அங்கீகாரமும் இல்லை, முழுக்க ஏமாற்றமும் இல்லை.

என் காதல் இப்போது அவளது பரிசீலனையில் இருக்கிறது என்பதே நிலை! அண்டர் ஆப்சர்வேஷன்! நான் என்ன ஒரு சோதனைப் பொருளா?

இதில் மனத்தில் நிறைவு இல்லாமல் இருக்கிறதே. ஏதோ ஒரு வகையில் என் உண்மையான காதல் சற்றே அலட்சியப்படுத்தப்படுவது போல அல்லவா உணர்கிறேன்?

காதல் என்பதோ, கல்யாணம் என்பதோ சின்ன விஷயம் இல்லைதான். வாழ்க்கையையே ஒப்படைக்கும் மகத்தான

   நான் உன்னை சுவாசிக்கிறேன்

உறவு அது, உண்மைதான். அதில் மிகுந்த எச்சரிக்கையுடன் இருக்க வேண்டியது நியாயம்தான். அதற்காக?

இதே எச்சரிக்கை எனக்கும்தானே இருக்க வேண்டும்? நிறைய பழகி பரிபூரணமாகப் புரிந்து கொண்டு அதன் பிறகு அவளைத் திருமணம் செய்து கொள்ளலாம் என்கிற முடிவுக்கு நான் வரவில்லையே.

தவறான கணவன் ஒரு பெண்ணுக்கு அமைந்துவிட்டால் மட்டும்தான் கொடுமையா? தவறான மனைவி ஒரு ஆணுக்கு அமைந்துவிட்டாலும் கூடக் கொடுமைதானே?

பிருந்தாவை மணந்தால் என் மண வாழ்க்கை மகிழ்ச்சியாக இருக்குமா? ஓர் இனிய மனைவியாக அவள் அமைவாளா? என்றெல்லாம் நூறு கேள்விகள் நான் கேட்டுப் பார்க்கவில்லையே.

நல்லபடியாக அமையும் என்பது ஒரு நம்பிக்கைதானே? அவளைப் பார்த்ததிலிருந்து எனக்குள் நிகழ்ந்த தவிப்புகளும் கற்பனைகளும் அந்த நம்பிக்கையின் அடிப்படையில்தானே? காதலே ஒரு நம்பிக்கை வடிவம் தானே...

எனில் என் மேல் அவளுக்கு நம்பிக்கை ஏற்படவில்லையா? என் மேல் மதிப்பு ஏற்பட்டது. மரியாதை ஏற்பட்டது. நம்பிக்கை ஏற்படாதது ஏன்? இவன் எனக்கு இனிய கணவனான அமைவானா என்கிற சந்தேகம்தானே தீர்மானத்திற்கு வரவிடாமல் தயக்கம் காட்ட வைக்கிறது?

இனி எங்கள் ஒவ்வொரு சந்திப்பிலும் அந்த சந்தேகத்திற்கு விடை காணும் விதமாகவேதானே என் பேச்சை, என் செயலை அவள் கண்காணிப்பாள்? அவளுக்கு நம்பிக்கை ஏற்படுத்த வேண்டும் என்கிற உள் மனத்தின் எண்ணத்தோடுதானே என் பேச்சும் செயல்களும் இனி அமையும்.

இதுவரை போல இனி வரும் சந்திப்புகளில் இயல்பு இருக்குமா? ஒரு நாடகத் தன்மை சேர்ந்துவிடாது?

நான் நல்லவன், கடைசி வரையில் உன்னைக் கண் கலங்காமல் வைத்திருப்பேன் என்று உணர்த்தும் விதமாக நான் நடந்து கொள்ள வேண்டுமா?

அதுதான் உண்மை என்றாலும் அந்த உண்மைகளை உணர்த்த கொஞ்சம் கவனமாகத் திட்டமிட்டுக் கொள்ள வேண்டுமா? என்ன இது, அபத்தமாக இருக்கிறது!

நான் உன்னை நேசிக்கிறேன். இதில் எந்தக் குழப்பமும் இல்லை. எந்த நிபந்தனைகளும் இல்லை.

நீ என்னை நேசிக்கிறாயா? - இது கேள்வி.

ஒன்று 'ஆமாம், நேசிக்கிறேன்' என்று சொல்! அல்லது, 'இல்லை. நேசிக்கவில்லை' என்று சொல்! இப்படியும் இல்லாமல் அப்படியும் இல்லாமல் 'இப்போதைக்கு நேசிக்கவில்லை. இன்னும் பழகிப் பார்க்கிறேன். அதன் பிறகு ஒருவேளை நான் நேசிக்கலாம். அல்லது நேசிக்காமலும் போகலாம்!' என்பது ஒரு விளக்கெண்ணெய் பதிலாக இல்லை?

பழகிப் பார்த்துவிட்டு நீ என்ன பதில் சொல்லப் போகிறாயோ என்கிற பதைப்புடன் நான் காத்திருக்க வேண்டுமா? - பெண் பார்த்துவிட்டுப் போகிறவர்கள் எழுதப் போகிற பதில் காகிதத்திற்காக பெற்றோர் காத்திருப்பதைப் போல!

இந்தப் புதிய நிறுவனத்தில் வேலைக்குச் சேர்த்திருக்கும் வாட்ச்மேன் தாத்தாவுடன் அவன் நடத்திய சம்பாஷணை நினைவுக்கு வந்தது.

"இதோ பாருங்க, உங்களுக்கோ அறுபத்தி ரெண்டு வயாச்சின்னு சொல்றீங்க. ஆபரேஷன் செஞ்சி கண்ணாடி வேற போட்டிருக்கீங்க. நான் ஒரு துடிப்பான ஆளாப் பார்க்கறேன்."

"தம்பி, நீங்க இரக்கப்பட்டு எனக்கு வேலை கொடுக்கணும்ணு நான் கேக்கலை. எனக்கு வயசு ஆனாலும் திடகாத்திரமாத்தான் இருக்கேன். ஒரு செக்யூரிட்டி சர்வீஸ்ல வேலை பார்த்து ரிட்டயராய்ட்டேன். நல்ல அனுபவம் இருக்கு. நாணயத்தில் நீங்க சந்தேகமே பட வேணாம். நான் இதுக்கு முன்னாடி வேலை பார்த்த ரெண்டு இடத்தோட அட்ரஸ் தர்றேன். நீங்க வேணும்ண்னா போன் செஞ்சி விசாரிச்சுப் பாருங்க."

"அதுக்கில்லை பெரியவரே..."

"உங்கள் மனசுக்குத் திருப்தி வரலைன்னு புரியுது. சரி, இப்படி செய்யுங்க தம்பி. ஒரு பதினஞ்சி நாள் நான் உங்ககிட்ட வேலை பார்க்கறேன். என் நடவடிக்கைகள், வேலை உங்களுக்குப் பிடிச்சிருக்கான்னு பாருங்க. பிடிச்சிருந்தா தொடர்ந்து வெச்சிக்கங்க. திருப்தியா இல்லைன்னா வீட்டுக்கு அனுப்பிச்சிடுங்க!"

அவரின் தன்னம்பிக்கையான அந்த வார்த்தைகள் அவருக்கு உத்தியோகம் கொடுக்கத் தீர்மானிக்க வைத்தது.

அந்த தாத்தா மாதிரி நான் பிருந்தாவுடன் கொஞ்ச நாள் பழக வேண்டும். என்னைப் பற்றி, திருப்தியான அபிப்பிராயம் ஏற்பட்டால் திருமணம் செய்து கொள்ளத் தீர்மானிப்பாள். இல்லையென்றால் 'ஸாரி' என்று விலகிவிடுவாள். அப்படித்தானே?

இந்த சாம்பிள் டெஸ்ட் வாட்ச்மேன் உத்தியோகத்திற்கு சரி! தாம்பத்யத்திற்குச் சரியா? புருஷன் என்பது உத்தியோகமா?

யோசிக்க யோசிக்க பிருந்தா சொன்னது தன் தன்மானத்திற்கு விழுந்த பலமான அடியாகப் பட்டது அரவிந்திற்கு. வலித்தது. உறக்கம் வராமல் புரண்டு புரண்டு படுத்துக் கொண்டிருந்தான்.

* * *

வாட்ச்மேன் தாத்தா ஸ்ட்ரா போட்ட இரண்டு குளிர்பானங்களைக் கொண்டுவந்து ஒரு ஸ்டூல் போட்டு அதன் மேல் வைத்துவிட்டு, 'வேறு வேலை ஏதாவது இருக்கிறதா?' என்று கேட்பது போல தயங்கி நின்றார்.

"உனக்கு சிகரெட் வேணுமா சந்துரு?" என்றான் அரவிந்த்

"வேணாம், இருக்கு" என்றான் சந்துரு.

"சரி, நீங்க போங்க. அப்புறமா வந்து பாட்டிலைக் கொண்டு போய்க் கொடுக்கலாம்" என்று அவரை அனுப்பிவிட்டு தன் மடியில் போட்டிருந்த தலையணை மேல் கைகளை ஊன்றிக் கொண்டான் அரவிந்த்

"என்னடா, எதுவுமே சொல்ல மாட்டேங்கறே?"

"அரவிந்த், இப்போ நீ இருக்கற மனநிலையில நான் எது சொன்னாலும் கசக்கும். வீட்டை எதிர்த்துக்கிட்டு உன் சொந்த முயற்சில தொழில் ஆரம்பிக்கிறதுகூட எனக்குத் தப்பாத் தெரியலை. ஆனா, வீட்டை விட்டுக் கோபமா வந்துட்டது சரியாப் படலை."

"அந்தச் சூழ்நிலையில் நீ இருந்திருக்கணும் சந்துரு. என்ன இருந்தாலும் சாப்பாடு விஷயத்தைக் குத்திக்காட்டி அப்படிப் பேசியிருக்கலாமா எங்கப்பா?"

"கோபத்தில் நிதானம் தவறிப் பேசிடறது சகஜம்தானே அரவிந்த்."

"எனக்குன்னு தன்மானமே இருக்கக் கூடாதா?"

"வேணாம். இப்ப இதைப் பத்திப் பேசறதால எந்தப் பிரயோஜனமும் இல்லை."

"என்னை ஏன் யாருமே என் கோணத்திலேர்ந்து புரிஞ்சுக்க மாட்டேங்கறிங்க?"

"உன் கோணம் புரியாம இல்லை அரவிந்த். அதைத் தாண்டி சமுதாயக் கோணம்னு ஒண்ணு இருக்கு. அப்பாவுக்கும் பிள்ளைக்கும் சண்டை வந்து பிள்ளை பிரிஞ்சி போயிட்டான்கிறதுதான் சமுதாயத்துக்குத் தெரியும். பெரியவங்களை மதிச்சி சின்னவங்க அனுசரிச்சிப் போயிருக்கலாம்னுதான் பொதுவான நியாயமா எல்லாரும் பேசுவாங்க."

"பேசட்டும். எனக்கு சமுதாயத்தைப் பத்தி அக்கறை இல்லை. எனக்கு என் உணர்வுகள் முக்கியம்."

"அதெப்படி நீ சமுதாயத்தைப் பத்தி அக்கறைப்படாம இருக்க முடியும்? இந்தச் சமுதாயத்தில்தானே நீ வாழ்ந்தாகணும்? சமுதாயம்னு ஒண்ணு ஏழு கடல் தாண்டி எங்கோ இருக்கா? இந்தச் சமுதாயத்தில்தானே நீ தொழில் செய்யப் போறே? இந்தச் சமுதாயத்திலேர்ந்துதானே நீ சம்பாதிக்கப் போறே? உன்கிட்ட வேலை பார்க்கற தொழிலாளிகளும், உனக்கு வேலை கொடுக்கப் போற கஸ்டமர்களும்தானே சமுதாயம்? நீ என்ன

     நான் உன்னை சுவாசிக்கிறேன்

தீவுல தனியாவா இருக்கே? நீ சட்டை, பேண்ட் போடறதே இந்தச் சமுதாயத்துக்காகத்தானே?"

"இல்லை, என் மானத்துக்காக."

"யாரும் இல்லாத தீவுல உன் மானத்தை மறைக்க வேண்டிய அவசியம் வருமா அரவிந்த்? ஒரு சர்ரியலிசக் கவிஞன் எழுதின ஒரு கவிதையிலே 'யாருமே நிமிர்ந்து பார்க்கவில்லை என்றாலும் இந்த ஆகாயம் நீல நிறத்தில்தான் இருக்குமா?'ன்னு ஒரு வரி வரும்."

"இப்ப என்னை என்ன செய்யச் சொல்றே? வீட்டுக்குப் போய் அப்பாகிட்ட மன்னிப்புக் கேட்டுட்டு அங்கயே இருன்னு சொல்லாதே! என்னைநான்அவங்களுக்குநிரூபிக்கிறவரைக்கும் வீட்டுக்குப் போறதில்லைன்னு தீர்மானமா இருக்கேன்."

"இப்படி நடந்துடுச்சி, நீ என்ன நினைக்கிறேன்னு கேள்வி கேட்டாதால என் கருத்தைச் சொன்னேன்."

"வேற பேசலாம்."

"சரி."

"ஒரே நேரத்தில் எல்லாப் பக்கமும் என்னை அப்செட் பண்ற மாதிரியே நடக்குது சந்துரு. நேத்து எனக்கும் பிருந்தாவுக்கும் நடந்த சம்பாஷணை பூராவும் ஒண்ணு விடாம சொல்லிட்டேன். நேத்து ராத்திரிப் பூரா எனக்குத் தூக்கமில்லைடா. அவளைப் பத்தி நீ என்ன நினைக்கிறே?"

"என் அபிப்பிராயம் உனக்கு அவ்வளவு முக்கியமா என்ன?"

"ஏன் சந்துரு அப்படிக் கேக்கறே?"

"நான் என்ன சொன்னாலும் நீ தீர்மானமா இருக்கற கருத்தை வாதம் பண்ணி வலியுறுத்தப் போறே. இதில எதுக்கு என் கருத்து?"

"கோபமா சந்துரு? நான் ரொம்பக் குழம்பிப் போயிருக்கேன் சந்துரு. நான் சொன்னதில நீ காயப்பட்டுட்டியா? அப்படின்னா ஸாரி. எனக்கு உரிமையா எல்லாத்தையும் பகிர்ந்துக்க நண்பன்னு வேற யாரு இருக்கா?"

"பிருந்தாவை நான் பார்த்ததில்லை. பேசினதில்லை. நீ பழகியிருக்கே. நான் எது சொன்னாலும் அது நீ சொல்றதை வெச்சி சொல்ற கருத்தாத்தான் இருக்கும். அது சரியானதாக்கூட இல்லாம இருக்கலாம் அரவிந்த்."

"கரெக்டுதான், எப்படி என் குடும்பத்தில் யாருக்கும் என் மேல நம்பிக்கை இல்லையோ, அதே மாதிரி அவளுக்கும் என் மேல நம்பிக்கை இல்லை. லோன் வாங்கி தொழில் ஆரம்பிக்கிறேன். வீட்டை எதிர்த்துக்கிட்டு தனியா வந்திருக்கேன். இன்னிக்குத் தேதில என்னோட ஃபைனான்ஷியல் ஸ்டேட்டஸ் மைனஸ்ல இருக்கு. எனக்கு நல்லாத் தெரியுது. உள்ளுக்குள்ளே பிருந்தா என்னை விரும்பறா. ஆனா, நான் முன்னேறுவேனா, நல்ல வாழ்க்கை அமைச்சிக் கொடுப்பேனான்னு சந்தேகப்படறா. இது லௌகீக உலகமாப் போச்சுடா. காதல்கூட கணக்குக்கு வந்துடுச்சி. இப்போ இந்த பிரஸ் எனக்குச் சொந்தமா இருந்து மாசம் அம்பதாயிரம் லாபம் சம்பாதிச்சி, ரெண்டு கார். வீட்டோட நான் இருந்து என் காதலைச் சொல்லிருந்தா, எந்தத் தயக்கமும் இல்லாம அவ சந்தோஷமா தன் மனசை வெளிப்படுத்தியிருப்பா. குடும்ப உறவுகளைத் தீர்மானிக்கிற மாதிரி இப்போ காதலைக்கூட பணம்தான் தீர்மானிக்குது சந்துரு" என்ற அரவிந்தின் கண்கள் கலங்கின.

"யு மே பி ரைட்! ஆர் யு மே பி ராங்! எனக்கு என்ன சொல்றதுன்னு நிஜமாப் புரியலைப்பா" என்றான் சந்துரு.

✦

                நான் உன்னை சுவாசிக்கிறேன்

-19-

என் காதல் உணர்வுகளை அப்படியே
உன்னை உணரச் செய்ய நான்
என்ன செய்ய வேண்டும்? சொல்!

சூபர்வைசர் வேலைக்கென்று சேர்த்திருந்த சீனிவாசனும், அலுவலக கிளார்க் வேலைக்கென்று சேர்த்திருந்த மாதவனும் ஒரே மேஜையில் எதிரெதிர் நாற்காலிகள் போட்டு அமர்ந்து பிரிண்ட்டிங் பிரஸ்சின் துவக்க விழா அழைப்பிதழ்களில் அரவிந்த் கொடுத்திருந்த டைரியில் டிக் செய்யப்பட்டிருந்த விலாசங்களை எடுத்தெழுதிக் கொண்டிருந்தார்கள்.

தன் மாடிப் பகுதி அறையிலிருந்து முழுக்கை சட்டையின் கைமுனை பட்டன்களைப் போட்டபடி இறங்கிய அரவிந்த் அலுவலக அறைக்குள் வந்தான்.

"இன்னும் முடியலையா?" என்ற அவன் குரல் கேட்டு இருவரும் எழுந்து, "குட்மார்னிங் சார்" என்றார்கள்.

"இன்னும் நாலு அட்ரஸ்தான் இருக்கு சார்."

"எழுதின கவர் எல்லாம் கொடுங்க. இதில நானே நேர்ல கொண்டு போய்க் கொடுக்க வேண்டியதைப் பிரிச்சிடறேன். மத்ததை எல்லாம் லோக்கல் கொரியர்ல சேர்த்துடுங்க."

அரவிந்த் அவனுக்கான தனி மேஜையின் முன்னால் சுழலும் நாற்காலியில் அமர்ந்தான்.

விலாசம் எழுதப்பட்ட அழைப்பிதழ்கள் அவன் முன்னால் வைக்கப்பட்டன. அவற்றை ஒவ்வொன்றாய்ப் பெயர் பார்த்து பலவற்றைத் தனியாகப் பிரிக்கத் துவங்கினான்.

தொலைபேசி ஒலித்தது. எடுத்தான்.

"ஹலோ... நான் லால்சந்த் பேசறேன். அரவிந்த் இருக்காரா?"

"வணக்கம் சார். நான் அரவிந்த்தான் பேசறேன். சொல்லுங்க சார்."

"இன்விடேஷன் பார்த்தேன் தம்பி. நேத்து நீங்க வந்தப்ப நான் இல்லை."

"நானே போன் செஞ்சிட்டு மறுபடி உங்களை நேர்ல வந்து பார்க்கணும்னு இருந்தேன் சார். அதுக்குள்ளே நீங்களே போன் செஞ்சிட்டிங்க. மத்தியானம் மூணு மணிக்கு வந்தா நீங்க வீட்ல இருப்பிங்களா சார்?"

"நேர்ல பார்த்துச் சொல்லணும்னு அவசியம் இல்லைங்க அரவிந்த். பிரஸ் ஓபனிங் அன்னிக்கு நான் ஊர்ல இருக்க மாட்டேன். பாம்பே போக வேண்டியிருக்கு. எல்லாம் அமோகமா நடக்கும் தம்பி. என் வாழ்த்துகளை முன்கூட்டியே சொல்லிடலாம்னுதான் கூப்பிட்டேன்."

"ரொம்ப நன்றி சார். குத்துவிளக்கு ஏத்தி மிஷினை நீங்கதான் ஸ்டார்ட் செய்யணும்னு ஆசைப்பட்டுத்தான் சார் நான் பத்திரிகைல உங்கப் பேரைப் போட்டேன். நீங்க இருந்து ஆரம்பிச்சி வைச்சா நல்லாருக்கும் சார்."

"ரொம்ப சந்தோஷம் என் பேரைப் போட்டதுக்கு. ஆனா, இந்தப் பயணம் திடீர்னு வந்துடுச்சி. எக்ஸ்போர்ட் பிசினெஸ் ஒண்ணு பிளான் பண்ணிட்டிருக்கேன். அது சம்பந்தமா ஒரு முக்கியமான புள்ளியை அன்னிக்கு பாம்பேல பார்க்க வேண்டியிருக்கு. அன்னிக்கு விட்டா அந்தாளு ஸ்டேட்ஸ் போயிடறான். மறுபடி ஒரு மாசமாகும் வர. நீங்க ஒண்ணும் நினைச்சுக்காதீங்க. என்னோட ஆசீர்வாதம் எப்பவும் உண்டு. ஜோரா வியாபாரம் பாருங்க. வெச்சிடட்டுமா?"

"சரி சார்" என்று சற்றே ஏமாற்றத்துடன் போனை வைத்த அரவிந்த், சிந்தனைக்குப் பிறகு சந்துருவை போனில் தொடர்பு கொண்டான். லால்சந்த் சொன்னதைச் சொல்லி, "ஏதாச்சும் ஐடியா கொடு சந்துரு" என்றான்.

   நான் உன்னை சுவாசிக்கிறேன்

"என்ன ஐடியா?"

"இப்ப வேற யாரை விட்டு குத்துவிளக்கேத்தச் சொல்றது?"

"உங்கம்மாவை விட்டு குத்துவிளக்கு ஏத்தச் சொல்லக் கூடாதா?"

"அவங்க வர மாட்டாங்க சந்துரு."

"ஏன்?"

"அப்பா வராம அம்மா மட்டும் எப்படி வருவாங்க?"

"நீ அப்பாவைக் கூப்பிட்டியா இல்லையா?"

"இல்லை."

"கூப்பிடலைன்னா எப்படி வருவாங்க?"

"நேத்து என் தங்கை நிர்மலா இங்க வந்திருந்தா. என் மேல அவருக்குக் கொஞ்சம்கூட கோபம் குறையலையாம். என்னைக் கேக்காம ஆரம்பிக்கிற அந்த பிரஸ்சுக்கு யாரும் போகக் கூடாதுன்னு உத்தரவு போட்டிருக்காராம். இந்தச் சூழ்நிலையில் நான் எப்படி அவரைப் போய்க் கூப்புடறது சந்துரு?"

"தப்புடா! அவர் எப்படி வேணும்ன்னாலும் இருந்துட்டுப் போகட்டும். நீ நேர்ல போயி பத்திரிகையைக் கொடுத்து, 'நீங்க வந்து இருந்து ஆரம்பிச்சிக் கொடுங்கப்பா'ன்னு கூப்பிட வேண்டியது உன் கடமைன்னு நான் நினைக்கிறேன்."

அரவிந்த் மௌனமாக டெலிபோன் வயர்சுருளை ஒற்றை விரலில் சுற்றிச் சுற்றி விடுவித்துக் கொண்டிருந்தான்.

"ஹலோ அரவிந்த், என்ன பதிலைக் காணோம்? உங்கப்பாவும் அம்மாவும் திறப்பு விழாவுக்கு வர்றதில உனக்கே இஷ்டம் இல்லையா?"

"சேச்சே! என்னடா இப்படிக் கேக்கறே? என் மேல கோபமா இருக்கிற அவர்கிட்ட..."

"உனக்கு அவர் மேல கோபம் இல்லையே?"

"கோபமா, கிடையாது. என்னைப் புரிஞ்சுக்க மாட்டேங்கறாரேன்னு வருத்தம் உண்டு."

"அப்பா - பிள்ளைக்குள்ளே ஈகோ தேவையில்லை அரவிந்த். ஏதோ அவசரப்பட்டு வீட்டை விட்டு வந்துட்டே. அதைப் பத்தி மறுபடி பேச வேணாம். உன்னைப் பெட்டியைத் தூக்கிட்டுப் போய் அந்த வீட்டிலே இருந்து நான் சொல்லலை. அது சூழ்நிலை பார்த்து நீயா எடுக்க வேண்டிய முடிவு. ஆனா, உன் வாழக்கையில ஒரு பெரிய புராஜெக்ட்ல இறங்கறே. இப்போ உன் பேரண்ட்சோட ஆசிர்வாதம் உனக்குக் கண்டிப்பா வேணும் அரவிந்த். போய்க் கூப்பிடறது பெட்டர்."

"அவர் இல்லாத நேரமாப் பார்த்துப்போயி அம்மாகிட்ட கொடுத்துச் சொல்லிட்டு வந்துடட்டுமா?"

"இது என்னடா மரியாதை? உங்கப்பாவைச் சந்திக்கறதுக்கு உனக்கு என்ன இவ்வளவு தயக்கம்? இனிமே ஜென்மத்துக்கும் அவரைப் பார்க்கவே போறதில்லைன்னு ஏதாச்சும் அசட்டுத்தனமா மனசிலே சபதம் போட்டு வெச்சிருக்கியா?"

"சேச்சே! அதெல்லாம் இல்லை. அவர் என்னை மதிச்சிப் பேச மாட்டார் சந்துரு. சுள்ளுன்னு நாலு வார்த்தை உறைக்கிற மாதிரி சொல்வாரு. அநாவசியமா மறுபடி எங்களுக்குள்ளே ஒரு வாக்குவாதம் வரலாம்."

"அவர் எப்படி ரியாக்ட் பண்ணாலும் நீ உணர்ச்சிவசப்படாம, பதில் பேசாம இருக்க முடியாதா? உன் மனசைத் தொட்டுச் சொல்லு. நீ தொழில் ஆரம்பிக்கிறப்போ அவர் உன் பக்கத்தில இருக்கணும்னு உனக்கு ஆசையா இல்லையா?"

"இருக்கு."

"அப்போ போய்ப் பேசு. கூப்பிடு. வாதம் பண்ணாதே. நீ போய்ட்டு வந்து அவர் என்ன சொன்னார்ன்னு சொல்லு, என்ன?"

"சரி."

"பெங்களுருக்குப் பத்திரிகை அனுப்பிச்சிட்டியா?"

"இல்லை."

"ஏன்? அண்ணன் வேணாமா உனக்கு?"

நான் உன்னை சுவாசிக்கிறேன்

"இளங்கோவுக்கு எல்லா மேட்டரும் அப்பா மூலமா போயிருக்கும். அவன் எப்பவுமே அப்பா சப்போர்ட்டுதான். அப்பாவே போகாதப்போ நான் எதுக்குப் போகணும்னு அவன் இருந்துடுவான். அப்படியே வந்தாலும் அவன் வாய்தான் ஒப்புக்கு வாழ்த்துமே ஒழிய மனசுக்குள்ளே பொறாமைப்படுவான்."

"அப்போ யாமினியையும் கூப்பிடப் போறதில்லையா?"

"இல்லை."

"அவங்களுக்கு உன் மேல உண்மையான பாசம் இருக்கா இல்லையாங்கற மேட்டருக்கு நான் போக விரும்பலை. ஆனா, ஒரு சுமூகமான சூழ்நிலையை நீ கெடுத்துக்கறது சரியில்லை, என்ன இருந்தாலும் உன் அண்ணன்! உன் அக்கா! அவங்களைக் கூப்பிடாம ஒதுக்கறது நல்லதில்லை."

"என்னை அவங்கதான் ஒதுக்கி வைச்சிருக்காங்க."

"அவங்களுக்குப் பத்திரிகை அனுப்பிச்சிட்டு நேர்ல போகலைன்னாலும் போன்லயாவது சொல்லிடறது நல்லதுன்னு எனக்குப் படுது. அப்புறம் உன் இஷ்டம். வெச்சிடறேன்."

போனை வைத்துவிட்டு யோசனையில் ஆழ்ந்தான் அரவிந்த்.

* * *

"ஹலோ, இளங்கோ ஹியர்" என்றான் இளங்கோ எதிர்முனையில்.

"அண்ணா, நான்தான் அரவிந்த், மெட்ராஸ்லேர்ந்து பேசறேன்."

"அரவிந்த், நீயா? ரொம்ப நாளாச்சு உன் குரலைக் கேட்டு. எப்படி இருக்கே?"

"நல்லாருக்கேன். அண்ணி, குழந்தைங்க எல்லாம் நல்லாருக்காங்களா?"

"நல்லாருக்காங்க. அவங்க எல்லாம் ஊர்ல இல்லைப்பா. என் மாமனார் வீட்லேர்ந்து கோவா டூர் போனாங்க. எங்களையும்

கூப்புட்டாங்க. எனக்கு நிறைய வேலை இருந்திச்சு. அதனால அவளையும் குழந்தைங்களையும் மட்டும் அனுப்பி வைச்சிருக்கேன்."

"எப்ப வர்றாங்க?"

"இன்னும் ஒரு வாரம் ஆகும்."

"அப்புறம்... அண்ணா... உனக்கு எல்லா விஷயமும் தெரிஞ்சிருக்கும். இப்ப, நான் நம்ம வீட்ல இல்லை."

"அம்மா விவரமா தபால் எழுதியிருந்தாங்க. யாமினியும் போன்ல சொன்னா. நானே அடுத்த வாரம் மெட்ராசுக்கு வந்து உன்னோட பேசணும்னு இருந்தேன். ஏன் அரவிந்த் இப்படி எல்லாம்?"

"எல்லாத்தையும் போன்ல பேச முடியாதுண்ணா. இப்ப எதுக்குக் கூப்பிட்டேன்னா... இன்னிக்குக் கொரியர் தபால்ல இன்விடேஷன் அனுப்பி வைச்சிருக்கேன். நீ கண்டிப்பா வரணும்."

"எப்போ பங்ஷன்?"

"நாளைன்னைக்குக் காலைல."

"அப்பா கலந்துக்கறாரா?"

"தெரியலை. என் மேல கோபமா இருக்கார். இன்னிக்கு ஈவினிங் அவரைப் பார்த்துப் பேசப் போறேன்."

"எதுக்குப்பா அப்பாவை எதிர்த்துக்கிட்டு இப்படி..."

"இனிமே இதில யாரும் எந்த யோசனையும் சொல்றதுக்கு இல்லை. அந்த ஸ்டேஜ் தாண்டியாச்சு. நீ வந்து திறப்பு விழால கலந்துக்கணும்னு கூப்பிடறேன்."

"இப்படி லாஸ்ட் மினிட்ல சொல்றியே அரவிந்த்."

"ஏன், வர்றது கஷ்டமா? முக்கியமான வேலை இருக்கா?"

"வேலை என்னைக்கு இல்லை? முக்கியமான வேலைகள் இருந்ததாலதானே கோவா டூருக்கு நான் போகாம தங்கிட்டேன்.

   நான் உன்னை சுவாசிக்கிறேன்

கொஞ்சம் முன்கூட்டி சொல்லிருந்தா பிளான் பண்றதுக்கு சௌகரியமா இருக்கும். யாமினியைக் கூப்பிட்டிருக்கியா இல்லையா?"

"அதெப்படி கூப்பிடாம இருக்க முடியும்? அவ ஆபீசுக்குப் போய் நேர்லயே கூப்பிடறதா இருக்கேன்."

"எல்லா ஏற்பாடும் முடிஞ்சிடுச்சா?"

"முடிஞ்சிடுச்சி."

"எவ்வளவு இன்வெஸ்ட்மெண்ட் மொத்தம்?"

"பத்து லட்சம்."

"சோர்ஸ் எப்படி அரேன்ஞ் பண்ணிருக்கே?"

"இதெல்லாம் எஸ்.டி.டி.ல பேசணுமாண்ணா? நேர்ல பார்க்கறப்போ சொல்றனே, வருவியா?"

"பிளான் பண்ணிட்டுச் சொல்றனே..."

"என் பிரஸ்லேர்ந்துதான் பேசறேன். போன் இருக்கு. நான் தங்கி இருக்கறதும் இங்கதான். நம்பர் சொல்றேன். எழுதிக்கிறியா?"

போன் நம்பர் சொல்லிட்டு வைத்தான் அரவிந்த்.

* * *

மாலை ஏழு மணிக்கு தன் ஃபிளாட்டின் அழைப்பு மணியை ஒலிக்கச் செய்து விட்டு கையில் அழைப்பிதழுடன் காத்திருந்தான் அரவிந்த்

கதவைத் திறந்த நிர்மலாவின் முகம் பிரகாசமாகி, "அட! வாண்ணா, வா உள்ளே!" என்று சொல்லிவிட்டு, "அம்மா, சின்ன அண்ணன் வந்திருக்கு" என்று குரல் கொடுத்தாள்.

அம்மா உள் அறையிலிருந்து வேகமாக வந்து, "வாடா!" என்று அவன் கைகளைப் பிடித்துக் கொண்டு கண் கலங்க, "எப்படிப்பா இருக்கே?" என்றாள்.

மௌனமாகத் தலையசைத்து, "அப்பா எங்கம்மா?" என்றான்.

"ஆபீஸ்லேர்ந்து இப்பதான் வந்தாரு. குளிச்சிட்டிருக்காரு. உக்காரு, டிபன் சாப்பிடறியா? இன்னிக்குத் தக்காளி தோசை. ஊத்தித் தரட்டுமா?"

"ஊத்தித் தற்றோட அப்படியே ஊட்டியும் விடேன்" என்றபடி தன் அறையிலிருந்து வெளியே வந்தார் அப்பா.

———◦◦———

   நான் உன்னை சுவாசிக்கிறேன்

-20-

என் துணை நீதானென்று
முன்னமே தெரிந்திருந்தால்
எத்தனை இரவுகள் நிம்மதியாய்
உறங்கியிருப்பேன்...

சோமசுந்தரம் ஹாலுக்கு வந்து சோபாவில் அமர்ந்ததும் அம்மாவும் தங்கையும் மௌனமானார்கள்.

அரவிந்த் அவர் எதிரில் வந்து நின்றான். தயக்கத்தில் சில விநாடிகள் கரைந்தன. அவன் அங்கே நிற்பதைப் பொருட்படுத்தாமல் அவர் செய்தித்தாளை எடுத்து உதறி விரித்துக் கொண்டார். அந்த உதறலில், 'உன்னை யார் இங்கே வரச் சொன்னது?' என்று இருந்தது.

"அப்பா!" என்றான் அமைதியாக. பேப்பரிலிருந்து நிமிராமல், "என்ன?" என்றார்.

"உங்களுக்கு இன்னும் என் மேலே கோபம் தீரலைன்னு புரியுதுப்பா, பரவால்லை. இப்ப நான் உங்களோட சண்டை போடறதுக்கு வரலை. நாளைன்னைக்கு பிரஸ் திறப்பு விழா. நீங்களும் அம்மாவும் வந்து ஆசீர்வாதம் செய்யணும்."

அழைப்பிதழை டீப்பாய் மேல் மெதுவாக வைத்தான்.

விருட்டென்று பேப்பரை மடக்கி வீசிய சோமசுந்தரம், "எந்த மூஞ்சியை வெச்சிக்கிட்டுடா என்னை வந்து கூப்புடறே? முடிவெடுக்கறப்போ எங்க ஞாபகம் வரலையா உனக்கு? அதைக் கேட்டதுக்கு ரோஷம் பொத்துக்கிட்டு எல்லாரையும் அலட்சியப்படுத்திட்டு நீ பாட்டுக்கு வீட்டை விட்டுப் போனே! உன்னைப் பெத்தவனுக்கு உன்னை விட நாலு மடங்கு ரோஷம்

இருக்காதா? உன்னைப் பாத்தாலே ஆத்திரம் வருது. மொதல்ல இங்கேர்ந்து போயிடு, சொல்லிட்டேன்!" என்றார் படபடப்பாக.

"என்னங்க, அவன்..." என்று பதைத்த மனைவியை முறைத்து விழிகளால் அதட்டி, "நீ வாயை மூடிக்கிட்டு சும்மா இருக்கியா?" என்றார்.

ஜிவ்வென்று பரவிய கோபத்தை சிரமப்பட்டு கட்டுப்படுத்திக் கொண்ட அரவிந்த், "என்னால பதில் சொல்ல முடியும்ப்பா. மேல மேல உங்க மனசை வெறுப்பாக்க விரும்பலை. என்னைப் பார்த்தாலே ஆத்திரம் வருதுங்கறப்ப நான் என்ன சமாதானம் சொன்னாலும் கோபப்படத்தான் செய்வீங்க. போயிடறேன். அம்மாகிட்ட ரெண்டு வார்த்தை பேசலாமில்லையா?" என்றான்.

அப்பா மீண்டும் பேப்பரை விரித்துக் கொண்டார்.

அரவிந்த் அம்மாவிடம் வந்தான். கைகளைப் பிடித்துக் கொண்டான்.

"அம்மா, அப்பாவோட கோபத்தில நியாயம் இருக்குன்னு எனக்குத் தெரியுதும்மா. அதே சமயம் நான் செஞ்சதும் சரின்னு படுதும்மா. எது எப்படியிருந்தாலும் ஆரம்பிக்கப் போறது என்னோட லைஃப் ப்ராஜெக்ட்ம்மா. ரொம்ப வருஷத்துக் கனவு. பொறுமையா எடுத்துச் சொல்லி நீங்க ரெண்டு பேரும் அவசியம் வரணும்ம்மா. அண்ணனுக்கு போன்ல சொன்னேன். அக்காவை நேர்ல பார்த்துச் சொல்லப் போறேன். நான் என்னம்மா தப்புப் பண்ணிட்டேன்? முன்னேறணும்ன்னு ஆசைப்படறது குத்தமா? தொழில் ஆரம்பிக்கிறதுக்குக் குடும்பத்தில ஒத்துழைப்பு இல்லாததால சொந்தமா முயற்சிகள்ல இறங்கினேன். அதானேம்மா நான் செஞ்சது? என்னமோ கொலைக் குத்தம் செஞ்சிட்ட மாதிரி ஏம்மா இவ்வளவு தூரம் அவர் வெறுக்கணும்?"

மேலே பேச முடியாமல் தொண்டை அடைத்துக் கொள்ள, கர்சீப் எடுத்து கண்களை ஒற்றிக் கொண்ட அரவிந்த், "நான் வர்றேன்மா" என்றான். நிர்மலாவைப் பார்த்து தலையசைத்து விட்டு வேகமாக வாசலுக்கு நடந்தான்.

  நான் உன்னை சுவாசிக்கிறேன்

கைகளைப் பிசைந்தபடி நின்றிருந்த அம்மா மெதுவாக அப்பாவிடம் வந்து, "இதோ பாருங்க... என்ன இருந்தாலும்..."

"இங்கபாரு, எனக்குயாரும்நியாயம்சொல்ல வேண்டியதில்லை! காலைல வாக்கிங் போனப்போ வக்கீல் சீதாராமன் கேக்கறான். 'என்னப்பா உனக்கும் உன் பையனுக்கும் பிரச்சனையாமே. வீட்டை விட்டு கோவிச்சிக்கிட்டுப் போயிட்டானாமே... என்ன தகராறு?'ன்னு கேக்கறான். எனக்கு உடம்பு பூரா திகுதிகுன்னு எரிஞ்சுது. நம்ம பரம்பரையிலேயே இந்த மாதிரி யாரும் செஞ்சதில்லை. இவ்வளவு பெரிய அவமானத்தைத் தேடித் தந்துட்டு 'நான் என்னம்மா தப்பு செஞ்சேன்?'ன்னு டிராமா பண்றான். நீயும் கண்கலங்கிட்டு நிக்கிறே!"

"இல்லைங்க. அவன் பாவம், மனசு நொந்து போயி..."

"அவன் மனசு நொந்து போனதுதான் தெரியுதா? என் மனசு நொந்து போனது உனக்குத் தெரியலையா? எங்க ஆடிட்டருக்கு பத்திரிகை அனுப்பி வெச்சிருக்கான். அவரு 'என்ன சார் பையன் தொழில் ஆரம்பிக்கிற மேட்டரைச் சொல்லவே இல்லையே?'ன்னு கேக்கறாரு. எனக்கே தெரியாது சார்ன்னு எப்படிச் சொல்றது? கொஞ்சம் பொறுமையா இருடான்னு சொன்னா கேக்காம அநியாய வட்டிக்குப் பணம் வாங்கித் தொழில் ஆரம்பிக்கிறானே, அப்புறம் என் வார்த்தைக்கு என்ன மதிப்பு இருக்கு? என்னோட அனுமதி தேவையில்லை, ஆனா ஆசீர்வாதம் மட்டும் வேணுமோ? போடி, வேலையைப் பாரு! வந்துட்டா அந்த துரைக்கு சிபாரிசு பண்ண!"

சோமசுந்தரம் பேப்பரை மடக்கிப் போட்டுவிட்டு எழுந்து அறைக்குள் செல்ல, தாயும் மகளும் பார்த்துக் கொண்டு இயலாமையில் தவித்தார்கள்.

* * *

"கொஞ்சம் உக்காருங்க சார். உள்ளே அசிஸ்டென்ட் மானேஜர்கிட்ட ஏதோ முக்கியமா பேசிட்டிருக்காங்க. அவர் வந்ததும் போய்ச் சொல்றேன்" என்றான் பியூன்.

யாமினியின் அறைக்கு வெளியே போடப்பட்டிருந்த வசதியான சோபாவில் மெதுவாக அமர்ந்தான் அரவிந்த்.

அன்றைக்கு என்னைத் திமிர் பிடித்துப் பேசுவதாக கோபமாகச் சொல்லிவிட்டுப் போனவள் இன்றைக்கு என்ன மாதிரி என்னை நடத்துவாள் என்று சொல்ல முடியாது.

தகவல் சொல்லும் பியூனிடம் என்னைச் சந்திக்க விருப்பமில்லை என்று கூடச் சொல்லியனுப்பலாம்.

எந்த விளக்கமும் வைத்துக் கொள்ளக் கூடாது. உள்ளே நுழைந்ததும் பத்திரிகையைத் தர வேண்டியது.

'அவசியம் வாக்கா!' இரண்டே வார்த்தைகள் சொல்லிவிட்டு வேகமாக வந்துவிட வேண்டியது.

அப்படியே இவள் திறப்பு விழாவுக்கு வந்துவிட்டாலும் மனதார வாழ்த்தவா போகிறாள்? 'எல்லோரையும் எதிர்த்துக் கொண்டு ஆரம்பிக்கிற இந்தத் தொழில் உருப்படக் கூடாது' என்று உள்ளத்திற்குள் வேண்டிக் கொண்டு உதட்டளவில் 'ஆல் தி பெஸ்ட்' சொல்வாள்.

தெரியாதா இவளைப் பற்றி? தம்பி தன்னைவிட முன்னேறிவிடக் கூடாது என்று நினைப்பவள்தானே இவள்! போலியாய் அக்கறை காட்டி முடிந்தபோதெல்லாம் அலட்சியப்படுத்துகிறவள்தானே இவள்!

இந்த சந்துரு வற்புறுத்தாவிட்டால் இவளைக் கண்டிப்பாக அழைக்க மாட்டேன். யாருக்கு வேண்டும் போலித்தனமான உறவு?

யாமினியின் அறையிலிருந்து உதவி மானேஜர் வெளியேறியதும், பியூன் உள்ளே சென்று இவன் வருகையைச் சொல்லி திரும்பிவந்து, "போங்க சார்" என்றபோது சற்று ஆச்சரியமாகத்தான் இருந்தது.

மெதுவாக யாமினியின் அறைக்குள் வந்து நின்றான் அரவிந்த்.

"வாடா! உக்காரு!" என்றாள் யாமினி. குரலில் உற்சாகமோ, உதடுகளில் புன்னகையோ இல்லை. பார்வை அவள் விரல்களில் ஆடும் பென்சிலின் மேல் இருந்தது.

                   நான் உன்னை சுவாசிக்கிறேன்

அமைதியாக இன்விடேஷனை நீட்டினான். "என்ன?" என்றாள் எதுவும் தெரியாதவள் போல.

"இன்விடேஷன். ஆப்செட் பிரஸ் நாளன்னைக்குத் திறப்பு விழா. குடும்பத்தோட வா. அத்தானுக்கு போன் பண்ணிச் சொல்லிடறேன். நான் வரட்டுமா?"

"இரு, ஒரு நிமிஷம் உக்காரு."

"எனக்கு நிறைய வேலை இருக்குக்கா."

"நீ இப்போ பிசினெஸ்மேன். ரொம்ப பிஸிதான். பரவால்லை. ரெண்டு நிமிஷம் உக்காரு."

அமைதியாக உட்கார்ந்தான் அரவிந்த்.

யாமினி அழைப்பிதழை வரிவரியாகப் படித்துவிட்டு, "இந்த லால்சந்த் ஃபைனான்ஸ் பண்றதாலே அவரையே குத்துவிளக்கேத்தச் சொல்லிட்டியா?" என்றாள்.

"ஃபைனான்ஸ் பண்றதாலே இல்லை! என் மேல நம்பிக்கை வெச்சிருக்கிற நபர்ங்கிறதால!" என்றான்.

"எப்படி அக்ரிமெண்ட் போட்டிருக்கே? அவரும் இதில பார்ட்னரா? இல்லை ஃபைனான்ஸ் மட்டும் பண்றாரா?"

"ஃபைனான்ஸ் மட்டும்தான் பண்றார்."

"எவ்வளவு வட்டி?"

"இதே கேள்வியை அன்னிக்கு வீட்ல ஆவேசமா கேட்டே. இப்போ இங்கே அமைதியாக் கேக்கறே. இது என் சொந்த விஷயம். எல்லா டீட்டெய்ல்சும் உன்கிட்ட சொல்லணும்னு நீ எதிர்பார்க்கறது சரியில்லை. ஃபங்ஷனுக்குக் கூப்பிட்டிருக்கேன். இஷ்டம் இருந்தா வா. நான் வர்றேன்" என்று எழுந்து கொண்டான் அரவிந்த்.

"ஏன் இப்படி உடனே உணர்ச்சிவசப்படறே அரவிந்த்? எங்களுக்கெல்லாம் உன் மேல அக்கறையே இல்லைன்னு நீயா நினைச்சுக்கிட்டு ஏன் வெறுப்பாப் பேசறே? சரி, புறப்படு. நிதானமா இன்னொரு நாள் பேசலாம். அப்புறம்... ஓபனிங்குக்கு

வரணும்னு எனக்கு இஷ்டம் இருக்குப்பா. ஆனா, வரமாட்டேன். எதிர்பார்க்காதே."

"ஏன்?"

"அப்பா போன் செஞ்சாரு. நீ வீட்டுக்குப் போய்க் கூப்பிட்டதைப் பத்திச் சொன்னாரு. ரொம்ப வேகமாப் பேசினாரு. அவரைக் கொஞ்சம்கூட மதிக்காம நீ ஆரம்பிக்கிறதால நம்ம குடும்பதிலேர்ந்து யாரும் கலந்துக்கக் கூடாதுன்னு உத்தரவு மாதிரி சொன்னாரு. இளங்கோவுக்கு போன் செஞ்சிருக்காராம். அவனோ இல்லை நானோ இதில கலந்துக்கிட்டா அப்புறம் வீட்டுக்கே வராதீங்கன்னு ஆத்திரமா சொல்லிட்டு வெச்சிட்டாரு. இது ரொம்ப அதிகப்படியான கோபம்தான். புரியுது. ஆனா, யாராச்சும் சொன்னா கேட்டுக்கற டைப் இல்லையே நம்ம அப்பா. நல்ல மனசு இருக்கு, கூடவே அநியாயத்துக்குக் கோபமும் இருக்கு. அவர் வார்த்தையை மீறி நான் எப்படி..."

"வேணாம். யாரும் வர வேணாம். உங்க யாரோட சப்போர்ட்டும் இல்லாமத்தான் நான் தொழில் ஆரம்பிக்கிறேன். நீங்க எல்லாம் வரலைன்னா நான் ஒண்ணும் அப்செட் ஆகி உக்காந்துட மாட்டேன்."

"பாத்தியா... மறுபடி டென்ஷனாகறே. நான் என் சூழ்நிலையைச் சொல்றேன். புரிஞ்சுக்கோ. ஒரு நிமிஷம் அரவிந்த்."

யாமினி தன் கைப்பையைத் திறந்து செக்-புக் எடுத்து எழுதி, கிழித்து அவனிடம் நீட்டினாள்.

"என்ன?"

"பத்தாயிரம் ரூபாய்க்கு செக் போட்டிருக்கேன். உன் புது பிசினெஸ்ல இதை வரவு வெச்சிக்கோ. என்னோட சின்ன அன்பளிப்பு."

செக்கைக் கையில் வாங்காமல், "ரொம்ப தேங்ஸ். நீயே வெச்சுக்கோ. வீடு கட்டிக்கிட்டிருக்கே. ஏகப்பட்ட செலவு இருக்கும். எதுக்கு இப்படி அநாவசியத்துக்குச் செலவு பண்றே? வர்றேன்க்கா" என்று கூறி வட்டு அவள் கூப்பிடக் கூப்பிடத்

     நான் உன்னை சுவாசிக்கிறேன்

திரும்பிப் பார்க்காமல் நடந்து கதவு திறந்து வெளியே வந்தான் அரவிந்த்.

* * *

மனச்சோர்வுடன் தன் பிரஸ் அலுவலக அறைக்கு வந்து தளர்வாக நாற்காலியில் அமர்ந்தான் அரவிந்த்.

"சார், நீங்க வெளில போயிருந்தப்போ பிருந்தான்னு ஒரு மேடம் வந்தாங்க" என்றான் சீனிவாசன்.

சட்டென்று மனத்திற்குள் வெளிச்சம் பாய்ந்தது. "எப்போ?" என்றான் ஆர்வமாக.

"ஒரு மணி நேரத்துக்கு முன்னாடி சார். பத்து நிமிஷம் வெய்ட் பண்ணாங்க. அப்புறம் ஒரு லெட்டர் எழுதிக் கொடுத்துட்டுப் போனாங்க."

நீட்டப்பட்ட கடிதத்தை ஆர்வத்தைக் கட்டுப்படுத்தி இயல்பாக வாங்கிக் கொண்டான்.

அவன் விலகியதும் பிரித்துப் படித்தான்.

ஹலோ அரவிந்த்.

ஒரு மகிழ்ச்சியான செய்தி. எனக்கு வேலை கிடைத்துவிட்டது. அண்ணா சாலையில் உள்ள ஹிக்கின்பாதம்ஸ் புத்தகக் கடையில் சூபர்வைஸர் வேலை. நேற்று ஜாயின் செய்தேன். என்னைச் சுற்றி ஆயிரக்கணக்கில் நான் மிகவும் விரும்பும் புத்தகங்கள்!

இந்தச் செய்தியைச் சொல்லிவிட்டு உங்கள் பிரஸ் துவக்கப் பணிகளைப் பற்றியும் விசாரித்துவிட்டுப் போகலாம் என்று வந்தேன். நீங்கள் இல்லை.

போன் நம்பர் கீழே கொடுத்துள்ளேன். ஓய்வாக இருக்கும் போது தொடர்பு கொள்ளுங்கள்.

தங்கள்,

பிருந்தா

கடிதம் படித்ததும் மனம் காரணமின்றி குதூகலித்தது. பிருந்தா மேல் சற்றே படியத் துவங்கியிருந்த வெறுப்பு எங்கே போனதென்றே தெரியவில்லை.

உடனே பார்வை அவள் எழுதிய போன் நம்பரில் படிந்தது. கை ரிசீவரை எடுத்தது. உதடுகள், "மிஸ் பிருந்தா ப்ளீஸ்..." என்றன.

இடைவெளிக்குப் பிறகு, "பிருந்தா பேசறேன்."

"ஹலோ பிருந்தா, அரவிந்த் பேசறேன். கங்கிராஜு லேஷன்ஸ்."

"தேங்க் யூ."

"வேலை கிடைச்சதுக்கு பார்ட்டி கிடையாதா?"

"ஷூர். என்னைக்கு, எங்கேன்னு நீங்க சொல்லுங்க, நான் ரெடி."

"இன்னைக்கே பிருந்தா. மனசு விட்டு நிறையப் பேசணும்."

"ஈவினிங் ஆறு மணிக்கு எனக்கு வேலை முடியும்."

"கடை வாசல்ல வெய்ட் செஞ்சா, நான் வந்து பிக்கப் பண்ணிக்கிறேன்."

"ஓகே."

அரவிந்தின் விரல்கள் ரிசீவரை வைத்துவிட்டு மேஜை மேல் உற்சாகமாகத் தாளமிட... 'சரியான முட்டாள் நீ!' என்றது இன்னொரு மனம்!

———⋅∞⋅———

                    நான் உன்னை சுவாசிக்கிறேன்

-21-

மாலை சந்திப்பதாக பிருந்தாவிடம் போனில் சொல்லிவிட்டு வைத்ததுமே மனக்குரங்கு தன் வேலையைத் துவக்கியது.

என்னோடு பழகிப் பார்த்த பிறகு என்னை நேசிப்பதா வேண்டாமா என்பதைத் தீர்மானிப்பதாகச் சொல்லி என் தன்மானத்தைத் தலைகுனியச் செய்தவளைச் சந்திக்க நான் ஏன் துடிக்க வேண்டும்?

நான் என்ன வித்தை காட்டும் குரங்கா? குட்டிக்கரணம் போடு என்றால் போடும். தலையில் தட்டை வைத்துக் கொண்டு இரண்டு கால்களில் நடந்து வா என்றால் நடந்துவரும்.

அந்த மாதிரி அவள் போன் செய்யுங்கள் என்றதும் நான் ஏன் சிலிர்த்துப் போய் செய்தேன்? எதற்காக சிரித்துப் பேசினேன்? எதற்காக ட்ரீட் கேட்டேன்? எதற்காக மாலையில் சந்திப்பதாகச் சொன்னேன்?

உன் பரிசோதனைக்கு நான் தயார் என்கிற அறிவிப்பு அல்லவா இது! நீ என்ன நிபந்தனை போட்டிருந்தாலும் நான் உன்னை நேசிப்பதில் எந்த மாற்றமும் இல்லை என்று அசடுவழியும் செயல்தானே இது!

ஆனால்... ஆனால்...

பிருந்தா என்னைத் தேடி இங்கே வந்தாள் என்கிற செய்தியே எனக்குள் சாமரம் வீசியதே, அது நிஜமான உணர்வு! அவள் கடிதத்தை ரசித்துப் படித்தேனே, அது நிஜமான சந்தோஷம்! ஓய்வு நேரத்தில் போன் செய்யுங்கள் என்று அவள் குறிப்பிட்டிருந்தாலும் உடனடியாகச் செய்ததற்குக் காரணம் அவளோட பேச ஏற்பட்ட நிஜமான உந்துதல்! அவள் குரல் கேட்டதும் நரம்பெல்லாம் பரவிய சுகம் நிஜமான உணர்ச்சி! எந்தத் திட்டமிடலும் ஒத்திகையும் இல்லாமல் ஆசையாக பாசாங்கின்றிப் பேசினேனே, அது என் நிஜமான உள்ளத்தின் வெளிப்பாடு.

இதெல்லாம்தானே காதல்?

காதல் ஒரு உண்மையான உணர்ச்சி. அதற்கு நெளிவு, சுளிவு தெரியாது. பொய், புரட்டு புரியாது. மழைநீர் போல சுத்தமானது. அந்த நீர் மண்ணோடு சேரும்போதுதான் சகதியாகிறது.

கொஞ்சம் ஆசுவாசப்படுத்திக் கொண்டு புத்தி உள்ளே நுழைகிறது. கணக்குகள் போடுகிறது. தன்மானத்தையும் அகங்காரத்தையும் தட்டி எழுப்புகிறது. அதற்குச் சாதகமான சங்கதிகளை மறு ஒலிபரப்பு செய்கிறது மனதில். காயங்களைச் சுட்டிக்காட்டுகிறது.

அதனால் மனம் தவிக்கிறது. தடுமாறுகிறது...

அரவிந்த் ஒரு சிகரெட்டைப் பற்றவைத்தான்.

இப்போது நான் என்ன செய்வது?

அவளைச் சந்திக்கச் சொல்கிறது ஒரு மனசு. சந்தேகிக்கச் சொல்கிறது ஒரு மனசு. இரண்டையும் வேடிக்கைப் பார்த்துச் சிரிக்கிறது ஒரு மனசு.

சலூனில் எதிரெதிர் கண்ணாடிகள் உள்ளே உள்ளே என்று ஏராள பிம்பங்களைக் காட்டுவதைப் போல இந்த மனசுக்குள்ளே எத்தனை பிம்பங்கள்!

எந்தச் சூழ்நிலையில் எந்த மனசு சக்தி வாயந்ததாக இருக்கிறதோ, அது ஜெயிக்கிறது.

  நான் உன்னை சுவாசிக்கிறேன்

அரவிந்த் ஒரு பெருமூச்சை வெளியேற்றினான். பிருந்தாவை எல்லாக் கேள்விகளையும் தாண்டி சந்திக்க வேண்டும், பேச வேண்டும் என்கிற துடிப்பை மட்டும் கட்டுப்படுத்த முடியாதென்பதை உணர்ந்தான்.

உதடுகளில் புன்னகை பூத்தது.

டிராஃபிக் ஜாம் காரணமாக காத்திருந்தபோது மணி பார்த்து மனம் பதறியது அரவிந்திற்கு. பிருந்தா காத்திருப்பாளே என்று பதைத்தது.

வாகனங்கள் விடாமல் ஹாரன் அடித்து துடித்தன. சிலர் என்ஜினை அணைத்துவிட்டுக் காத்திருந்தனர்.

"ஆக்ஸிடெண்ட் சார். வேனும் ஆட்டோவும். ஆபத்தில்லை. கிளியர் பண்ணிட்டிருக்காங்க. கொஞ்ச நேரம் ஆவும் சார்."

எரிச்சலுடன் தன் பைக்கை அணைத்தான் அரவிந்த். பிளாட்பாரத்தில் பூக்காரியைப் பார்த்தான். பிருந்தாவுக்கு பூ வாங்கிச் செல்லலாமா? இல்லை, வேண்டாம். ஜஸ் வைப்பதாக, அவளை இம்ப்ரஸ் செய்வதற்காகக் கொடுப்பதாக அவள் நினைக்கலாம்.

மனம் நினைத்துக் கொண்டிருக்கும்போதே கால்கள் பைக்கிலிருந்து இறங்கி பூக்காரியை நோக்கி நடந்தன.

ஒரே ஒரு ரோஜாப் பூ வாங்கினான். தனது கூலிங்கிளாசின் கூடிற்குள் வைத்துக் கொண்டு திரும்பி வந்தான்.

தடை நீங்கியதும் ஸ்டார்ட் செய்து புறப்பட்டான்.

புத்தகக் கடையின் வாசலில் காத்திருந்த பிருந்தா புன்னகையுடன் கையசைத்தாள்.

பதிலுக்குக் கையசைத்து அவளருகில் நிறுத்தினான். அமர்ந்து கொண்டதும் புறப்பட்டான்.

லைட் வைலட் நிற சேலையில், கூந்தலில் மல்லிகைச் சரத்துடன் இருந்த பிருந்தாவைப் பார்த்ததுமே மனம் குதூகலித்தது.

"ஸாரி பிருந்தா. வழியில டிராஃபிக் ஜாம் அதான் லேட்."

"பரவால்லை."

"எங்க போலாம்?"

"உங்க சாய்ஸ்"

"இந்த வேலை உங்களுக்குப் பிடிச்சிருக்கா?"

"பிடிச்சிருக்கு. பிடிக்கலை."

"இதென்ன ரெண்டும் சொல்றீங்க?"

"என்னோட உண்மையான மனநிலை அதுதான் அரவிந்த். இந்த வேலை டீசண்ட்டானது. டீசண்ட்டான ஜனங்க மட்டுமே இங்க வர்றாங்க. சின்னவயசிலேர்ந்தேஜ லவ் புக்ஸ். இப்போஎன்னைச் சுத்தி புத்தக சமுத்திரம். படிக்க வேணாம். சும்மா பார்த்தாலே போதும். யப்பா, இத்தனை பேர் சிந்திக்கிறாங்களான்னு ஒரு பிரமிப்பு வரும். உள்ளே ஒட்டிக்கிட்டிருக்கிற அகங்காரம் கரைய ஆரம்பிக்கும். இதனால இந்த வேலை பிடிச்சிருக்குன்னு சொன்னேன்."

"அப்புறம்?"

"இந்த வேலைல உழைப்பு இல்லை. திறமைக்கான சவால் இல்லை. ஒரேமாதிரியான வேலை. ஒரு பிரச்னைக்கு நானேதீர்வு காணற சந்தோஷம் இந்த வேலைல இல்லை. முதல்ல இருந்த வேலைல பத்துப் பேருக்கு நான் தலைவி. இங்கே அந்த பத்துப் பேர்ல நான் ஒருத்தி. இதனால இந்த வேலை பிடிக்கலை."

"ஆனா, வேலையை நீங்க விட்டுடலை. அதனால பிடிக்காததை விட பிடிச்சது அதிகம். கரெக்ட்டா?"

"அப்படியும் சொல்லலாம். கட்டாயம்னும் சொல்லலாம்."

"என்ன கட்டாயம்?"

"ஊர்ல இருக்கற அம்மாவுக்கு பணம் அனுப்பணும் அரவிந்த். தங்கியிருக்கிற வீட்டுக்கு வாடகை கொடுக்கணும். அப்புறம் சாப்பாடு, சோப்பு, சீப்புன்னு அடிப்படையான செலவுகள் இருக்கே. அதனால வருமானம் ஒரு கட்டாயம் இல்லையா?"

"ஆனா, மனசுக்குப் பிடிக்கலைன்கிறிங்களே..."

    நான் உன்னை சுவாசிக்கிறேன்

"மனசுக்குப் பிடிச்ச வேற வேலை அமையற வரைக்கும் இந்த வேலையில தொடரலாம்னு இருக்கேன் அரவிந்த்" என்றாள் பிருந்தா.

* * *

அந்த ஹோட்டலின் மொட்டைமாடித் தோட்டத்திற்கு வந்தார்கள். காற்று அவர்களின் கூந்தலைக் கலைத்தது. பிரம்பாலான மேஜைகள், நாற்காலிகள் நிறைய இடம் விட்டு அமைக்கப்பட்டிருந்தன.

ஒரு மேஜை தேர்வு செய்து எதிரெதிராக அமர்ந்து கொண்டார்கள்.

மெனு கார்ட் வர...

"எந்த ஹோட்டல்ன்னு நான் செலக்கட் செஞ்சேன். என்ன சாப்பிடறதுன்னு நீங்க செலக்ட் பண்ணுங்க" என்று கைகளைக் கட்டிக் கொண்டு மெனு கார்டில் அவள் விழிகளையே பார்த்தான் அரவிந்த்.

சர்வரை விலக்கிவிட்டு நிமிர்ந்த அவள், "பிரஸ் ஓபனிங்குக்கு உண்டான எல்லா வேலைகளும் முடிஞ்சிடுச்சா அரவிந்த்?" என்றாள்.

"ம்."

"உங்கப்பாவைப் போய்ப் பார்த்தீங்களா?"

"போனேன். பேசினேன். அவர் கோபம் மாறாம இருக்கார். அம்மாகிட்டே சொல்லிட்டு வந்திருக்கேன். அவரைச் சமாதானப்படுத்தி கூட்டிக்கிட்டு வரலாம். வராமயும் போகலாம். அதே மாதிரி என் அக்காவை நேர்ல போய்க் கூப்புட்டேன். அண்ணனை போன்ல கூப்புட்டேன். எங்கப்பா அவங்களுக்கு போன் செஞ்சி இதுல கலந்துக்கக் கூடாதுன்னு சொல்லிட்டாராம். அதனால அவங்களும் வர மாட்டாங்க."

"வருத்தமா இருக்கா?"

"கொஞ்சம்... என் வாழ்க்கையில் சொந்தமா ஆரம்பிக்கிற ஒரு பெரிய தொழில்! ஃபைனான்ஷியல் சப்போர்ட்தான்

இல்லைன்னா மாரல் சப்போர்ட்டும் இல்லைன்னு ஆயிடுச்சி. அதனால என்ன? ரெண்டே வருஷத்தில நான் ஓகோன்னு முன்னேறிக்காட்டறேன். அப்ப எல்லாருக்கும் நான் முக்கியமாப் படுவேன்."

"எல்லாருக்கும்ன்னா?"

"உங்களையும் சேர்த்துத்தான் சொல்றேன்."

"ஏய்! இதென்ன இப்படிப் பேசறீங்க? நீங்க முன்னேறினாத்தான் உங்களை நான் முக்கியமா நினைப்பேனா?"

"அதான் உலக உண்மை. பணத்துக்கு உள்ள மரியாதை குணத்துக்கு இல்லை."

"நோ. என்னை அப்படிப் பொதுவான கும்பல்ல சேர்க்காதீங்க. எனக்குப் பணம் என்னைக்குமே முக்கியமில்லை. வாழற வாழ்க்கைக்கு ஒரு அர்த்தம் இருக்கணும்னு நினைக்கிறவ நான். மனுஷங்களைத்தான் நான் மதிப்பேனே ஒழிய மணிபர்ஸை இல்லை!"

அரவிந்த் தண்ணீர் எடுத்துக் குடித்தான்.

"ஆனா, ஒரு சின்சியரான மனசை மதிக்க மாட்டீங்க. பிருந்தா, என் மனசில இருக்கற போராட்டத்தை வெளிப்படையாச் சொல்றேன். எந்த நிபந்தனையும் இல்லாம, எந்தக் கணக்குகளும் இல்லாம, நீங்க என் வழக்கைக்கு ஒத்த வருவீங்களான்னு யோசனை செய்யாம எனக்கு உங்க மேல காதல் ஏற்பட்டது. இட் ஜஸ்ட் ஹேப்பன்ட். ரொம்ப தயங்கி, பல சந்திப்புகளுக்கு அப்புறம் அதை நான் வெளிப்படுத்தினேன். எனக்கு ஒரு உறுதியான பதில் கிடைச்சிருந்தா எனக்குள்ளே குழப்பம் இருக்காது. 'ஸாரி, நான் உங்களை நேசிக்கலை'ன்னு சொல்லியிருந்தா அது ஏமாற்றம்தான். ஆனா, ஒரு தெளிவு இருக்கு அதில. 'யெஸ், நானும் உங்களை நேசிக்கிறேன்'னு சொல்லியிருந்தா அதிலயும் குழப்பமே இல்லை. 'பிடிச்சிருக்கு. ஆனா இப்ப காதலிக்கலை, பழகறேன். அப்புறம் காதல் வரலாம். இல்லை வராமயும் போகலாம்'னு நீங்க சொன்ன பதில் என்னை வாட்டி எடுக்குது பிருந்தா."

நான் உன்னை சுவாசிக்கிறேன்

பிருந்தா அமைதியாக தலைகுனிந்திருந்தாள்.

"இப்ப எனக்குள்ளே உள்ள போராட்டத்தை உங்களால புரிஞ்சுக்க முடியாது பிருந்தா. உங்களை நினைச்சாலே எனக்கு சுகமா இருக்கு. இது காதல். நீங்க சொன்னதை நினைச்சா எரிச்சல் இருக்கு. இது தன்மானம். ரெண்டும் ஒரே மனசுல இருக்கே. இனிமே உங்ககிட்ட எப்படிப் பேசறதுன்னு எனக்குப் புரியலை. என் மேலே நல்ல அபிப்ராயம் ஏற்படற மாதிரி யோசிச்சி யோசிச்சி ஜாக்கிரதையா நாடகமாடணுமா நான்? ஒண்ணுமில்லை. வழில உங்களுக்காக ஒரு ரோஜாப் பூ வாங்கினேன். அதைக் கொடுத்தா உங்க மனசில என்ன நினைப்பீங்கன்னு குழப்பத்தில் கொடுக்காம இருக்கேன். கடை வாசல்ல வயலட் கலர் சேலைல தலை நிறைய பூவோட நீங்க நின்னுட்டிருந்ததைப் பார்த்ததும் மனசுல ஜில்லுன்னு ஒரு ஃபீலிங். 'பிருந்தா, யு லுக் வெரி பியூட்டிஃபுல்'ன்னு என் உண்மையான உணர்வை உடனே சொல்லணும்னு ஒரு ஆசை. ஆனா, மனசுல கணக்குகள் வந்து தடுக்குது. இந்த அவஸ்தையை என்னால தாங்க முடியலை பிருந்தா."

"நான் ஏன் அப்படிச் சொன்னேன்னு."

"தெரியும். எனக்கு நல்லாத் தெரியும்."

"என்ன தெரியும்?"

"உங்களுக்குப் பயம்!"

"என்ன பயம்?"

"வாழ்க்கை பத்தின பயம். நானோ வீட்டை உதறிட்டு வந்தவன். பத்து லட்சம் கடன் வாங்கி தொழில் ஆரம்பிக்கிறவன். இன்னிக்குச் சூழ்நிலை நம்பிக்கையைத் தவிர வேற சொத்தில்லை. இவரைக் கல்யாணம் செய்துகிட்டா நம்மை ஒழுங்கா காப்பாத்த முடியுமாங்கற பயம்! இதான் உங்க பிரச்சனை!"

கண்கள் கலங்க அவனைப் பார்த்தாள்.

"என்னை எவ்வளவு கேவலமா எடை போட்டு வெச்சிருக்கீங்க அரவிந்த். நான் ஏன் அப்படிச் சொன்னேன்னு நான் இப்போ எந்த

விளக்கம் சொன்னாலும் நீங்க ஒத்துக்கப் போறதில்லை. ஆனா... என்னை ரொம்ப மட்டமா நினைச்சிட்டீங்களா... கூசுதுங்க அரவிந்த், நான்... ஐ'ம் ஸாரி..... நான் வர்றேன்."

பிருந்தா சட்டென்று எழுந்து வேகமாக நடந்தாள்.

❖

நான் உன்னை சுவாசிக்கிறேன்

-22-

காதல் டைரிக் குறிப்பு

உன்னைப் பார்க்கும்போது மட்டும்
என் கண்கள் சுவாசிக்கின்றன.
உன் குரல் கேட்கும்போது மட்டும்
என் காதுகள் சுவாசிக்கின்றன.

"நீ ஒரு முட்டாள்டா!" என்றான் சந்துரு.

எந்தப் பதிலும் சொல்லாமல் தன் சிகரெட்டின் நெருப்பு முனையை அமைதியாகப் பார்த்துக் கொண்டிருந்தான் அரவிந்த்

"எதை எப்படிப் பேசறதுன்னு உனக்குப் புரிய மாட்டேங்குது. உன் பேச்சே சமயத்தில உனக்கு வில்லனாகுதுன்னு உணர மாட்டேங்கறே நீ!"

மொட்டைமாடியின் கைப்பிடிச் சுவரில் ஒரு காலை உதைத்துக் கொண்டு நின்ற சந்துரு, மெதுவாக நடந்துவந்து அரவிந்தின் அருகில் அமர்ந்தான்.

"ஏங்க! அரவிந்துக்கு காப்பியா, டீயான்னு கேளுங்க" என்று கீழேயிருந்து குரல் கொடுத்தாள் விமலா.

"எனக்கு எதுவும் வேணாம்ன்னு சொல்லிடு சந்துரு."

"ஏன் வேணாம்? சும்மாரு... விமலா, ரெண்டு பேருக்கும் டீயே எடுத்துட்டு வந்துடு" என்றான்.

"அப்படி நான் என்னடா சொல்லிட்டேன்? எதுக்கு அவ அவ்வளவு செ‌ன்‌சிடிவா பிஹேவ் பண்ணனும்? அயிட்டம்ஸ் எல்லாம் ஆர்டர் செஞ்சதுக்கப்புறம் சட்டுன்னு எந்திரிச்சிப் போய்ட்டா என்ன அர்த்தம்? எனக்கு எவ்வளவு அவமானமா

இருக்கும்! ஆர்டர் செஞ்சதையெல்லாம் கேன்சல் செய்யச் சொல்லிட்டு எவ்வளவு தர்மசங்கடமா நெளிய வேண்டியிருந்திச்சி தெரியுமா?”

“வேலை கிடைச்ச சந்தோஷத்தைப் பகிர்ந்துக்கத்தானே அந்த பார்ட்டி? அப்பப் போய் எதுக்கு தேவையில்லாம குத்தலாப் பேசணும்?”

“என் அவஸ்தை எனக்குத்தான் சந்துரு தெரியும். நான் அவளை சின்சியரா லவ் பண்றேன். ஆனா, என்னால உண்மையா இருக்க முடியலை. என் மனசுல அவ ஒரு வேலி போட்டு வெச்சிட்டா. அந்த வேலி என்னை வதைக்குது. அதை வெளிப்படையாப் பேசக் கூடாதா?”

“அதைப் பேசினதில தப்பில்லை. உன்னால அவளை வெச்சி குடும்பம் நடத்த முடியுமாங்கிற பயம்தான் அவ தயக்கத்துக்குக் காரணம்னு அவ எதுவும் சொன்னாளா? அது நீயா கற்பனை செஞ்ச ஒரு யூகம். நீயா கற்பிச்சிக்கிட்ட காரணம். அதை அவகிட்டயே சொல்றது அவளைக் காயப்படுத்தும்னு நீ யோசிச்சிருக்க வேணாமா?”

“உணர்ச்சிகள் கொந்தளிச்சிட்டிருக்கிறப்ப அதெல்லாம் உக்காந்து யோசிக்க முடியாது சந்துரு. நான் சொன்னது தப்பு. ஆனா, அவ மூஞ்சில அடிச்ச மாதிரி எந்திரிச்சிப் போனது மட்டும் சரி. அப்படித்தானே?”

“அதுவும் தப்புதான். அதிகப்படியான ரியாக்ஷன்தான். நீங்க நினைக்கிற மாதிரி இல்லை, என் தயக்கத்துக்குக் காரணம் அது இல்லைன்னு பொறுமையா எடுத்துச் சொல்லிருக்கலாம். அதை விட்டுட்டு பொது இடத்தில ஒரு சீன் கிரியேட் பண்ணியிருக்க வேண்டாம்தான்.”

அரவிந்த் சில விநாடிகள் நட்சத்திரங்களைப் பார்த்தான்.

“சந்துரு. எல்லாரும் ஒரே நேரத்தில் என்னை நோகடிக்கிறாங்க. நீ சொன்ன வார்த்தைக்கு மதிப்பு கொடுத்து வீட்டுக்குப் போனேன். அப்பா என் முகத்தையே பார்க்கலை. நெருப்புத் துண்டு மாதிரி வார்த்தை வந்து விழுந்துச்சு. நான், பொறுமையா

ஒரு வார்த்தைக்கூட எதிர்த்துப் பேசாம வந்துட்டேன். இளங்கோவுக்கும் யாமினிக்கும் போன் செஞ்சி அவங்களும் கலந்துக்கக் கூடாதுன்னு உத்தரவு போட்டிருக்கார். மீறி கலந்துக்கிட்டா வீட்டுக்கு வராதீங்கன்னு பிளாக்மெயில் செய்யற மாதிரி பேசியிருக்கார். எதுக்கு சந்தரு இவ்வளவு கோபம்? நான் என்ன எதிரியா?"

கண்கலங்கின அரவிந்தின் தோளை ஆறுதலாகத் தட்டினான் சந்தரு.

"சரி, விடு. தைரியமா இரு. எல்லாம் போகப் போக சரியாப் போயிடும். என்னதான் கோபமா இருந்தாலும் உங்கப்பா நடந்துக்கறது சரியில்லைதான். நான் வேணும்னா அவரைப் பார்த்து சமாதானப்படுத்திப் பார்க்கட்டுமா?"

"வேணாம், அவமானப்படுவே. எனக்காக நீ சமாதானத்துக்குப் போகத் தயாரா இருந்தா பிருந்தாவைப் போய்ப் பார்த்துப் பேசு சந்துரு. உன்னைப் பத்தி, உனக்கும் எனக்கும் உள்ள ஃபிரெண்ட்ஷிப் பத்தி நிறைய சொல்லிருக்கேன். அவளும் உன்னோட படங்கள் பார்த்திருக்கா. ஒருநாள் அறிமுகப்படுத்தி வைங்கன்னும் சொல்லிருக்கா. சரியான சந்தர்ப்பம் அமையலை. இதையே சந்தர்ப்பமா வெச்சுக்கோ. போய்ப் பேசு."

"தாராளமாப் பேசறேன். என்ன பேசணும்?"

"அவ மனசுல என்ன இருக்குன்னு எனக்குத் தெளிவா தெரியணும் சந்துரு. நான் ரொம்ப சின்சியரா அவளை விரும்பறதைப் புரிய வை. என்கிட்ட திறமை இருக்கு. ஓகோன்னு வருவேன்னு எடுத்துச் சொல்லு. நேத்து ராத்திரி பூரா நான் தூங்கவே இல்லைன்னு சொல்லு. அவ மேல எனக்குக் கோபம் வந்தாக்கூட நீர்க்குமிழி ஆயுசோட உடனே அந்தக் கோபம் செத்துப் போயிடுதுன்னு சொல்லு. இன்னிக்குப் பூரா அவ போன் செய்வான்னு நான் காத்திருந்தேங்கறதைச் சொல்லு. அவளோட பரிபூரணமான அன்பு எனக்குக் கிடைச்சா, அது எனக்கு பலம் சேர்க்கும்னு சொல்லு. உறவுகள் விலகி இருக்கிற இந்தச் சூழ்நிலையில என் மனசு அன்புக்காகவும் ஆறுதலுக்காகவும் ஏங்கித் தவிக்குதுங்கறதை எடுத்துச் சொல்லு."

"சொல்றேன் அரவிந்த். கண்டிப்பா சொல்றேன். கலக்கப்படாதே. நாளைக்கு பிரஸ் துவங்கறே. இந்த நிலைமையில் உன் மனசு சந்தோஷமா இருக்கணும். யார் வந்தாலும் சரி, வரலைன்னாலும் சரி, தைரியத்தை விட்டுடாதே! நீ மனசு நொந்துட்டா தொழில்ல ஆர்வம் குறைஞ்சிடும் அரவிந்த்."

"புரியுது."

"சுயமாயார் தயவுமில்லாம முன்னேறிக் காட்டணுங்கறதுதானே உன் லட்சியம்? அது சரியோ, தப்போ இறங்கியாச்சு. வட்டிக்கு பணம் வாங்கி மெஷின் போட்டு, ஆபீஸ் போட்டு, ஸ்டாம்ப் எல்லாம் சேர்த்து எவ்வளவு ஏற்பாடுகள் செஞ்சி வெச்சிருக்கே! இப்போ உன் கவனம் எல்லாம் பிசினஸ் பத்தி மட்டும்தான் இருக்கணும். கடன்லேர்ந்து நீ விடுபடற வரைக்கும் வேற சிந்தனை இல்லாம கடுமையா உழைச்சாகணும் அரவிந்த். உன் பர்சனல் பிராப்ளம்ஸ் பிசினஸைப் பாதிச்சிடக் கூடாது."

ஒரு பெருமூச்சை வெளியேற்றிய அரவிந்த், "யு ஆர் ரைட்" என்றான்.

"ஆர்டர்ஸ் எல்லாம் பிடிச்சி வெச்சிருக்கியா? நாளைக்கு முதல்ல மெஷின்ல எந்த ஆர்டர் வொர்க் பண்றே?"

"எனக்கு செண்டிமெண்டஸ்ல நம்பிக்கை இல்லை. ஆனா, மேனேஜரும், மெஷின் மேனும் முதல்ல பிள்ளையார் படம் பிரிண்ட் செய்யலாம்னு சொன்னாங்க. அவங்களுக்காக சரின்னு சொல்லிருக்கேன். ஒரு வாரத்துக்கு மெஷினுக்கு வேலை கொடுக்கற அளவுக்கு ஆர்டர்ஸ் வாங்கியிருக்கேன். கேன்வாசிங் போகணும். மகேந்திரனைப் போய்ப் பார்க்கணும். அவன் மூலமா ஒரு லம்ப் ஆர்டர் பிடிச்சிட்டா மாசக்கணக்கில மிஷினுக்கு வேலை தர முடியும். லாபமும் நிறைய பார்க்கலாம்."

"மகேந்திரனா? யாரது?"

"சொல்லிருக்கேனே. மினிஸ்டர்கிட்ட பி.ஏ.வா இருந்தவன். இப்ப பி.ஆர்.ஓவா இருக்கான். என் கிளாஸ்மேட். அவனுக்கு கவர்ன்மென்டல எல்லா டிபார்ட்மென்ட்லயும் பழக்கம் இருக்கு. எனக்கு நிறைய ஹெல்ப் பண்றேன்னு சொல்லிருக்கான்."

   நான் உன்னை சுவாசிக்கிறேன்

"வெரிகுட்."

"நீ வேணும்னா பாரு, இந்த ஒரு மிஷின் பத்தாது. அடுத்த வருஷமே இன்னொரு புது மிஷின் போட்டுடுவேன்."

"எனக்கு நம்பிக்கை இருக்கு அரவிந்த்" என்றான் சந்துரு.

* * *

மறுநாள் பிரமுகர்கள் கூடியிருக்க, பூஜை போடப்பட்டு எல்லோருக்கும் குளிர்பானங்கள் விநியோகிக்கப்பட்டது. இடத்தின் ஒனரையே குத்துவிளக்கேற்றச் சொல்லி சீனியர் மெஷின்மேனை விட்டு இயந்திரத்தை முடுக்கச் சொல்லி மஞ்சள் நிறத்தில் பிள்ளையார் படம் அச்சடிக்கப்பட்டபோது எல்லோரும் கைதட்டினார்கள்.

அரவிந்தின் கையை அழுத்தமாகப் பற்றிக் குலுக்கினான் சந்துரு.

"நீ அமோகமா வருவேடா."

"தேங்க்ஸ்."

சில குடும்ப நண்பர்கள் மட்டும், "என்ன அரவிந்த், உங்க ஃபேமிலி மெம்பர்ஸ் யாரையும் காணோம்?" என்றார்கள்.

"அதிகாலையில் ஹோமம் வளர்த்து ஒரு பூஜை நடந்திச்சி. அதில கலந்துக்கிட்டாங்க. இதே முகூர்த்தத்தில முக்கியமான ஒரு சொந்தக்காரங்க வீட்டுக் கல்யாணம் அமைஞ்சிட்டால எல்லாரும் அதுக்குப் போயிருக்காங்க" என்று ஒரே பொய்யை மறுபடி மறுபடி சொல்ல வேண்டியிருந்தது.

லால்சந்த் தன் உதவியாளர் மூலமாக மலர்க்கொத்து அனுப்பி வைத்திருந்தார்.

அரவிந்தின் கண்கள் வாசலில் அவ்வப்போது தேடிச் சலித்துக் கொண்டிருப்பதை கவனித்த சந்துரு. "யாரை எதிர்பார்க்கறே?" என்றான் காதருகில்.

"உனக்கே தெரியும்"

"பிருந்தா வர மாட்டாங்க."

"ஏன்?"

"தந்தி வந்திருக்கு."

மேஜை மீது வாங்கி வைக்கப்பட்ட தந்திகளில் ஒன்றை எடுத்து நீட்டினான்.

'விழா வெற்றிகரமாக நிகழ என் வாழ்த்துகள் – பிருந்தா' என்கிற செய்தியைப் பார்த்ததும் உதடுகளில் புன்னகை பிறந்தது.

"அப்படின்னா என் மேல கோபம் இல்லைன்னுதானே அர்த்தம்?"

"ஆமாம். உன்னோட நட்பே வேண்டாம்னு வெறுத்துடலை. நேர்ல வர்றதுக்கு தன்மானம் இடம்கொடுக்கலை. அதே சமயம் நினைவா வாழ்த்து அனுப்ப வேண்டிய நாகரிகத்தையும் தவறவிடலை. பிருந்தா ஒரு கலவையான பொண்ணுன்னு நினைக்கிறேன்" என்றான் சந்துரு.

அதற்குள் இரண்டு பிரமுகர்கள் வந்துவிட அரவிந்த், "வாங்க சார்" என்று சந்தனக் கிண்ணம் எடுத்து நீட்டி வரவேற்றான்.

தந்தி பார்த்த பிறகு அவன் முகத்தில் ஓர் உற்சாகம் சேர்ந்திருப்பதைக் கவனித்தான் சந்துரு.

அடுத்த ஒரு மணி நேரத்தில் வந்தவர்கள் எல்லாம் சென்றுவிட, பணியாளர்கள் காலி குளிர்பானங்களை கிரேடில் அடுக்கத் துவங்கினார்கள்.

தனது அலுவலக மேஜையில் அமர்ந்து சந்துருவுக்கு புதிதாக அடிக்கப்பட்ட பில் புத்தகங்கள், ரசீது புத்தகங்களை எல்லாம் ஒவ்வொன்றாக எடுத்துக் காட்டினான் அரவிந்த்

டெலிபோன் ஒலிக்க, எழுந்தான்.

"ஹலோ, அரவிந்த் ஆஃப்செட்" என்றான்.

"அரவிந்த், நான் மகேந்திரன் பேசறேன்."

"என்னப்பா இது, நேர்ல வருவேன்னு எதிர்பார்த்துட்டிருந்தா, இப்படி போன்ல பேசறே?"

     நான் உன்னை சுவாசிக்கிறேன்

"ஸாரிம்மா. நான் இப்ப கோவையிலேர்ந்து பேசறேன். அஃபிஷியலா வந்திருக்கேன். திறப்பு விழாவுக்கு நேர்ல வர முடியலை. ஸாரி, என்னோட மனப்பூர்வமான வாழ்த்துகள் அரவிந்த்."

"வெளியூர்லேர்ந்துகூட ஞாபகமாப் பேசறியே... ரொம்ப தேங்க்ஸ். ரொம்ப சந்தோஷம். எப்போ மெட்ராஸ் வர்றே?"

"இன்னும் ரெண்டு நாளாகும்."

"நான் உன்னைப் பார்க்கணுமே மகேந்திரா. நிறைய பேசணும்."

"ஷ்யூர். வர்ற ஸண்டே என் வீட்டுக்கு வர்றியா?"

"வர்றேன், எப்போ?"

"மார்னிங் நைன்! ஒரு போன் அடிச்சுட்டு வந்துடு."

"கண்டிப்பா வர்றேன். உன்னோட உதவி நிறைய வேணும்ப்பா."

"ஊர், பேர் தெரியாதவனுக்கெல்லாம் பண்ணிட்டிருக்கேன். உனக்கு பண்றதுக்கு என்ன? ஐமாய்ச்சிடலாம் வா."

உற்சாகமாக போனை வைத்தான் அரவிந்த்.

வாசலில் கார் சப்தம் கேட்டுத் திரும்பியவன், யாமினி இறங்கி உள்ளே வருவதைப் பார்த்து ஆச்சரியப்பட்டான்.

"வாக்கா" என்று அருகில் சென்று அழைத்தான்.

"என்ன அரவிந்த் அப்படிப் பார்க்கறே? வர மாட்டேன்னு சொல்லிட்டு, வந்தட்டாளேன்னு ஆச்சரியமா இருக்கா? யோசிச்சுப் பார்த்தேன். அப்பாவோட உத்தரவில் நியாயமில்லைன்னு பட்டுது. உள்ளூர்ல இருந்துக்கிட்டு வராம இருக்கிறது தப்புன்னு பட்டுச்சி. வந்துட்டேன்."

"ரொம்ப சந்தோஷம். கூல்டிரிங் சாப்பிடறியா?"

"வேணாம்" என்றவள் சந்துருவைப் பார்த்து புன்னகைத்துவிட்டு, "இதான் மெஷினா?" என்று மெஷினை நோக்கி நடந்தாள்.

அரவிந்த் அவளுக்கு அந்த இயந்திரம் எப்படி இயங்குகிறது என்பதை விளக்கி, ஓட்டிக்காட்டினான். அவள் சந்தேகங்களுக்கு விளக்கம் சொன்னான். அலுவலகப் பகுதியைச் சுற்றிக்காட்டினான்.

"நான் பணமாக் கொடுத்தா நீ வாங்க மாட்டே. இது இந்த மேஜையில இருக்கட்டும்" என்று ஒரு அழகான பல வகை வசதிகள் கொண்ட பென் ஸ்டாண்ட் ஒன்றை டப்பாவிலிருந்து பிரித்து எடுத்து மேஜை மேல் வைத்தாள்."

"சரியோ, தப்போ ஒரு தொழில்ல இறங்கிட்டே. முழு மூச்சா உழைச்சி நல்லா முன்னுக்கு வரணும் அரவிந்த்" என்று அவன் கரம் பற்றிக் குலுக்கி, "நான் வரட்டுமா?" என்று புறப்பட்டாள்.

கார் வரைக்கும் சென்று வழியனுப்பிவிட்டு வந்தான் அரவிந்த்.

"அரவிந்த், உங்கக்காவைப் பத்தி எப்பவும் நீ நல்லவிதமா சொன்னதே இல்லை. அவங்க பாரு, உன் மேல எவ்வளவு பாசம் இருந்தா அப்பா சொன்ன வார்த்தையையும் மீறி இப்படி வந்து வாழ்த்திட்டுப் போவாங்க!"

"உனக்கு அவளைப் பத்தித் தெரிஞ்சது அவ்வளவுதான். நான் பிரஸ் ஆரம்பிக்கிறேன்னா அது என்ன மாதிரி பிரஸ், எத்தனை மிஷின், எவ்வளவு இன்வெஸ்ட்மெண்ட் இதெல்லாம் தெரிஞ்சுக்கலைன்னா அவளுக்கு மண்டை வெடிச்சிடும். துப்பறிஞ்சிட்டுப் போறா சந்துரு" என்றான் அரவிந்த்.

"ஏண்டா உனக்கு பாசிடிவாப் பார்க்கத் தெரியாதா?" என்ற சந்துருவின் கேள்விக்கு புன்னகைத்துக் கொண்டான் அரவிந்த்.

⚬

   நான் உன்னை சுவாசிக்கிறேன்

-23-

உன்னை நேசிக்கத் துவங்கிய பிறகுதான்
என்னையே எனக்கு பிடிக்கிறது

மகேந்திரனின் வீடு பார்த்து பிரம்மித்துப் போனான் அரவிந்த்.

ஒரு மினி பங்களாவாக இருந்தது. கிரானைட்டும் மார்பிளும் மனதை மயக்கின.

ஒவ்வொரு இடமாகக் காட்டி விளக்கமும் சொன்ன மகேந்திரன், பின்புறம் அமைக்கப்பட்டிருந்த சிறிய தோட்டத்தில், ஜெர்மன் புல்வெளியில் பிளாஸ்டிக் நிழல் ஊஞ்சலில் அவனை அமர வைத்துத் தானும் அமர்ந்தான்.

ஒரு வேலையாள் ஜூஸ் கொண்டு வந்து வைத்துச் சென்றான்.

"இந்த வீடு கட்டறதுக்கு எவ்வளவு ஆச்சு மகேந்திரா?" என்றான் வியப்பு விலகாமல்.

"இடம், கட்டடம், அலங்காரம் எல்லாம் சேர்த்து நாற்பத்தி ரெண்டு காஸ்ட் ஆச்சி. இதில் நான் கைலேர்ந்து செலவு செஞ்சது முப்பது அரவிந்த்" என்றான் மகேந்திரன்.

"மிச்சம் பன்னிரண்டு?"

"ரொம்ப அப்பாவியா இருக்கியே அரவிந்த். பல பேருக்கு நான் அரசாங்கத்தில் காரியங்கள் முடிச்சிக் கொடுத்திருக்கேன். ஒரு எலெக்ட்ரிகல்ஸ் டீலர் ஒரு பைசாகூட வாங்க மாட்டேன்னு வீடு முழுவதுக்கும் தேவைப்பட்ட வயர்ஸ், சுவிட்சஸ் எல்லாம் சப்ளை செஞ்சாரு. இந்த மாதிரி..."

"புரியுது. சரி மகேந்திரா, எனக்கு எந்த வகையில் நீ உதவி செய்யப்போற?"

"என்ன செய்யணும் சொல்லு?"

"பிரிண்டிங் ஆர்டர்தான். வேற என்ன?"

"வெளிப்படையா சில விஷயங்கள் பேசிடலாமா?"

"சொல்லு"

"எனக்கு இதில ஒரு பைசாக்கூட கமிஷன்னு எதுவும் கொடுக்க வேணாம். ஆனா, உனக்கு சேங்ஷன் பண்ற டிபார்ட்மென்ட் அதிகாரிகள் கண்டிப்பா எதிர்பார்ப்பாங்க."

"தெரிஞ்சதுதானே."

"கொட்டேஷன்ல கொஞ்சம் நீ விளையாடிக்கலாம். ஒரு நிமிஷம்" என்று ஒலித்த செல்போனில் குறைந்த குரலில் விலகிச் சென்று பேசிவிட்டு வந்தான். டிபாய் மேல் இருந்த ஒரு ஃபைலை எடுத்துக் கொடுத்தான்.

"இதோ பாரு, இந்த அப்ளிகேஷன் ஃபாரம் இருபத்தி அஞ்சி லட்சம் காப்பீஸ் அச்சடிக்கணும். இப்போ எந்த ரேட்டுக்குக் கடைசியா அடிச்சாங்கண்ணு பில் காப்பி இருக்கு பாரு... இதே ரேட்டுக்கு உனக்குக் கட்டுபடியாகுமா?"

அரவிந்த் அடிக்கப்பட வேண்டிய அப்ளிகேஷன் மாதிரியைக் கவனித்தான். காகிதத்தைப் பார்த்தான். கால்குலேட்டர் எடுத்துக் கணக்குகள் போட்டு பார்த்தான். அவன் கண்கள் மலர்ந்தன.

அந்த ரேட்டிற்கு ஒப்புக் கொண்டால் எக்கச்சக்க லாபம் கிடைக்க வாய்ப்பிருப்பது தெரிந்தது.

"மகேந்திரா, இந்த ரேட்டுக்குத் தாராளமா கண்ணை மூடிக்கிட்டு அடிக்கலாம்."

"உனக்கு லாபம் வருமா?"

"நிச்சியமா வரும்."

"இந்த ஆர்டர்ல எவ்வளவு வரும்?"

"ரெண்டு லட்சத்துக்கும் மேல கிடைக்கும்."

   நான் உன்னை சுவாசிக்கிறேன்

"பரவால்லை. நேர்மையா ஒப்புக்கறே, இந்த ஆர்டரை யார் உனக்கு சேங்ஷன் செய்யணுமோ அவர் ஒரு லட்சம் எதிர்பார்க்கறார். தர முடியுமா?"

"பாதிக்குப் பாதியா?"

"இதெல்லாம் பேரம் பேச முடியாது. இப்படித்தான் நடந்துக்கிட்டிருக்கு. ஆர்டரை எனக்குக் கொடுன்னு அவனவன் தினம் வந்து தவம் கிடக்கறான். நீ என் ஃபிரண்டுங்கறதால உன்னை வீட்டுக்கு வரச்சொல்லிப் பேசறேன்."

"ஓகே. கொடுத்துடலாம். எப்ப ஆர்டர் கிடைக்கும்?"

"கொடுத்ததுமே கையெழுத்துப் போட்டுடுவார்."

"வொர்க் முடிச்சி பில் செட்டில் ஆனதுக்கப்புறம் தந்தாப் போதாதா?"

"முந்தியெல்லாம் அப்படித்தான் நடந்துட்டிருந்திச்சு. போட்டி அதிகமாகி ஆர்டர் பிடிக்கிறப்பவே மொத்தமாப் பேசிக்கொடுக்க ஆரம்பிச்சிட்டாங்க."

"ஒரு லட்சம் வெட்டினா இந்த ஆர்டர் எனக்குக் கிடைக்குமா?"

"கண்டிப்பா. பத்து நாள்ல இந்த வொர்க்கை முடிச்சிட மாட்டே?"

"முடியும்."

"நீ வொர்க் முடிச்ச ஒரே வாரத்தில் நான் பில்லை பாஸ் பண்ண வெச்சிடறேன்."

"நான் ரெண்டே நாள்ல ஏற்பாடு பண்ணிடறேன் மகேந்திரா."

"லேட் பண்ணிடாதே, இந்த வாரத்துக்குள்ளே இந்த ஆர்டரை ஃபைனலைஸ் செஞ்சாகணும்."

"சரி" என்று உற்சாகமாக எழுந்தான் அரவிந்த்.

* * *

கத்திரிக்கோல் கொண்டு ஓரம் வெட்டி ஒவ்வொரு கடிதமாகப் படித்துக் கொண்டிருந்தான் அரவிந்த்.

நடுவில் நிமிர்ந்து கண்ணாடித் தடுப்புக்கு அந்தப் பக்கம் ஆஃப்செட் இயந்திரம் இயங்கிக் கொண்டிருப்பதை ஒரு தரம் பார்த்துக் கொண்டான்.

அந்தக் கடிதத்தின் கையெழுத்து அவனை வெட்டி இழுத்தது.

இது.... இது... பிருந்தாவின் கையெழுத்து!

அவசரமாகப் பிரித்தான்.

அன்புள்ள அரவிந்த்,

நலமா?

அன்று ரெஸ்ட்டாரெண்டில் நான் கோபமாகப் புறப்பட்டுப் போனதில் ஏற்பட்ட கோபத்திலிருந்து மீண்டுவிட்டீர்களா? என் உணர்வுகள் உண்மையானவை அரவிந்த். வெளிப்படுத்தின விதம்தான் அநாகரிகமானது. அதை அப்புறம்தான் உணர முடிகிறது.

நான் ஏதோ ரொம்பப் பக்குவப்பட்டவளாக்கும் என்று அடிக்கடி எனக்குள்ளே நினைத்துக் கொள்வேன். அது தவறு என்று என்னை நானே குட்டிக் கொள்ளத்தான் சில சமயங்களில் அப்படி நடந்து கொள்கிறேன் போலிருக்கிறது.

உங்கள் தவறான கணிப்புக் கருத்தால் என்னை நீங்கள் காயப்படுத்திவிட்டதாகக் குற்றம் சாட்டினேன். என் மோசமான செயலால் உங்களை நான் காயப்படுத்திவிட்டதும் உண்மை.

அரவிந்த், உங்கள் நண்பர் சந்துரு நேற்று என்னைச் சந்தித்தார். ஒரு மணி நேரம் உங்களைப் பற்றிச் சொன்னார். இதில் ஆச்சரியம் என்னவென்றால்... அவர் சொன்னது எதுவுமே புதிய செய்தி இல்லை. எல்லாமே உங்களைப் பற்றி ஏற்கெனவே நான் அனுமானித்து வைத்திருப்பவைதான்.

உங்களை நான் சரியாகவே புரிந்து வைத்திருக்கிறேன். நீங்கள்தான் என்னைத் தவறாகப் புரிந்து கொண்டுள்ளீர்கள்.

                    நான் உன்னை சுவாசிக்கிறேன்

நேசிப்பதற்கும் புரிந்து கொள்வதற்கும் நிறைய தொடர்புகள் உண்டு அரவிந்த்.

நீங்கள் என்னை சரியாகப் புரிந்து கொள்ளவில்லையே என்று நான் ஏன் கவலைப்பட வேண்டும்? நீங்கள் புரிந்து கொள்ளாமல் போனால்தான் என்ன? புரிந்து கொள்ள வேண்டும் என்று ஏன் துடிக்கிறேன்?

ஏனென்றால்... நீங்கள் என் மரியாதைக்குரியவர். நான் மிகவும் மதிப்பவர். உங்கள் மனதில் என்னைப் பற்றி தவறான பதிவுகள் இருக்கக் கூடாதென்று நினைப்பவள் நான்.

எவ்வளவு சிக்கலான சூழ்நிலையில் நீங்கள் தொழில் துவங்கியுள்ளீர்கள் என்பது எனக்குத் தெரியும். சரியோ, தவறோ... புலியின் வாலைப் பிடித்திருக்கிறீர்கள். புலியை வென்றேயாக வேண்டும். இப்போது உங்கள் முழு கவனமும் அதில்தான் இருக்க வேண்டும்.

முதலில் பரஸ்பரம் நாம் முழுமையாகப் புரிந்து கொள்வோம். பிறகு நமக்குள் நிகழ்கிற நேச உணர்ச்சிகளைப் புரிந்து கொள்வோம்.

தங்கள்,

பிருந்தா.

கடிதத்தை மீண்டும் ஒரு முறை படித்தான். நாற்காலியில் சாய்ந்து அமர்ந்தான். கண்களை மூடிக் கொண்டான்.

பிருந்தா என்னை நேசிக்கிறாள். அதில் சந்தேகமே இல்லை. அதை வெளிப்படுத்துவதில் ஏதோ ஒரு சிக்கல் அல்லது தடை இருக்கிறது.

சந்தர்ப்பம் வரும்போது அவளே அந்தத் தடையைத் தாண்டிக் கண்டிப்பாக வருவாள். அதுவரை அவளை வற்புறுத்துவது தவறு.

அவளை நான் முழுமையாக புரிந்து கொள்ளவில்லை என்பது அவள் எண்ணம். எனில்...

"சார்!"

சீனிவாசனின் குரலில் கண்களைத் திறந்தான்.

"என்னப்பா? நான் சொன்ன ஏழு கம்பெனிக்கும் போய்ப் பார்த்தியா?"

"ம்... ம்... பார்த்தேன் சார்."

அவன் குரலில் சலிப்பு இருந்தது.

"ஏன் ஒரு மாதிரியா பதில் சொல்றே?"

"எல்லாரும் சிரிச்சிப் பேசினாங்க, உக்கார வெச்சி காபி எல்லாம்கூட வாங்கிக் கொடுத்தாங்க. ஆர்டர்தான் கொடுக்கலை சார்."

"ஏன்? நான் போன்ல பேசினப்போ கண்டிப்பா ஆர்டர் தர்றதா சொன்னாங்களே..."

"மரியாதைக்குச் சொல்லிருப்பாங்க சார், ரெகுலரா இப்ப அடிச்சிட்டிருக்கிற பிராஸ்லேர்ந்து திடீர்னு மாத்தறது சிரமம்னு சொல்றாங்க."

"நம்ம பிரிண்ட்டிங் குவாலிடி, நாம யூஸ் பண்ற இங்க் இதைப் பத்தி எல்லாம் சொல்லச் சொன்னேனே..."

"எல்லாம் சொன்னேன் சார், சில பேர் நம்ம ரேட் அதிகம்னு வெளிப்படையாவே சொல்லிட்டாங்க."

"ரொம்ப நியாயமான ரேட்தானே வொர்க்அவுட் பண்றோம்..."

"சில பேருதான் குவாலிடியா கேக்கறாங்க. பல பேரு ரேட்டுக்கு கம்மியா இருந்தா சரின்னு சொல்றாங்க. ஜே.எஸ். ஆர். கம்பெனிலே ஏற்கெனவே நீங்க போய் கன்ஃபர்ம் செஞ்ச அந்த ஒரே ஒரு ஆர்டர்தான் என்னால வாங்கிட்டு வர முடிஞ்சது சார்."

   நான் உன்னை சுவாசிக்கிறேன்

"சரி சரி, நம்பிக்கையை விட்டுடாதீங்க. தொடர்ந்து கேன்வாஸ் பண்ணுங்க. அதே சமயம் நானும் இந்த பிரைவேட் ஆர்டர்ஸை அதிகமா நம்பலை. இங்கே ஏகப்பட்ட போட்டின்னு எனக்கு நல்லாத் தெரியும்."

"அப்புறம் எப்படி சார் தொடர்ந்து மெஷினுக்கு வேலை கொடுக்கப் போறோம்?"

"கவர்ன்மெண்ட் ஆர்டர் ஒண்ணைப் பிடிக்கிறதுக்கு ஏற்பாடு செஞ்சிருக்கேன். அதை கரெக்டா டயத்துக்கு செஞ்சிட்டா அடுத்தடுத்து அதே மாதிரி நிறைய பிடிச்சிடலாம்" என்ற அரவிந்த் போனை எடுத்து மகேந்திரனைத் தொடர்பு கொண்டான்.

"ஹலோ! மகேந்திரன் ஹியர்."

"மகேந்திரா, நான் அரவிந்த்."

"ஹலோ அரவிந்த், சொல்லு! எப்படி இருக்கே?"

"ஃபைன்."

"என்ன விஷயம், சொல்லு!"

"அந்த அப்ளிகேஷன் ஆர்டர் இன்னும் கிடைக்கலையே மகேந்திரா."

"அதான் சொன்னேனே, அதில கொஞ்சம் செஞ்ச் பண்றாங்களாம். மேட்டர் ஃபைனலைஸ் ஆனதும் ஆர்டர் கிடைச்சிரும்."

"நாம கொடுத்து ஒரு வாரம் ஆச்சு."

"வந்துடும். வந்துடும்."

"எப்போ கிடைக்கும்னு தெரிஞ்சா..."

அவனவன் பெரிய டீலிங்கில அலைஞ்சிட் டிருக்கான். நீ ரொம்ப தொணப்பறியே. கவர்ன்மெண்ட் விஷயம்... மெதுவாத்தான் ஆகும். வெச்சிடவா?"

சட்டென்று மகேந்திரன் போனை வைத்துவிட பகீரென்றது அரவிந்திற்கு.

மெஷின்மேன் பரபரப்பாக ஓடி வந்தான்.

"சார்! சார்! இம்ப்ரஷன் சிலிண்டர் டேமேஜ் ஆயிடுச்சி சார்!"

"என்னது" என்று அதிர்ந்து எழுந்தான் அரவிந்த்.

இம்ப்ரஷன் சிலிண்டர் என்பது அச்சு இயந்திரத்தில் இதயம்!

நான் உன்னை சுவாசிக்கிறேன்

-24-

காதல் டைரிக் குறிப்பு

உன்னைக் காதலிப்பதைத் தவிர வேறெந்த
வேலையையும் செய்யவிடாமல் சோம்பேறியாக்கும்
இந்தக் காதலை கோபித்துக்கொள்ள மனம் வரவில்லை.

அவசரமாக ஓடிவந்து இயந்திரத்தைப் பார்த்தான் அரவிந்த். இம்ப்ரஷன் சிலிண்டரின் நடுப் பகுதியில் இரண்டு மூன்று இடங்களில் டேமேஜ் ஆகியிருந்தது. வியர்த்துப் போனான் அரவிந்த்.

"எப்படி? எப்படி இது ஆச்சி?"

மெஷின்மேன் சுட்டிக்காட்டி, "இதோ பாருங்க, இந்தச் சக்கர யூனிட்ல ஒரு நட் லூசா இருந்திருக்கு. அது கழண்டு விழுந்து இப்படி சேதம் பண்ணிடுச்சி" என்றான்.

"நட் எப்படி கழண்டு விழும்?"

"சரியா டைட் பண்ணாம இருந்திருப்பாங்க. இல்லைன்னா டைட் செஞ்சப்போ, மறை ஸ்லிப்பாகியிருக்கும். வேற நட் போடாம அலட்சியமா விட்ருக்காங்க."

"இப்ப இந்த சிலிண்டரை பேட்ச்வொர்க் ஏதாச்சும் பண்ணி ரிப்பேர் செய்ய முடியாதா கண்ணன்?"

"சரியா வராது சார். மூணு இடத்தில சேதமாகியிருக்கு. அதுவும் பெருசு பெருசா இருக்கு. பேட்ச் வொர்க் செஞ்சா இம்ப்ரஷன்ல ப்ராப்ளம் வரும். கஸ்டமர்ஸ் கம்ப்ளெய்ண்ட் செய்வாங்க."

"இப்ப என்ன செய்யணும்?"

"கம்ப்ளீட்டா மிஷினைப் பிரிச்சிட்டு வேற புது சிலிண்டர் போடணும் சார். கியாரண்டி பீரியட் முடியலைன்னா கம்பெனிக்காரனே செலவை ஏத்துக்குவான் சார்."

கொஞ்சம் தெம்பு வந்தது அரவிந்திற்கு.

"கியாரண்டி பிரீயட் முடியலைங்க."

அரவிந்த் ஃபைலைப் புரட்டி சரி பார்த்துக் கொண்டு, இயந்திர நிறுவனத்தின் சென்னை கிளைக்கு உடனே போன் செய்து தகவல் சொல்ல, அரை மணி நேரத்தில் கம்பெனி மெக்கானிக் ஒருவரும், சூபர்வைஸர் ஒருவரும் வந்தார்கள்.

"ஷிஃப்ட் பண்ணிருக்கிங்களா சார்?"

"ஆமாம். நான் ஒரு மாசம் முன்னாடித்தான் வாங்கினேன்."

"பிரிச்சி ரீஅசெம்ப்பிள் செஞ்சது யாரு?"

"அது பிரைவேட் ஆளுங்களை வெச்சி செஞ்சேன்."

"தப்பு செஞ்சிட்டீங்களே... அந்தப் பொறுப்பையும் எங்ககிட்டதான் நீங்க கொடுத்திருக்கணும். இப்ப சிலிண்டருக்கு ஆயிருக்கிற டேமேஜ் ரீஅசெம்ப்ளிங் ப்ராப்ளத்தால ஏற்பட்டிருக்கு. இதை எங்க கம்பெனி செய்யாததால இந்த டேமேஜுக்கு நாங்க பொறுப்பு ஏற்க முடியாது சார்."

"கியாரண்டி இருக்கே..."

"ரூல்சை நல்லாப் படிச்சிப் பாருங்க. ஸ்டரக்ச்சுரல் டிஃபெக்ட் இல்லை இது. ஆபரேஷனல் டிஃபெக்ட்டுக்கு கம்பெனி பொறுப்பெடுத்துக்காது. ரீஅசெம்பிள் செஞ்சதும் நாங்க இல்லை."

"இப்ப மெஷின் ஓடியாகணும் சார். அதுக்கு என்ன செய்யணும்?"

"சர்வீஸ் பண்ண மாட்டோம்னு நாங்க சொல்லலையே. ஃப்ரீயா சிலிண்டர் மாத்த முடியாது. சிலிண்டர் காஸ்ட்டும் சர்வீஸ் சார்ஜும் ஏத்துக்கறதா இருந்தா ட்வெல் ஹவர்ஸ்ல மாத்தித் தர்றோம்..."

     நான் உன்னை சுவாசிக்கிறேன்

"எவ்வளவு வரும்?" என்றான் பலவீனமாக. "ஒண்ணேகால் லட்சம் வந்திடும் சார்." தளர்ந்து போய் நாற்காலியில் அமர்ந்தான் அரவிந்த்.

* * *

மகேந்திரனின் அலுவலகத்தில் பொறுமையில்லாமல் காத்திருந்தான் அரவிந்த். ஏழெட்டு பேர் இவனுக்கு முன்னால் காத்திருந்தார்கள்.

பியூன் ஒவ்வொருமுறை அறைக்குள் சென்று திரும்பும் போதெல்லாம் மகேந்திரன் தன்னை அழைப்பதாகச் சொல்வான் என்று எதிர்பார்த்து ஏமாந்து கொண்டிருந்தான்.

உள்ளே செல்லும் ஒவ்வொரு ஆசாமியும் வெளியே வர பத்து நிமிடங்களுக்கு மேலாயின.

ஸ்டூலில் அமர்ந்திருந்த பியூனிடம் வந்தான் அரவிந்த்

"ரொம்ப அர்ஜெண்ட்னு என் விசிட்டிங் கார்டுல எழுதியிருந்தேன். சார் அதைப் பார்த்தாரா? இன்னொரு தடவை எடுத்துச் சொல்லுங்களேன், ப்ளீஸ்..."

"யாருக்குத்தான் சார் அர்ஜெண்ட் இல்லை? உங்க கார்டைக் கொடுத்தாச்சு. அவர் எப்ப கூப்புடறாரோ அப்பத்தான் உள்ளே விட முடியும். நடுவில் ஏதாச்சும் சொன்னா கடுப்படிப்பாரு சார். அப்படிப் போய் உக்காருங்க."

ஒரு மணி நேரத்திற்குப் பிறகு கிட்டத்தட்ட காத்திருந்த எல்லோரும் போனபிறகு இவன் உள்ளே அனுமதிக்கப்பட்டான்.

"வா அரவிந்த், லாரிப்பா. காக்க வெச்சிட்டேனா? உக்காரு. சிகரெட்?" என்று பற்ற வைத்துக் கொண்டான் மகேந்திரன்.

"வேணாம்" என்று அமர்ந்தான் அரவிந்த்.

"காபி?"

"அதெல்லாம் வேணாம்."

"அந்த அப்ளிகேஷன் ஆர்டர்தானே? இன்னிக்குக் காலைலகூட பேசினேன். மேட்டர் இன்னும் ஒரு வாரத்தில ஃபைனலைஸ் ஆயிடுமாம். அந்த ஆர்டர் கண்டிப்பா உனக்குத்தான். கவலையே வேணாம். அப்புறம்?"

"மகேந்திரா, திடீர்னு மெஷின்ல இம்பரஷன் சிலிண்டர் டேமேஜாயிடுச்சி. புதுசு மாத்தியாகணும்."

"ஒரே ஒரு மிஷின்தானே வைச்சிருச்கே நீ? அது பிரேக்டவுன் ஆகி நின்னுடுச்சின்னா கஷ்டமாச்சே! மாத்திடு! உடனே மாத்திடு."

"ஒண்ணே கால் ஆகுது. பிரைவேட் ஆர்டர்ஸ் நாலஞ்சு வாங்கினேன். எல்லாம் புது கஸ்டமர்ஸ். நேரத்துக்கு டெலிவரி கொடுத்தாத்தான் தொடர்ந்து அவங்க ஆர்டர்ஸ் கிடைக்கும். ரெண்டு நாளா இந்தப் பணத்தைப் புரட்டறதுக்கு நிறைய முயற்சி செஞ்சிப் பார்த்துட்டுத்தான் உங்கிட்ட வந்திருக்கேன்."

"தொழில் ஆரம்பிச்ச நீ, நல்ல மிஷினா வாங்கியிருக்கக் கூடாது? எடுத்ததுமே இவ்வளவு பெரிய செலவு வைக்கிற ஓட்டை மிஷினை வாங்கிருக்கியே..."

"மெஷின் நல்ல மெஷின்தான். ரீஅசெம்ப்பிள் பண்றப்போ தப்பு நடந்து இப்படி ஆயிடுச்சி. அந்த அப்ளிகேஷன் ஆர்டர் அப்புறம் பார்த்துக்கலாம் மகேந்திரா. நான் கொடுத்த ஒரு ரூபாயை வாங்கிக் கொடுத்துடறியா?"

"எல்லாம் பேசி கன்ஃபர்ம் பண்ணிட்டு இப்ப இப்படிச் சொல்றியே..."

"மெஷினை சரி செய்யறதுதானே மகேந்திரா இப்ப முக்கியம்!"

"அடுத்த வாரம் உனக்கு ஆர்டர் கிடைச்சிடும்."

"மெஷினைப் பிரிச்சிப் போட்டு வெச்சிருக்கேன். இப்ப எந்த ஆர்டரை வாங்கினாலும் எப்படி வொர்க் பண்ணித் தர முடியும்?"

"வேற எப்படியாச்சும் அட்ஜஸ்ட் பண்ண முடியாதா?"

"வாய்ப்பிப்பில்லை மகேந்திரா. உங்கிட்ட கொடுத்த ஒரு லட்சத்தையே சிரமப்பட்டு ஏற்பாடு செஞ்சிதான் கொடுத்தேன்.

    நான் உன்னை சுவாசிக்கிறேன்

இப்பக்கூட என் மோட்டார் பைக்கை முப்பத்தி ரெண்டு ரூபாய்க்கு விலை பேசிருக்கேன்."

"அப்ப அந்த ஆர்டர் வேணாமா?"

"அது அப்புறம் பார்த்துக்கலாம்."

"நீ நினைக்கிறப்ப ஆர்டர் கிடைக்காதுப்பா. உனக்கு முதன்முதலா உதவி செய்ய நினைச்சேன். இதிலயே இப்படி சொதப்பினா எப்படி?"

"என் நிலைமையைப் புரிஞ்சுக்க மாட்டேங்கறியே நீ!"

"என்னப்பா சவுண்டு பெரிசாகுது? இது என் ஆபீஸ்! கொஞ்சம் மெதுவாகப் பேசு அரவிந்த்."

"ரெண்டு மணி நேரம் என்னை வெய்ட் பண்ண வெச்சே. மெஷின் ரிப்பேராகிக் கிடக்குன்னு சொல்றேன். புரிஞ்சுக்காம பேசினா டென்ஷன் வராதா?"

"இப்ப என்னங்கறே?"

"அந்த ஆர்டர் வேணாம். நான் கொடுத்த ஒரு லட்சத்தைக் கொடுத்துடு."

"நான் என்ன பாக்கெட்லியா வெச்சிருக்கேன்? அந்த அதிகாரிகிட்ட அன்னைக்கே ஒப்படைச்சிட்டேன்."

"நான் கொடுத்தது உன்கிட்டதான். எனக்கு நீ கொடுத்துட்டு அவர்கிட்டே வாங்கிக்கோ மகேந்திரா."

"புரியாம பேசறியே! இந்த மாதிரி விவகாரத்தில எவனாச்சும் வாங்கின காசைத் திருப்பிக் கொடுப்பானா? இப்ப அந்த ஆர்டரை வேற பிரஸ்சுக்கு பேசிவிட்டு புது ஆள்கிட்ட பணம் வாங்கி உன்கிட்ட கொடுக்க ஏற்பாடு பண்றேன். போதுமா?"

"எனக்கு இன்னிக்கு பணம் வேணும் மகேந்திரா."

"நினைச்சதுமே முடியுமா?"

"மெஷின் நிக்கிதுப்பா."

"அதுக்கு நான் என்ன செய்ய முடியும்?"

"உன்கிட்ட இல்லாத பணமா? ஒரு லட்சம் பெரிய விஷயம் இல்லை உனக்கு. எனக்கு செட்டில் பண்ணிட்டு அப்புறம் நீ கரெக்ட் பண்ணிக்கோ. ரெண்டு நாளா ஸ்டாம்ப் சும்மா இருக்காங்க. நேரத்துக்கு ஆர்டர்ஸ் டெலிவரி கொடுக்கலைன்னா பேரு போய்டும். என் மேல நம்பிக்கை போய்டும்."

"என்ன நீ, சொன்னதையே சொல்லிட்டு இருக்கே! இத பாரு, ஒரு வாரம் டைம் கொடு. உன் பணத்தைக் கொடுத்துடறேன். இப்ப எனக்கு நிறைய வேலை இருக்கு. புறப்படறியா?" என்று ஒரு ஃபைலைப் புரட்டிக் கொண்டான் மகேந்திரன்.

ஆத்திரமாக அவனைப் பார்த்தான் அரவிந்த்.

"என்ன முறைக்கிறே? நீயாத்தான் வந்து கவர்ன்மெண்ட் ஆர்டர்ஸ் வாங்கிக் கொடுத்து உதவி செய்யின்னு கெஞ்சினே. சரின்னு இரக்கப்பட்டு இறங்கினதுக்கு இப்படி முறைக்கறியே."

"மகேந்திரா? நீ என் ஃப்ரெண்டா? ஏன் இப்படிப் பேசறே? என்னை மட்டும் நீ ஏமாத்த நினைச்சா... கண்டிப்பா உருப்பட மாட்டே!"

"போதும்! என் ஆபீசுக்கு வந்து என்னையே ஏமாத்தறவன்னு சொல்றியா? என் ஆத்திரத்தைக் கிளப்பாம முதல்ல வெளில போய்டு! அப்புறம் ஏதாச்சும் சொல்லிடுவேன்."

"என்ன? என்ன சொல்லுவே?"

"அடுத்த வாரம் உன் பணத்தைத் தர்றேன்னு இப்ப சொன்னேன். நீ எரிச்சலூட்டிக்கிட்டே இருந்தா உன்னால முடிஞ்சா வாங்கிக்கோன்னு சொல்லிடுவேன்."

"அடப்பாவி! அப்படிச் சொல்லுவியா நீ?"

"வெளில போறியா அரவிந்த்? பியூனைக் கூப்புடணுமா?"

கன்னத்தில் அறையப்பட்டதைப் போல உணர்ந்தான் அரவிந்த். அமைதியாக அறையை விட்டு வெளியே வந்தான்.

* * *

"அப்ப மகேந்திரன் கிட்ட கொடுத்த பணம் கண்டிப்பா வராதா?" என்றான் சந்துரு கவலையுடன்.

"எனக்கு நம்பிக்கை இல்லை" என்றான் அரவிந்த்.

"என்னடா இப்படிச் சொல்றே?"

"அவன் பேச்சு மாறிடுச்சி சந்துரு."

"ஒரு லட்சம்டா!"

"ரொம்ப நம்பிக்கையாப் போனேன் சந்துரு."

"இப்பக்கூட ஏமாந்துட்டேன்னு உனக்கு சொல்ல வாய்வரலை பாரு!"

"இப்ப நிலமைய சமாளிக்கிறதுக்கு யோசனை சொல்லு சந்துரு."

"கண்டிப்பா அந்த சிலிண்டரை மாத்தியாகணுமா."

"ஆமாம். வேற வழியில்லை."

"ஆரம்பிச்சி கொஞ்ச நாள்லயே இப்படி ஒரு பிரச்சனையா?"

"மகேந்திரன்கிட்ட அந்தப் பணத்தைக் கொடுக்காம இருந்திருந்தா பிரச்சனையே இல்லாம இதை சமாளிச்சிருப்பேன்."

"என்கிட்ட ஒரு இருபத்தஞ்சாயிரம் வரைக்கும் இருக்கு அரவிந்த்."

"உன்னை நான் கேக்கலை."

"வேற எப்படி சமாளிப்பே?"

"சேட்டுகிட்ட மறுபடி போயி நிலைமையைச் சொல்லி..."

"வேணாம் அரவிந்த். ஏற்கெனவே அரை மனசோடதான் இந்த ப்ராஜக்ட்டுக்கு ஃபைனான்ஸ் பண்ணிருக்கார். இன்னும் ஒரு தவணைகூடத் திருப்பிக் கட்டாத சூழ்நிலைல மறுபடி கடன் வேணும்னு போய் நின்னா அவருக்கு உன் மேல நம்பிக்கை போயிடும்டா."

"புரியுது. ஆனா, வேற யோசனை தோணலை."

சந்துரு மௌனமாக யோசித்தான்.

"ஒரு யோசனை சொல்லட்டுமா?"

"என்ன?"

"நீ கௌரவம் பார்க்கக் கூடாது..."

"முதல்ல யோசனையைச் சொல்லு!"

"உன் சிஸ்டர் யாமினியைப் பார்த்து..."

"வேணாம்!"

"நான் சொல்லி முடிச்சிடறேன். அவங்களுக்கு உன் மேல அக்கறை இருக்கு. நீ நேர்ல போயி நிலைமையை எடுத்துச் சொன்னா கண்டிப்பா உதவி செய்வாங்க."

"ஆரம்பத்திலேயே அவகிட்ட போயிருப்பேனே சந்துரு. என் பலவீனத்தை அவகிட்ட காட்டிக்க விரும்பலை, ஊர் பூரா தண்டோரா அடிச்சிடுவா. என்னைக் கூனிக்குறுக வைச்சிடுவா, வேற யோசனை சொல்லு" என்றவனை வெறுப்புடன் பார்த்தான் சந்துரு.

⎯⎯⎯◦⎯⎯⎯

    நான் உன்னை சுவாசிக்கிறேன்

-25-

காதல் டைரிக் குறிப்பு

உன்னைவிட அழகிகளைத் தினம் சந்திக்கிறேன்.
ஆனால் உன்னிடம் தான் உருகுகிறேன், எனில்...
அழகென்பது காதல்தானே?

பிரஸ் அலுவலகத்தில் டென்ஷனாக அமர்ந்திருந்தான் அரவிந்த்.

அடுத்த மேஜையில் சீனிவாசன் போனில் சொல்லிக் கொண்டிருந்தான், "கொஞ்சம் பொறுத்துக்கங்க சார். மெஷின்ல ஒரு சின்ன பிரச்னை. இன்னும் மூணு நாள்ல உங்க ஆர்டரை டெலிவரி செஞ்சிடறோம்."

அமைதியாய் இருந்த ஆஃப்செட் மிஷினையும் மிஷின் நபர்கள் டீ குடித்துக் கொண்டு அரட்டையடித்தபடி காகித பண்டல்கள் மேல் அமர்ந்திருப்பதையும் கண்ணாடிச் சுவர் வழியாகப் பார்த்துப் பெருமூச்சு விட்டான்.

"சார்" என்றான் போன் ரிசீவரை மூடிக்கொண்டு சீனிவாசன்.

"என்ன?"

"விஜயலட்சுமி டிரேடர்ஸோட ஆர்டர் நாளைக்குத் தர்றதா சொல்லியிருந்தோம், மூணு நாள் பொறுத்துக்க முடியாதாம். இன்னும் வேலை ஆரம்பிக்கலைன்னா ஸ்பெசிமெனை ரிட்டர்ன் பண்ணிடுங்கன்னு கோபமாப் பேசறார்."

"அந்த ஜாப் என்ன பொசிஷன்?"

"மேட்டர் நெகடிவ் எடுத்து பிளேட் போட்டு ரெடியா இருக்கு சார். மிஷின் ரெடியா இருந்தா நாலே மணி நேர வேலை."

"கொண்டா, நான் பேசறேன்?"

ரிசீவரை வாங்கி பவ்யமாக, "வணக்கம் சார், நான் அரவிந்த் பேசறேன். செளக்கியமா சார்?" என்றான்.

"ம்... ம்... என்ன சார் அவ்வளவு தூரம் கேட்டிங்கன்னு முதன் முதலா ஒரு ஆர்டர் கொடுத்தோம். டிலே ஆகும்னு சொல்றாரே உங்க ஆளு."

"அது... திடீர்னு மிஷின்ல ஒரு பிராப்ளம். நாளைக்கு சரியாயிடும் சார். கொஞ்சம் அட்ஜஸ்ட் பண்ணிக்கங்க. மிஷின் ரெடியானதும் முதல் வேலையா உங்க வேலைதான் ஒட்டச் சொல்லிருக்கேன்."

"அதெல்லாம் விடுங்க. நாளைக்குக் காலைல உங்களால டெலிவரி கொடுக்க முடியுமா, முடியாதா?"

"அதான் சொன்னனே."

"ஸாரி அரவிந்த், எங்க ஆர்டரை கேன்ஸல் பண்ணிடுங்க."

"சார், உங்க போஸ்டர் சைசுக்கு பேப்பர் வாங்கி கட் பண்ணி வெச்சாச்சு. பிளேட்கூட போட்டு ரெடியா இருக்கு. இந்த நிலைமைல கேன்ஸல் செஞ்சா எனக்கு நஷ்டமாயிடும்."

"நாளைக்கு எங்க போஸ்டர்ஸ் மார்க்கெட்டுக்குப் போகலைன்னா எங்களுக்கு நஷ்டம் வரும் சார். ஸ்கீம் அறிவிச்சிருக்கோம். டெட்லைன் தேதி இருக்கு. நாலு தடவை டெலிவரி தேதியை கன்ஃபர்ம் பண்ணிக்கிட்டதுக்கு அப்புறம்தானே நான் ஆர்டரே கொடுத்தேன்."

"கரெக்ட்டுத்தான். ஆனா..."

"ஸாரி சார். கோவிச்சுக்காதிங்க. பிசினெஸ் தனியா இருக்கணும். நட்பு தனியா இருக்கணும். உங்க பிரச்சனைக்காக நாங்க அட்ஜஸ்ட் பண்ண முடியாது. ஆர்டரை கேன்சல் செஞ்சிடுங்க."

லொடக்கென்று எதிர்முனை வைக்கப்பட்டது.

"என்ன சார் சொல்றாரு?"

"அவர் பிரச்சனை அவருக்கு."

"நாலு நாள் ஆச்சி சார் மிஷின் ஓடி. என்ன சார் செய்யப போறோம்?"

   நான் உன்னை சுவாசிக்கிறேன்

"சர்வீஸ் பண்றதுக்கான பில்லை உடனே செட்டில் செய்யணுங்கறான். பணத்துக்கு ஏற்பாடு செஞ்சிட்டுருக்கேன். ஒரு லட்சம் ரூபா ஒரு இடத்தில் மாட்டிக்கிச்சு. வாங்க முடியலை" என்ற அரவிந்த் போனை எடுத்து லால்சந்த் வீட்டு எண்ணை முயன்றான்.

"ஹலோ, வணக்கம்மா, நான் அரவிந்த் பேசறேன். நேத்துகூட போன் செஞ்சிருந்தேனே. சேட் ஊர்லேந்து வந்துட்டாரா? தேங்க் காட்! வந்துட்டாரா? நான் போன் செஞ்சேன்னு சொன்னீங்களா? நான் இன்னும் அரை மணி நேரத்தில் ரொம்ப முக்கியமான விஷயமா அவரைப் பார்க்கணும். ஆபீசுக்கு வரணுமா இல்லை வீட்டுக்கு வரலாமான்னு கொஞ்சம் கேட்டுச் சொல்றீங்களா, நான் லைன்ல இருக்கேன்" என்றான். பதிலுக்குக் காத்திருந்தான்.

* * *

பீடாவைக் குதப்பியபடி லால்சந்த் சேட் இவன் சொன்னதை எல்லாம் பொறுமையாகக் கேட்டுக் கொண்டிருந்தார். கொண்டு வந்து வைக்கப்பட்ட டீயை எடுத்துக் கொள்ளச் சொல்லி சைகை காட்டினார். எழுந்து சென்று வாயைக் கொப்புளித்து விட்டு வந்தார்.

அரவிந்த் பாதி டீயை வைத்துவிட்டு அவரை அமைதியாகப் பார்த்தான்.

"தம்பி, தப்பா எடுத்துக்காதீங்க. ஆரம்பிச்சி கொஞ்ச நாள்லயே இப்படி ஒரு பிரச்சனைன்னு வந்து நிக்கிறீங்க. உங்களுக்கு இந்த பிசினெஸ்ல ராசி இல்லையோன்னு தோணுது. சில பேருக்கு சில பிசினெஸ்தான் செட்டாகும். இப்ப என் ஜாதகத்தையே எடுத்துக்கங்க. பணத்தாலதான் லாபம்னு இருக்கு. மூணு வருஷம் முன்னாடி அதை மீறி லெதர் பிசினெஸ்ல இறங்கினேன். செம அடி!"

"எனக்கு இதில எல்லாம்..."

"உங்க வயசுக்கு நம்பிக்கை வராது. என் அனுபவத்துக்கு பேசறேன். இப்ப மேற்கொண்டு பணத்தை போடலாம். ஆனா, சனி பிடிச்சி ஆட்டிச்சின்னா யாரும் எதுவும் செய்ய முடியாது.

வேற வேற பிரச்சனைகள் வந்துச்சின்னா எப்படி பிசினெஸ் பண்ணுவீங்க?"

"மிஷின் ரிப்பேராகறது இந்தத் தொழில்ல சகஜம் சார். இதுக்கு நான் சோர்ந்து போயி நம்பிக்கை இழக்கத் தயாரா இல்லை."

"சந்தோஷம். நான் கொஞ்சம் யோசனை செய்யணும். மத்தியானம் ரெண்டு மணிக்கு வர்றீங்களா?"

"கண்டிப்பா உங்ககிட்ட வாங்கின, இப்ப வாங்கற மொத்தக் கடனையும் திருப்பிக் கட்டிடுவேன். உங்களுக்கு அதில கவலையே வேணாம். இதெல்லாம் ஆரம்பப் பிரச்சனைகள். சமாளிச்சி ரெகுலராக்கிட்டா எந்தப் பிரச்சனையும் இருக்காது."

"நீங்க மத்தியானம் வாங்க" என்று எழுந்து கொண்டார் சேட்.

மதியம் மறுபடி சேட் வீட்டிற்குச் சென்றபோது வரவேற்பறையில் காத்திருக்கச் சொல்லப்பட்டான்.

வெளியே சென்றிருந்த சேட் இரண்டு மணி நேரம் கழித்துதான் வீட்டுக்கு வந்து சேர்ந்தார். வந்து இறங்கியதுமே டிரைவரை ஹிந்தியில் கடுமையாகத் திட்டினார்.

அரவிந்தின் வணக்கத்தைப் புறக்கணித்த அவரின் முகம் இறுக்கத்துடன் இருந்தது.

"தம்பி, நான் சினிமா தவிர வேற எந்த ப்ராஜெக்ட்டுக்கும் ஃபைனான்ஸ் பண்றதில்லை. சந்துரு ரொம்ப வற்புறுத்தினதாலதான் நான் உங்க ப்ராஜெக்டுக்குப் பணம் கொடுத்தேன்."

"தெரியுமே சார்."

"நான் ரொம்ப செண்டிமெண்ட்ஸ் பார்க்கறவன். உங்க தொழில்ல எடுத்ததுமே பெரிய பெரிய பிரச்சனை வந்து நிக்குது. இப்ப ஓடாம நிக்கிற மிஷினை நீங்க ஒட்டியாகணும். அதனால நம்பிக்கையாத்தான் பேசுவீங்க. பேசியாகணும். ஆனா, எனக்கு நம்பிக்கை போய்டுச்சி. இந்தத் தொழில் உருப்பட்டு, பேசினபடி கரெக்டா அசலும் வட்டியும் நீங்க திருப்பிக் கட்டுவிங்களான்னு எனக்கு இப்ப சந்தேகமா இருக்கு."

                    நான் உன்னை சுவாசிக்கிறேன்

"சார்... நான் நாணயஸ்தன்!"

"உங்க நாணயத்தை நான் தப்பாச் சொல்லலை தம்பி. சூழ்நிலை சதி பண்ணிடுச்சின்னா யாரும் எதுவும் செய்ய முடியாது. ஆரம்பமே அபசகுனமா இருக்கே..."

"சார்... நான்..."

"நான் சொல்லி முடிச்சிடறேன். நான் எதையும் சொல்றதுக்கு முன்னாடி பத்து தடவை யோசிப்பேன். அப்படி யோசிக்கிறதுக்குத்தான் உங்ககிட்ட அவகாசம் வாங்கிட்டு மறுபடி வரச் சொன்னேன். யோசிச்சதில எனக்கு இந்த ப்ராஜெக்ட் தேறும்னு தோணலை. மேற்கொண்டு இதில் காசு கொடுக்க மனசு வரலை தம்பி."

"ரைட் சார். நான் வேற யோசனை பண்ணிக்கிறேன்."

"இருங்க. அந்த வேற யோசனையை நானே சொல்லிடறேன்."

"என்ன சார்?"

"ஏற்கெனவே அந்த மிஷினை என் பேர்லதான் வாங்கிருக்கோம். இடத்துக்காரருக்கு கொடுத்திருக்கிற அட்வான்ஸ் கணக்கு பண்ணிக்கலாம். அந்த அக்ரிமெண்ட்டும் பேர் மாத்திடலாம். ஆபீஸ் தளவாட சாமான்கள் எவ்வளவு செலவு செஞ்சிருக்கிங்கன்னு கணக்குப் போட்டுச் சொல்லுங்க, ஒரு செட்டில்மெண்ட்டுக்கு வந்துடலாம்."

"சார், எனக்கு எதுவும் புரியலை. என்ன சொல்றிங்க?"

"என்ன புரியலை? இப்ப இருக்கிற இந்த நிலைமையோட பிரஸ்ஸை அப்படியே என்கிட்ட ஒப்படைச்சுட்டு நீங்க விலகிடுங்கன்னு சொல்றேன். நான் ஆள் வெச்சி பார்த்துக்கறேன். இல்லை விலைபேசி வித்துக்கறேன்."

"சார்!" பதறிப் போனான் அரவிந்த், "என்ன சார் இப்படிப் பேசுறீங்க? இந்தத் தொழிலை ஆரம்பிக்கணுங்கறது என் எத்தனை வருஷக் கனவு தெரியுமா?'"

"கனவு மட்டும் இருந்தா போதுமா தம்பி? காசு வேணாமா? நாலு நாளா உன்னோட கனவை சும்மா துருப்பிடிக்கப்போட்டு வெச்சிருக்கியே..."

"மேற்கொண்டு கடன் கேட்டது உங்களை அப்செட் செஞ்சிடுச்சின்னு நினைக்கிறேன். அதுக்காக அவசரப்பட்டு இப்படியெல்லாம் பேசாதீங்க."

"தம்பி, பேங்க்ல லோன் தர்றதா இருந்தாக்கூட உன் பங்கா குறிப்பிட்ட சதவீதம் பணம் போடச் சொல்வான். இந்த பிரஸ் ஆரம்பிச்சதில உன் பணம் எவ்வளவுப்பா போட்டிருக்கே?"

"அது... வந்து..."

"முழுக்க என் பணம்தானே? இப்ப எனக்கு இஷ்டமில்லைன்னு சொன்னா பிரச்சனை பண்ணாம விலகிக்கிறதுதானே சரி."

"ஆறு மாசத்துக்கு அசல், வட்டி எதுவும் திருப்பித் தர முடியாதுன்னு நான் சொல்லி நீங்களும் ஒத்துக்கிட்டீங்களே... அக்ரிமெண்ட்லகூட அப்படித்தானே எழுதி கையெழுத்துப் போட்டிருக்கோம்? இப்ப திடீர்னு பிசினெஸை விட்டுடுன்னு சொன்னா எப்படி சார்?"

"முதல் தவணைகூட கட்டாம மறுபடி கடனுக்கு வந்து நிப்பேன்னு அக்ரிமெண்ட்ல போட்டிருக்கியா தம்பி? அக்ரிமெண்ட்ல ஆறு மாசம் வரைக்கும் நான் காசு கேக்கக் கூடாதுன்னு சொல்றே, சரி, ஆறு மாசத்தில உன்னால எந்தப் பிரச்சனையையும் சரி செய்ய முடியலைன்னா அப்போ என்ன சொல்றது? மிஷின் இன்னும் குறைஞ்ச ரேட்டுக்குத்தானே போகும்? உனக்கு உதவி பண்ண நினைச்சதுக்காக நான் நஷ்டப்படணுமா?"

"பேசினபடி நான் திருப்பிக் கட்ட மாட்டேன்னு ஏன் அழிச்சாட்டியமாப் பேசுறீங்க?"

"எனக்கு நம்பிக்கை போயிடுச்சி. ஒரு தொழில் டீலிங்ல நம்பிக்கை போனதுக்கப்புறம் எதுவும் தொடரக் கூடாதுன்னு என் பாலிசி. எனக்குப் பிடிக்கலைன்னா விட்டுடுங்க. ரெண்டு நாள்ல எல்லாம் கணக்குப் போட்டு செட்டில் பண்ணிடுங்க."

நான் உன்னை சுவாசிக்கிறேன்

"எப்படி சார்?"

"தம்பி, சந்துருவுக்கு நண்பர் நீங்க. அதனால இதமா பதமா பொறுமையா பேசிட்டிருக்கேன். இல்லைன்னா என்னோட அணுகுமுறையே வேற! மனசுக்குப் பிடிக்கலைன்னா விட்டுடணும். சும்மா மறுபடி மறுபடி பேசிப் பேசி வெறுப்பேத்தக் கூடாது. புரிஞ்சுதா?"

சேட்டின் குரலில் மிரட்டல் இருந்தது. அரவிந்திற்கு அந்த அதிர்ச்சி மனமெங்கும் வியாபித்து பல மடங்கு பெருகிக் கொண்டிருந்தது.

உதவி செய்வார் என்று நினைத்து வந்தால் பிரச்சனையை பூதாகரமாக்கி விட்டாரே! எல்லாம் ஒப்படைத்து விட்டு விலகிவிடு என்கிறாரே!

இதற்காகவா இத்தனை மெனக்கெட்டேன்? இதற்காகவா உறவுகளை விட்டு வெளியே வந்து போராட்டம் துவங்கினேன்? ஊரில் தெரிந்தவர்களை எல்லாம் அழைத்து விழா நடத்தி தொழில் துவங்கிவிட்டு கொஞ்ச நாளிலேயே மறுபடி பழைய நிலைக்குத் தள்ளப்படுவதென்றால்... எத்தனை அவமானம் இது!

யாரையாவது நிமிர்ந்து பார்க்க முடியுமா?

அரவிந்தைப் பய மேகம் சூழ்ந்தது.

"சார், இப்படியெல்லாம் அவசரப்பட்டு நீங்க...." வார்த்தைகள் நடுக்கத்துடன் வெளிவந்தன.

"தம்பி, கணக்கை ஒப்படைச்சிட்டு நகர்ந்துடுன்னு சொல்றேன். முடியாதா? இன்னொன்னு செய்யி! என்னை மாதிரி வேற எங்கயாச்சும் பணத்துக்கு எற்பாடு செய்யி. என்கிட்ட வாங்கின தொகையை, பைசா பாக்கியில்லாம ஒரே வாரத்தில் செட்டில் செஞ்சிடு. நீயே தாராளமா நடத்து. எனக்குத் தொழில் வேணாம். காசுதான் முக்கியம். இந்த ரெண்டுல ஒரு முடிவை எடு! இல்லைன்னா நானே வேற விதமா செயல்பட்டு இந்த விவகாரத்தைத் தீர்த்துக்குவேன்."

பதறிப் போன அரவிந்த், "அப்படியெல்லாம் சொல்லாதீங்க சார். ப்ளீஸ்... சார்..." என்றவன் சட்டென்று சேட்டின் கால்களில் கண்கள் கலங்க விழுந்துவிட்டான்.

⸻❦⸻

                    நான் உன்னை சுவாசிக்கிறேன்

-26-

என்னை நேரில் சந்திக்கும் உன்னை விட
என் மனத்தில் சந்திக்கும் உனக்குத்தான்
சக்தி அதிகம் என்பது உனக்குத் தெரியுமா?

அரவிந்த் சோர்வோடு தன் பிரஸ்ஸூக்குத் திரும்பியபோது, அலுவலக அறையில் ஒரு புத்தகம் படித்தபடி காத்திருந்த பிருந்தாவைப் பார்த்து ஆச்சரியப்பட்டான்.

அவசரமாக கர்சீப் எடுத்து முகத்தைத் துடைத்துக் கொண்டு உள்ளே வந்து, "ஹலோ பிருந்தா..." என்றான்.

"ஹலோ" என்று புன்னகைத்தாள், "ரெண்டு மணி நேரமா உங்களுக்காக நான் வெய்ட் பண்ணிட்டு இருக்கேன். சார் பயங்கர பிஸியாய்ட்டிங்க போலிருக்கு."

"அப்படியெல்லாம் இல்லை" என்று சிரிக்க முயன்றான். அறையின் கதவை மூடிவிட்டு வந்தமர்ந்தான். "ஹவ் ஆர் யு பிருந்தா?"

"ஃபைன். நீங்க ஏன் டல்லா இருக்கீங்க?"

"வெயில்ல வெளில போய்ட்டு வந்தது. ஏதாச்சும் சாப்பிடலாமா? வாங்கிட்டு வரச் சொல்லட்டுமா?"

"வேணாம். என்னாச்சு? மிஷின்ல ஏதோ மேஜர் ரிப்பேராமே. ஏன் மிஷன் ஓடலைன்னு கேட்டேன். உங்க ஸ்டாஃப் சொன்னாரு."

"ஆமாம்" என்று பெருமூச்சு விட்டான்.

"ஏன் சரி பண்ணாம இருக்கீங்க? பார்ட்ஸ் எதுவும் கிடைக்கலையா?"

சில விநாடிகள் அமைதியாக பேப்பர் வெய்ட்டை உருட்டினான்.

"பிருந்தா, நான் உன்கிட்ட பொய் சொல்ல விரும்பலை. இப்ப பெரிய சிக்கல்ல மாட்டிக்கிட்டிருக்கேன். சூழ்நிலைகள் திடீர்னு எனக்கு விரோதமா மாறிப்போச்சு. ஒரு கவர்ன்மென்ட் ஆர்டர் வாங்கறதுக்காக என் ஃபிரண்டு ஒருத்தனை நம்பி ஒரு லட்சம் லஞ்சம் கொடுத்தேன். அந்தப் பணம் இப்போ திருப்பிக் கிடைக்கிற மாதிரி இல்லை. மிஷினை சரி செய்யணும்னா ஒண்ணே கால் லட்சம் ஆகும். என் பைக்கை முப்பதாயிரத்துக்கு வித்துட்டேன். பாக்கிப் பணம் புரட்ட முடியலை. வாங்கின ஆர்டர்ஸை அடிச்சிக் கொடுக்க முடியாம கஸ்டமர்ஸ் கிட்ட கெட்டப் பேரு. மிஷினை எப்படியும் ஓட்டியாகணுமேன்னு ஏற்கெனவே கடன் கொடுத்த சேட்டுக்கிட்டயே மேற்கொண்டு ஒரு லட்சம் கேட்டுப் பார்க்கலாம்னு போனேன். அது ரொம்பப் பெரிய தப்பாப் போச்சி."

"என்ன சொல்றார்?"

லால்சந்த் சேட் முற்றிலும் தொழிலை மாற்றிக் கொடுத்துவிட்டு விலகிக் கொள்ளச் சொன்னதை விரிவாகச் சொன்னான்.

"என்ன அரவிந்த், எவ்வளவு நம்பிக்கையோட ஆரம்பிச்சீங்க? ஏன் இப்படி எல்லாம் நடக்குது?"

"தெரியலை. மனசாலகூட நான் யாருக்கும் துரோகம் செஞ்சதில்லை பிருந்தா. எனக்கு ஏன்..."

அரவிந்திற்கு தொண்டை அடைத்துக் கொண்டது.

"இப்ப என்ன செய்யப் போறீங்க?"

"புரியலை பிருந்தா. வர்ற வழியில ரயில்வே டிராக்கைத் தாண்டி வந்தேன். அப்போ ஒரு செகண்ட் பேசாம எலெக்ட்ரிக் டிரெயின் முன்னாடி பாய்ஞ்சிடலாமான்னுகூட ஒரு நினைப்பு வந்தது."

"வாட் நான்சென்ஸ்? என்ன பேச்சு இது? எவ்வளவு தைரியமாப் பேசறவர் நீங்க!"

"தைரியமாத்தான் இறங்கினேன். அந்தத் தைரியத்தை பலவீனப்படுத்தற மாதிரியே தொடர்ந்து சோதனை வந்தா என்ன சொல்றது?"

  நான் உன்னை சுவாசிக்கிறேன்

"சந்துருவுக்கு ரொம்பத் தெரிஞ்சவர்தானே அந்த சேட்டு? திடீர்னு ஏன் இப்படிப் பேசறார்? சந்துரு என்ன சொன்னாரு"

"அவனுக்கு இன்னும் தெரியாது. சேட்டுகிட்ட மறுபடி போய் நிக்கிறது சரியில்லைன்னு அவன் சொன்னான். அவன் வார்த்தையை மீறிப் போய் விஷயத்தை இன்னும் சிக்கல் பண்ணிட்டேன் பிருந்தா."

"இப்ப சந்துரு எங்க இருக்கார்னு பாருங்க. விஷயத்தைச் சொல்லி அவரை விட்டு சேட்டை சமாதானப்படுத்தச் சொல்லுங்க."

அரவிந்த் போன் எடுத்து டயல் செய்தான். பேசினான். வைத்தான்.

"நல்ல வேளையா இன்னிக்கு சந்துருவுக்கு ஷூட்டிங் கேன்சல் ஆயிடுச்சாம். சேட்டை நேர்ல போய்ப் பார்த்துப் பேசிட்டு நேரா இங்க வர்றேன்னு சொன்னான். ஸாரி பிருந்தா, நீ என்ன விஷயமாக என்னைப் பார்க்க வந்தேன்னுகூடக் கேக்காம நான் பாட்டுக்கு என் பிரச்னைகளை புலம்பி உன் மூடைக் கெடுத்துட்டேன்."

"ஏன் அரவிந்த், உங்க பிரச்னைகள்ல எனக்குப் பங்கு இல்லையா?"

சட்டென்று நிமிர்ந்து அவளைப் பார்த்தான்.

அவளின் உரிமையான இந்தக் கேள்வியை எப்படி அர்த்தப்படுத்திக் கொள்வதென்று மனம் தடுமாறியது. நாக்கு உலர, உச்சி வெயிலில் நடந்து கொண்டிருக்கும்போது திடீரென்று வீசிய தென்றலாக அந்தக் கேள்வி இருந்தது.

"தெரியலை" என்று முணுமுணுத்தான்.

"நீங்க புரிஞ்சிக்கிட்டது அவ்வளவுதானா? இங்க பாருங்க அரவிந்த், என்ன மோசமான பிரச்னை வந்தாலும் முட்டாள்தனமான முடிவை சிந்திக்க மாட்டேன்னு நீங்க எனக்கு ப்ராமிஸ் செய்யுங்க முதல்ல."

"தப்புதான். ஆனா, என் மனசில அப்போ உண்மையா ஒரு செகண்ட் அந்த தாட் வந்தது. அதை மறைக்காம சொல்லிட்டேன்."

"வாழ்கைகைப் பயணத்தில எல்லாருக்குமே பூ தூவின பாதை அமைஞ்சிடாது அரவிந்த். நிறையப் பேருக்கு அது முள் பாதைதான். உங்களுக்கு தொழில்ல பிரச்னை. எத்தனை லட்சம் பேருக்கு உயிரைக் காப்பாத்தறதே பிரச்னை. தெரியுமா? பிரச்னைகளோட முகங்கள்தான் மனுஷனுக்கு மனுஷன் மாறும்... மனசு நொந்துட்டா பாய்ஞ்சிடலாம்ன்னா ஊர்ல ஒரு ரயில்கூட உருப்படியா ஓட முடியாது. தண்டவாளம் பூரா தலைகளாத்தான் கிடக்கும்."

மெளனமாகத் தலை குனிந்து அமர்ந்திருந்தான் அரவிந்த்

"இல்லை பிருந்தா, என் மனநிலையிலேர்ந்து கொஞ்சம் யோசிச்சுப் பாரு, சாதிச்சுக் காட்டறேன்னு வீட்டை விட்டு சவாலா வெளில வந்து பெரிய ப்ராஜெக்ட்ல இறங்கி என்னை நிரூபிக்கணும்னு துடிப்பா செயல்பட்டுக்கிட்டு இருக்கிறப்போ இப்படியெல்லாம் நடந்தா எப்படி இருக்கும்?"

"நீங்களே நொந்து போயிருக்கிறப்ப, குத்திக்காட்டறதா நினைக்கலைன்னா உங்களை ஒண்ணு கேக்கட்டுமா அரவிந்த்?"

"கேளு, நீ எது கேட்டாலும் அது என் மேல உள்ள அக்கறையில கேக்கறதாத்தான் இருக்கும்."

"அரவிந்த் ஒரு திறமை இல்லாத மனுஷன்னு யாராச்சும் வீதி வீதியா தண்டோரா போட்டாங்களா, இல்லை பேப்பர்ல விளம்பரம் கொடுத்தாங்களா? யார்கிட்ட நிரூபிக்கணும்? எதுக்கு இந்த கற்பனைச் சவால்? இதெல்லாம் உங்க ஈகோ செய்ற வேலைதானே. உங்ககிட்ட நான் பார்க்கறது தொழில் ஆர்வம் இல்லை! வெறி! சம்பாரிச்சு நிறைய பணம் சேர்த்துக் காட்டணுங்கற வெறி! அந்த வெறி உங்க புத்தியை, பாசத்தை எல்லாத்தையும் மழுங்கடிச்சிடுச்சி! இல்லைன்னா அநியாய வட்டிக்குப் பணம் வாங்கி ஆரம்பிச்சிருப்பீங்களா? இப்ப கண்ட்ரோல் பூரா அந்தாள்கிட்ட இருக்கறதால ரெண்டு நாள்ல எல்லாம் ஒப்படைச்சுட்டு வெளியில் போன்னு சொல்றார். அவ்வளவு வட்டி கொடுத்து அதுக்கும் மேலயும் லாபம் பார்த்தாகணுமேன்னு லஞ்சம் கொடுத்து ஆர்டரை வாங்கற குறுக்கு வழியில யோசிச்சிங்க. இதுவும் அந்த வெறியோட தூண்டுதல்தானே. சரி, நம்பி ஒப்படைச்ச

அந்தப் பணமும் வராதுன்னு சொல்றீங்கன்னா அந்த நண்பன் நம்பிக்கையானவன்தான்னு ஜட்ஜ் பண்ண முடியாமப் போனது ஏன்? உங்க நோக்கம் சம்பாரிச்சி சாதிக்கணும். அதனால அதுக்கு சாதகமா இருக்கற யாரையும் கண்ணை மூடிக்கிட்டு நம்பினீங்க. பணம் சம்பாதிக்கிறது தப்புன்னு சொன்னா நான் முட்டாள். ஆனா, வாழ்க்கைல அது ஒண்ணுதான் சாதனைன்னு என்னால ஏத்துக்க முடியாது. அரவிந்த், அடிப்படையில நீங்க ரொம்ப நல்ல மனுஷன். சில வீம்புகளும் பிடிவாதங்களும்தான் உங்க குறைகள். ஐ ம் ஸாரி. நான் பாட்டுக்கு..."

படபடப்பாகப் பேசிய பிருந்தா சட்டென்று நிறுத்தி முகத்தைத் திருப்பிக் கொண்டு தன்னை ஆசுவாசப்படுத்திக் கொண்டாள்.

"சொல்லு பிருந்தா, நல்லா சொல்லு. எனக்கு இப்ப நீ சொல்றது எதுவும் வலிக்கலை. இதே கேள்விகளை என் மனசாட்சி அப்பப்ப கேட்டிருக்கு. நீ சொன்னியே அந்த வெறிதான் அதை அதட்டி வைக்கும். நீ சொன்னது எதுவும் மிகை இல்லை. வார்த்தைக்கு வார்த்தை உண்மை. வெறும் ஆர்வம் மட்டும் இருந்திருந்தா நிதானமாத்தான் செயல்பட்டிருப்பேன். என் வீட்ல என்னை செல்லாக் காசா எல்லாரும் நினைக்கிறாங்களேங்கற வேதனைல வந்த வெறிதான் அது. ரொம்ப யோசிச்சா அதுவும் நானே மனசில பெரிசுபடுத்திக்கிட்ட பிரமைதானோன்னும் சமயத்தில தோணும். என் அண்ணணும் அக்காவும் வசதியா இருக்கிறதால அவங்க மேல ஒருவித பொறாமை உள்ளுக்குள்ளே ஏற்பட்டு எப்பவும் வெறுப்பாகப் பார்ப்பேன். வெறுப்பா பார்க்கறப்ப அவங்க செயல், பேச்சு எல்லாமே இன்னும் வெறுப்பேத்தற மாதிரி தோணும். சேட்டு இனிமே எனக்கு ஒத்துழைப்பு தருவார்ங்கிற நம்பிக்கை எனக்குப் போயிடுச்சி. இன்னும் ரெண்டு நாள் கழிச்சி என் நிலைமை என்னன்னு யோசிச்சா கலக்கமா இருக்கு. இந்தச் சூழ்நிலையிலயும் எங்கிட்ட உரிமையோட நீ பேசறே பாரு, இது ஒண்ணுதான் இப்ப எனக்கு ஆறுதலா இருக்கு."

"இப்பதான் நான் உங்களுக்கு ஆதரவா இருக்கணும். அரவிந்த், இப்ப வெளிப்படையாச் சொல்றேன். நான் உங்களை மனப்பூர்வமாக எப்பவோ நேசிக்க ஆரம்பிச்சிட்டேன். அதை வெளிப்படுத்த நினைச்சப்பதான் நீங்க உங்க வீட்டைவிட்டு வந்துட்ட செய்தியைச் சொன்னீங்க. அது எனக்கு ரொம்ப

அதிர்ச்சியா இருந்திச்சி. உங்க லட்சியத்துக்காக உங்க அப்பா, அம்மாவை உதறின உங்க அவசர நடவடிக்கை உங்க மேல கோபத்தை ஏற்படுத்திச்சு. அப்பக்கூட உங்களை வெறுத்து விலகிட நினைக்கலை. உங்களோட பழகி உங்ககிட்ட உள்ள சில தப்பான குணங்களை சரி செய்யணும்முன்னுதான் நினைச்சேன். உங்க அர்த்தமில்லாத வெறியை இப்ப உணர்ந்து பேசீனீங்க தெரியுமா, இது எனக்கு ரொம்ப பிடிச்சிருக்கு. தப்பை ஒத்துக்கிறதுக்கு பெரிய மனசு வேணும் அரவிந்த். உங்களோட பண நிலைமை இப்போ பலவீனமா இருக்கலாம். ஆனா, குணத்தில் இப்ப நீங்க பெரிய கோடீஸ்வரராதான் தெரியறீங்க.''

* * *

''**எ**னக்கு காபி வேணாம். முதல்ல விஷயத்தை சொல்லு. சேட்டு என்ன சொன்னாரு?'' என்றான் அந்த சின்ன ரெஸ்டாரெண்ட்டில் அரவிந்த்.

''குடி, சொல்றேன்'' என்று தன் கோப்பையில் ஊதிப் பருகிய சந்துரு, ''ஒரு மணி நேரம் கெஞ்சினேன் அரவிந்த். இறங்கியே வரவில்லை.''

''தெரியும் சந்துரு. அவர் பிடிவாதக்காரர். ரெண்டாவது என் மேல அவருக்கு நம்பிக்கை போயிடுச்சி. என் தப்பு, நீ அவ்வளவு சொல்லியும் நான் அவர்ட்ட போனேன் பாரு, என்னை செருப்பாலத்தான் அடிக்கணும்.''

''ஈஸி... ஈஸி... எமோஷனலாகாதே. கடைசியா அவர் கையைப் பிடிச்சி கண்கலங்கி கெஞ்சினதும் கொஞ்சம் இறங்கி வந்தார்.''

''என்ன சொல்றார்?''

''ஒரு மாசம் டயம் தர்றாராம். இப்ப அவர் பணம் எதுவும் உதவி செய்ய மாட்டாராம். நீயே எப்படியாச்சும் பணம் தயார் பண்ணி மெஷினை ரிப்பேர் செஞ்சி தொழிலை நடத்தணுமாம். ஒரு மாசம் கழிச்சு அசல் வட்டியோடு முதல் தவணையைத் திருப்பி தரணுமாம். அப்படி நீ செஞ்சிட்டா ஒழுங்கா நீ தொழில் நடத்தி பணத்தைத் திருப்பி கட்டுவேன்னு நம்பிக்கை வருமாம். ஒரு

                    நான் உன்னை சுவாசிக்கிறேன்

மாசத்தில முதல் தவணையே கட்டமுடியலையின்னா அடுத்த நாளே ஒப்படைச்சுடணுமாம்."

"ஆறு மாசத்துக்கு அசல், வட்டி எதுவும் வேணாம்ணுதானே பேச்சு."

"அது பழைய கண்டிஷன் இல்லே? இப்போ அவர் சொல்ற எந்த கண்டிஷனையும் ஏத்துக்க வேண்டிய நிலையில் நாம் இருக்கறப்போ எப்படி எதிர்த்து பேச முடியும்? சரின்னு உன் சார்பா ஒத்துக்கிட்டு வந்திருக்கேன். தலைக்கு மேல தொங்கின கத்தி இப்போ விலகியிருக்கு. ஒரு மாசம் கழிச்சு அது தொங்காம பார்த்துக்க வேண்டியது உன் பொறுப்பு. இவ்வளவுதான் அவரை சரிகட்ட முடிஞ்சது."

யோசனையுடன் தாடையைத் தடவினான்.

"ஓகே, முழுசா இறங்கறேன். இப்ப உடனடியா மெஷினை ரிப்பேர் செய்கிற வழியத்தான் பார்க்கணும்."

மறுநாள், வெளியில பண ஏற்பாட்டிற்காக சிலரைச் சந்தித்துவிட்டு தன் பிரஸுக்கு அரவிந்த் வந்தபோது... மெஷினில் புதிய சிலிண்டர் பொருத்தி சர்வீஸ் செய்யும் பணி நடந்துகொண்டிருந்தது.

இது யாரின் ஏற்பாடு? எப்படி ரிப்பேர் வேலை நடக்கிறது?

எதுவும் புரியாமல் உள்ளே வந்தான்.

⸻◦⸻

-27-

காதலை மிக சுலபமாக புரிந்துகொள்ள முடிகிறது.
காதலியைப் புரிந்துகொள்ளத்தான் தாமதமாகிறது.

ஆஃப்செட் இயந்திரத்தை சரிசெய்வதற்கான உத்தரவுகளைக் கொடுத்தபடி சுறுசுறுப்பாக நின்ற சர்வீஸ் என்ஜினியரிடம் வந்தான் அரவிந்த்.

"குட்மார்னிங் சார். முக்கால்வாசி வேலைகள் முடிஞ்சது. இன்னும் ஒரு மணி நேரத்தில் உங்க மெஷின் ரெடியாகிடும்" என்று புன்னகைத்தான் அவன்.

"ஒரு லட்சம் பணம் செலுத்தி கன்ஃபர்ம் செஞ்சாத்தான் சர்வீஸ் வொர்க் எடுப்போம்ன்னு சொல்லிட்டுப் போனிங்களே..."

"அதான் கட்டிட்டிங்களே..."

"எப்போ... நான்...?"

"இன்னிக்கு மார்னிங் கேஸ் பேமென்ட் ஆகி, ஆபிஸ்ல சொன்னதாலதானே நாங்க புது சிலிண்டரோட வந்து வேலையை ஆரம்பிச்சோம். ரசீதுகூட கொண்டுவந்து உங்க ஸ்டாஃப் சீனிவசான்கிட்ட ஒப்படைச்சேனே? என்ன கன்ஃப்யூஷன் உங்களுக்கு?"

அரவிந்த் அலுவலக அறைக்குள் வந்து, "சீனு, கேஷ் கட்டினதா ரசீது கொடுத்தாங்களா என்ன?" என்றான்.

சீனு ரசீதை எடுத்துக் கொடுத்து "என்ன சார், நீங்களே இப்படி கேக்கிறீங்க? நீங்கதானே கட்டியிருக்கணும்?" என்றான்.

"இல்லை சீனு, நான் இன்னும் பணம் புரட்டலை. அதுக்காகத்தான் பல பேரைப் பார்த்துட்டு வர்றேன்."

"அப்படியா சார்?" என்றான் சீனு ஆச்சரியமாக, "சார், ஒருவேளை..."

"சொல்லு."

"வழக்கமா உங்களை பார்க்க வருவாங்களே பிருந்தான்னு. அவங்க காலையில வந்தாங்க. கம்பெனி சர்வீஸ் ஆபீஸ் அட்ரஸ், அப்புறம் பிரிண்டிங் ஆர்டர் கேன்ஸல் செஞ்ச பார்ட்டியோட அட்ரஸ், எல்லாம் என்கிட்ட கேட்டு வாங்கிட்டுப் போனாங்க."

"ஐ ஸீ?" என்றான்.

"ஹலோ அரவிந்த்" என்று பிருந்தா உள்ளே வர, சீனு நாசூக்காக வெளியேறினான்.

"எல்லாம் உன் வேலைதானா பிருந்தா?"

"எது?"

"பணம் கட்டி மிஷினை சர்வீஸ் பண்ண ஏற்பாடு செஞ்சது?"

"அய்யோ, என்கிட்ட ஏது அவ்வளவு பணம்?"

"சீரியஸா சொல்லு."

"சரி, சீரியஸா ஒரு விஷயம் சொல்லட்டுமா? நான் என் வேலையை ராஜினாமா செஞ்சிட்டேன்."

"ஏன்?"

"அது கொஞ்சம் உப்புசப்பில்லாத வேலை. அதைவிட உறைப்பா, காரமா ஒரு வேலை கிடைச்சிருக்கே. அதாவது இந்த பிரஸ் நிர்வாகப் பொறுப்பை உங்களைக் கேக்காமலே அதிகப்பிரசங்கித்தனமா நானே எடுத்துக்கிட்டேன். நான் இதை நிர்வாகம் பண்றதிலே உங்களுக்கு ஒண்ணும் ஆட்சேபனை இல்லையே?"

"என்ன பிருந்தா இது? உனக்கு இல்லாத உரிமையா? நீ போய் பணம் கட்டிட்டு வந்தியா?"

"இல்லை, அது என் பணம் இல்லை."

"அப்புறம்?"

"ஒரு மாசத்தில முதல் தவணை கட்டணும்னு சேட்டு புது கண்டிஷன் போட்டிருக்காருன்னு நேத்து நீங்க போன்ல சொன்னப்புறம் உங்க தொழில்ல தீவிரமா பொறுப்பு ஏத்துக்கறதுன்னு முடிவெடுத்தேன். அந்த கண்டிஷனை நிறைவேத்தணும்னா முதல்ல மிஷின் ஓடியாகணும். அதுக்கு ஏற்பாடு செய்ய வேண்டியது மேனேஜரோட முதல் கடமை இல்லையா?"

"என்ன செஞ்சே?"

"மெஷினை சர்வீஸ் செய்ய ஏற்பாடு செஞ்சேன். ஆர்டரை கேன்சல் செய்த பார்ட்டிகளை பர்சனலா சந்திச்சி பக்குவமா எடுத்துச் சொன்னேன். விஜயலட்சுமி டிரேடர்சையும், ரகுவீர் கம்பெனியையும் சமாதானப்படுத்திட்டேன். விஜயலட்சுமிக்கு காலையில டெலிவரின்னும், ரகுவீர்க்கு நாளைக்கு ஈவினிங் டெலிவரின்னும் ப்ராமிஸ் பண்ணியிருக்கேன். கொஞ்ச நேரத்தில் சர்வீஸ் முடிச்சுட்டாங்கன்னா நான் சொன்னபடி டெலிவரி கொடுத்துடலாம் இல்லையா அரவிந்த்? வொர்க்கர்ஸ் எல்லாரையும் இன்னிக்கு நைட் டூட்டி பார்க்கச் சொல்லுங்க. நாமும் பக்கத்திலே இருக்கணும்."

பேசிக்கொண்டே போன அவள் அருகில் அவன் நெருங்கி வந்தான்.

"நீ சொல்றதெல்லாம் ரொம்ப உற்சாகமா இருக்குது பிருந்தா. எனக்குள்ளே தலையெடுத்திருந்த அவநம்பிக்கை காணாமப் போயிடுச்சு. நிஜமா சொல்லு உன்கிட்ட பர்சனலா அவ்வளவு சேமிப்பு இருந்திச்சா?"

"இல்லை."

"பின்னே எப்படி?"

"என்னை மாதிரியே உங்களுக்கு உரிமையுள்ள ஒருத்தர்தான் இப்போ உதவி செஞ்சிருக்காங்க. இந்தப் பணத்தை நீங்க திருப்பி தரணும்னுகூட அவசியமில்லைன்னு சொன்னாங்க. அப்படி அன்பளிப்பா வாங்கிக்கிறது உங்க தன்மானத்தை பாதிக்கும்னா எப்ப முடியுமோ அப்ப நிதானமா தர சொன்னாங்க. வட்டி எதுவும் இல்லாம."

   நான் உன்னை சுவாசிக்கிறேன்

"யாரு பிருந்தா?"

"உங்க அக்கா யாமினி."

அதிர்ந்து போய் அசயாமல் நின்றான்.

"நானும் உங்க ஃப்ரெண்ட் சந்துருவும் போய் அவங்களை சந்திச்சோம். நிலைமையைச் சொன்னோம். ரொம்ப ஃபீல் செஞ்சாங்க. உடனேசரின்னுசொன்னாங்க. உங்ககிட்ட சொன்னா, யாமினியைப் பார்க்க வேணாம்னு சொல்லுவீங்களோன்னுதான் சொல்லாம பார்த்தோம்."

அரவிந்த் அமைதியாக நாற்காலியில் அமர்ந்தான்.

"நாங்க செஞ்சது தப்பா அரவிந்த்?"

மௌனமாகத் தலையைக் குறுக்கில் அசைத்தான்.

"நான் செஞ்சதுதான் தப்பு. அக்காவை நானே போய் பார்த்திருக்கணும். நான் யாரையும் சரியாப் புரிஞ்சுக்கலை. பிருந்தா, நான் இப்பவே போய் யாமினியைப் பார்த்துப் பேசிட்டு வந்துடறேன்" என்று எழுந்தான்.

* * *

யாமினியின் அலுவலக அறைக்குள் வந்த அரவிந்த அவளிடம் வந்து, "அக்கா... அக்கா..." என்றான். அதற்கு மேல் வார்த்தை வராமல் குரல் தழுதழுத்தது.

"ஏய்! என்னடா இது? முதல்ல உட்காரு" என்று அவன் கையைப் பிடித்து உட்கார வைத்தாள் யாமினி.

"அக்கா... நான் எத்தனையோ தடவை உன் முகத்துக்கு நேர அலட்சியப்படுத்தி பேசியிருக்கேன். வார்த்தையாலேயே பல தடவை காயப்படுத்தியிருக்கேன். ஆனாலும், நீ இப்போ..."

"நார்மலா இரு அரவிந்த். எவ்வளவு ஆர்வத்தோடு நீ இந்தத் தொழிலை ஆரம்பிச்சியிருக்கேன்னு எனக்குத் தெரியும். திடுதிப்புன்னு யாராலதான் தாங்கிக்க முடியும்? அப்பப்போ நானும் உன் மேல ஆத்திரப்பட்டிருக்கேன். அதுக்காக உன்னை நடுவீதியிலே விட்டுட முடியுமா? நீ யாரு? என் தம்பிடா!

நமக்குள்ளே ஆயிரம் அபிப்பிராய பேதங்கள் இருக்கலாம். ஆனா, அடிப்படையான உறவு அறுந்திடுமா? இல்லை, பாசம் போயிடுமோ? இந்த மாதிரி சூழ்நிலையில உதவலைன்னா அப்புறம் உறவுக்கே அர்த்தமில்லை அரவிந்த்" என்றாள் யாமினி.

"தேங்க்ஸ்க்கா. இந்த நன்றி எல்லாம் நீ செஞ்சிருக்கற இந்த உதவிக்கு ஈடாகாதுக்கா. உன்கிட்ட மோசமா நடந்துகிட்டதுக்கெல்லாம் மனப்பூர்வமா மன்னிப்பு கேட்டுகறேன்க்கா. நூறு தடவை ஸாரி சொல்லணும்."

"என்ன இது, அசட்டுத்தனமா, விடு. நான் எதுவும் பெரிசா செஞ்சிடலை இப்போ உனக்கு உதவி செய்யற நிலைமையில வசதியோட என்னை வச்சியிருக்கிற கடவுளுக்குத்தான் நான் நன்றி சொன்னேன். காப்பி சாப்பிடறியா?"

"சாப்பிடறேன்" என்றான் உற்சாகமாக அரவிந்த்,

"தொழிலை மட்டும்தான் ரகசியமா ஆரம்பிச்சேன்னு நினைச்சேன். உன் காதலையும் ரகசியமாவே வெச்சிட்டியே. வெரி நைஸ் கர்ள் அரவிந்த். உன் மேல என்ன ஒரு ஈடுபாடு இருந்தா இவ்வளவு பொறுப்பா... யு ஆர் லக்கிடா."

அரவிந்த் மெதுவாக புன்னகைத்தான். ஒலித்த போனை எடுத்தான் அரவிந்த்.

"அரவிந்த், பெங்களூர்லேர்ந்து இளங்கோ பேசறேன்ப்பா."

"சொல்லுங்கண்ணா, எப்படி இருக்கீங்க?"

"ஃபைன். யாமினி போன் செஞ்சா. விஷயம் கேள்விப்பட்டு ரொம்ப வருத்தமா இருந்திச்சி. தைரியமா இரு. எல்லாம் சரி செஞ்சிடுவேதானே?"

"இனிமேலெல்லாம்சரியாயிடும்ன்னுநம்பிக்கைஇருக்குண்ணே."

"வொர்க்கிங் கேபிடல் ஏதாச்சும் தேவைப்படுமா? என்னால ரெண்டு ரூபா வரைக்கும் உனக்கு உதவி செய்ய முடியும். ஒண்ணும் தயங்காதே. மெதுவா திருப்பித் தரலாம்."

"இல்லைண்ணே, இப்போது எதுவும் தேவைப்படலை. நீங்க கேட்டது ரொம்ப சந்தோஷம்."

                              நான் உன்னை சுவாசிக்கிறேன்

"அப்புறம்... இங்கே இரண்டு மூணு சேர்மேன்ஸ்கிட்ட பேசினேன். அவங்களோட ஹவுஸ் ஜர்னல் பிரிண்ட் பண்ற ஆர்டரை உனக்கு தர சம்மதிச்சிருக்காங்க. பெரிய பார்ட்டிஸ், ரெகுலர் ஆர்டர், பக்கா பேமெண்ட். வற்ற ஸண்டே நீ பெங்களூருக்கு வந்தியின்னா இந்த ஆர்டர்ஸை உனக்கு நான் கன்ஃபர்ம் செஞ்சி தர்றேன் அரவிந்த்."

"ரொம்ப தேங்ஸ்ண்ணே. கண்டிப்பா வறேன். எனக்காக நீங்க மெனக்கெட்டு..."

"அதெல்லாம் எதுவும் இல்லை. நீயும் நானும் ஃபிஸிகலா தூரமா பிரிஞ்சி இருக்கோம். அதனாலேயே பல சந்தர்ப்பத்தில் மனசில் உள்ள ஃபீலிங்சை சரியா எக்ஸ்பிரஸ் பண்ண முடியாமப் போகுது. நீ நல்லா வர வேண்டியவன் அரவிந்த். வருவே. ஸண்டே வர்றியா?"

"கண்டிப்பா வர்றேண்ணே."

"வற்றப்போ பிருந்தாவையும் கூட்டிட்டு வா. உன் செலக்ஷனை நானும் பார்க்கணும். உங்க ரெண்டு பேருக்கும் ஒரு பார்ட்டி தரணும். டோன்ட் பீஷை. யாமினி எல்லாம் விவரமா சொன்னா. அழைச்சிட்டு வர்றியா?"

"சரி" என்றான் குதூகலமாக.

* * *

தன் ஃபிளாட்டின் அழைப்பு மணியை அழுத்திவிட்டு காத்திருந்தான் அரவிந்த். கதவைத் திறக்கப்போவது, அம்மாவா, அப்பாவா?

காலையில் பிரஸ்சுக்கு நிர்மலா போன் செய்து, அப்பா உங்களை வீட்டுக்கு வரச்சொன்னார், ஏதோ பேசணுமாம் என்று சொன்னதிலிருந்தே, 'ஏன்?' என்கிற கேள்வி அவனைத் துளைத்துக் கொண்டிருந்தது.

கதவை அம்மா திறந்து, "வாடா அரவிந்த்" என்றாள் முகம் மலர்ந்து. ஹாலில் அப்பா அமர்ந்திருந்தார். நிர்மலா டி.வி.யை அணைத்து சிரித்தாள்.

அப்பாவின் அருகில் வந்து தயக்கமாக, "அப்பா!" என்றான்.

"உக்காருப்பா" என்ற அவரின் குரலில் இருந்த சாந்தம் அவனை ஆச்சரியம் கொள்ள வைத்தது.

"பரவாயில்லைப்பா" என்றான் உட்காராமல்.

"ஏண்டா, எவ்வளவு பிரச்சனை வந்தாலும் என்கிட்ட வரவே கூடாதுன்னு அப்படி என்னடா வறட்டு வைராக்கியம்?."

"அப்படியெல்லாம் எதுவும் இல்லைப்பா."

"எந்தக் குடும்பத்திலப்பா கோபதாபம் இல்லை? வயசாயிட்டா அதிகப்படியான உரிமையில கோவிச்சிக்கிறப்போ நிதானம் தவறி வார்த்தை வந்துடுது. தோளுக்கு மேல உசந்துட்டா தோழனா நினைக்கனும்னு மத்தவங்களுக்கு அறிவுரை வேணா சொல்லலாம். கடைபிடிக்கிறது கஷ்டம், 'நான் பெத்த புள்ளை என் வார்த்தையை மீறி நடந்துக்கறதா?'ன்னு ஒரு ரோஷம் வந்து தொலைச்சிடுது. நம்ம புள்ளைங்க நல்லா இருக்கணும்ங்கற ஒரு எண்ணம்தானே எந்த அப்பாவுக்கும் இருக்க முடியும்? எப்படி இருக்கறது நல்லா இருக்கறதாகும் என்கிறதிலேதான் கருத்து வேறுபாடு வந்து தொலைக்குது. பரவாயில்லை உட்காருடா" என்றார் சோமசுந்தரம்.

தயங்கி நாற்காலி முனையில் உட்கார்ந்து இவ்வளவு இதமாகப் பேசும் அப்பாவை நெகிழ்வோடு பார்த்துக் கொண்டிருந்தான் அரவிந்த்.

"எப்படி இருக்கு இப்போ பிரஸ்? நடுவுல நடந்ததெல்லாம் தெரியும்."

"மும்முரமா போராடிக்கிட்டு இருக்கேன்ப்பா. நிறைய ஆர்டர்ஸ் கிடைச்சிருக்கு."

"ஆனாலும், சேட்டுக்கிட்ட பட்ட கடன் முழுக்க அசல், வட்டியோடு அடைச்சதுக்கு அப்புறம்தானே நீ நிம்மதியா மூச்சு விட முடியும்? அப்புறம்தானே தொழில்ல ஏதாச்சும் லாபம் பார்க்க முடியும்?"

"ஆமாம்ப்பா."

　　　　　　　　நான் உன்னை சுவாசிக்கிறேன்

"நிர்மலா, எடுத்துட்டு வா அதை."

நிர்மலா கொண்டுவந்த பிரவுன் கவரை வாங்கி அவனிடம் நீட்டினார்.

"என்னப்பா?"

"வாங்கிப் பாரு. நீ சேட்டுக்கு எழுதிக்கொடுத்த எல்லாப் பத்திரமும் சரியா இருக்கான்னு பாரு."

"அப்பா" என்றான் திகைத்து.

"மெஷினை உன் பேருக்கு மாத்தி எழுதி சேட்டு கையெத்து போட்டுக் கொடுத்திருக்கிற பத்திரமும் இருக்கு பாரு."

எல்லாப் பத்திரங்களையும் பார்த்து எதுவும் புரியாமல் திணறினான்.

"காலையிலதான் நானும் சந்துருவும் போய் சேட்டைப் பார்த்தோம். நாளது தேதி வரைக்கும் அசல், வட்டி கொடுத்து செட்டில்செஞ்சிட்டேன். வேளச்சேரியில வாங்கிப்போட்டிருந்த கிரவுண்டை விற்றுட்டேன்ப்பா. அதை உன் பங்குக்கு ஒதுக்குறதாகத்தான் இருந்தேன். உனக்கு சேர வேண்டிய சொத்துதான். நிர்மலா கல்யாணம் முடிஞ்சதும் எல்லாம் முறைய செட்டில் பண்ணலாம்னு இருந்தேன். அதுவரைக்கும் தள்ளிபோட்டா நீ வட்டி கட்டியே தேஞ்சிடுவேன்னு புரிஞ்சுது. எப்ப செஞ்சா என்னன்னு இறங்கிட்டேன். பதினஞ்சி லட்சத்திற்கு அதை விற்றுட்டேன். சேட்டு செட்டில் செஞ்சது போக மீதி பணத்தை பேங்கல உன் கணக்கில கட்டிட்டேன். இனிமே உன் சொந்த முதலீடா நினைச்சி சுதந்திரமா தொழில் செய்யலாம். யாருக்கும் வட்டி கட்ட வேண்டியதில்லைப்பா."

"அப்பா!" என்று அவர் காலில் விழுந்தான் அரவிந்த்.

"எந்திரிப்பா" என்று முதுகைத் தடவினார். எழுப்பி அருகில் அமர வைத்துக் கொண்டார். "இந்த ஒரு வாரத்தில என்னை இந்தப் பிடிவாதத்திலிருந்து இறங்கிவரச் சொன்னதும், அனுபவத்திலே வராத சில பக்குவத்தை அறிவுரையிலே எனக்கு கொடுத்ததும், என் மருமகதான் அரவிந்த். நாலு தடவை சந்துருவோடு வந்து

என்னை சந்திச்சா. என்ன முழிக்கிறே? நான் பிருந்தாவைத்தான் சொல்றேன்" என்றார்.

"பிருந்தா? அவ... இங்க... வந்து..." நம்ப முடியாமல் கேட்டான்.

"நீயா அழைச்சுட்டு வந்து அறிமுகப்படுத்த வேண்டிய அண்ணி, தானா வந்து அறிமுகப்படுத்திக்கிட்டு, பாசம்ன்னா என்ன, அன்புன்னா என்னன்னு தினம் ஒரே லெக்சர்தான்!" என்றாள் நிர்மலா.

எதுவுமே பேசுவதற்கு இல்லாமல் உருகிப்போயிருந்தான் அரவிந்த்.

* * *

கடற்கரையில் அலைகளின் படையெடுப்பு தொடர்ந்து கொண்டிருக்க, எதிரெதிராக அமர்ந்திருந்தார்கள் அரவிந்தும் பிருந்தாவும்.

"என்ன அரவிந்த், என் முகத்தையே பார்த்துட்டிருக்கீங்க?"

"வார்த்தை தேடறேன் பிருந்தா. உன்னைப் பத்தி இப்ப என் மனசுல பொங்கற ஃபீலிங்சுக்கு சரியான வார்த்தை கிடைக்கலை. அன்புங்கறதும் உறவுங்கறதும் எவ்வளவு அழுத்தமான, ஆதாரமான, பலமான விஷயங்கள்ன்னு எனக்குப் புரிய வெச்சிருக்கியே... உனக்கு..."

"நன்றி சொல்லணுமா?"

"அது அந்நியப்படுத்தும். ஆனா, வேற என்ன சொல்றதுன்னு புரியல. குடும்பத்தில உள்ளவங்களுக்கு கண்டிப்பா பாசம் இருக்கு. அதை ஒவ்வொரு சந்தர்ப்பத்திலும் வெளிபடுத்தனும்கிறது இல்லை. அப்படி எதிர்பார்க்கிறப்போதான் பிரச்னையே ஆரம்பிக்குது... இதைப் புரிஞ்சிக்க உதவின மோசமான சூழ்நிலைக்குக்கூட நான் நன்றி சொல்லத் தயாரா இருக்கேன்."

"இப்படி எல்லாத்துக்கும் நன்றி சொல்றதை விட்டுட்டு மேற்கொண்டு தொழிலை எப்படி டெவலப் செய்யலாம்ன்னு யோசிச்சாலாவது பிரயோஜனம் உண்டு."

          நான் உன்னை சுவாசிக்கிறேன்

"இப்ப எனக்குப் பணவெறி போயிடுச்சி பிருந்தா."

"ஆனா தொழில் வெறி இருக்கணும் அரவிந்த். கோடி கோடியா மூட்டை கட்டறதுக்காகத் தொழில் வளர்க்க வேண்டாம். இன்னிக்கு ஏழு பேர் நம்மகிட்ட வேலை பார்க்கறாங்க. எழுநூறு பேருக்கு வேலை கொடுக்கிற நோக்கம் வெச்சிக்கிட்டு தொழிலை வளர்க்கலாமே. இந்த சமுதாயத்திற்கு பண உதவி ரொம்ப தேவைபடுதே அரவிந்த். அதுக்காக தொழிலை வளர்க்கலாமே. நோக்கம்தான் நியாயமானதா இருக்கணும்" என்றாள் பிருந்தா.

அவள் வலது கையை மெதுவாக எடுத்து, உயர்த்தி மென்மையாக முத்தமிட்டு, "கண்டிப்பா நம்மால முடியும்" என்றான் அரவிந்த்.

⸻◦◦⸻